கண் தெரியாத இசைஞன்

விளாதிமிர் கொரலேன்கோ

தமிழில் :

ரா. கிருஷ்ணையா

வெளியீடு
சிந்தன் புக்ஸ்

Kan theriyatha Isaignan

By Viladhimir Koralenko

Translated from English By: R. Krishnayya

Published By
CHINTHAN BOOKS
132/251, Avvai shanmugam Salai,
Gopalapuram, chennai - 600086
Mobile - 9445123164
Email- kmcomrade@gmail.com

Chinthan Books First Published : 2020

Design : Ragul

Printed by
Mani Offset, Chennai

கண் தெரியாத இசைஞன்

விளாதிமிர் கொரலேன்கோ

தமிழாக்கம் :ரா. கிருஷ்ணையா

வடிவமைப்பு : ராகுல்

சிந்தன் புக்ஸ்
132/251, அவ்வை சண்முகம் சாலை,
கோபாலபுரம், சென்னை 600 086
கைபேசி- 9445123164
Email - kmcomrade@gmail.com

அச்சு:
மணி ஆப்செட், சென்னை

சிந்தன் புக்ஸ் முதல் பதிப்பு : 2020

பக்கம் : 221

விலை: ரூ-200/-

பிறவிக் குருடனான அவன் உலகத்தை உணர்வதற்கு இயற்கை ஏராளமான வாசல்களைத் திறந்தது. அவன் குழந்தையாக வளரும்பொழுதே, அத்தகையதொரு உணர்வின் வாசல் வழியாக இது அம்மா, இது மாமா, இது பழகியவர், இது புதியவர் என்பதை அவர்களது முகத்தின் மீதாகப் படர்ந்து நகரும் அவனது பிஞ்சு விரல்களே கண்கள் போலமைந்து அவர்களை அறிய உதவியது. சிறுவனாகையில், அவனது சூழலின் எல்லா திசைகளிலிருந்தும் வெவ்வேறு வகைப்பட்ட ஓசைகள் அவனது காதுகளை வந்தடைந்தபடியே இருந்தன.

அம்மாதிரியான ஒலிக்குப்பைகளுள் ஒன்றாக அவனிடம் வந்து சேர்கிறது ஒரு நாட்டுப்புறத்தவனின் குழலிசை. மாலை வேளைகளில் அவனுக்குள் நிரம்பும் அந்த இனிய லயம் அவனை இசையின் திசையில் இட்டுச்செல்கிறது.

அவன் சுய அனுபவங்களாக எதிர்கொள்ளும் நேசம், அழுகை, ஆற்றாமை, கடுமை, துயரம், மகிழ்வு, நம்பிக்கையின்மை, பயம் யாவற்றையும் இசையாக்குகிறான்.

விளாதீமிர் கொரலேன்கோ 'கண்தெரியாத இசைஞன்' என்னும் இந்த நாவலை கவித்துவம் மற்றும் உளவியல் நுட்பம் இவற்றால் உன்னத கலைப்படைப்பாகத் தந்துள்ளார்.

விளதீமிர் கலக்தியோனவிச் கொரலேன்கோ

(சுருக்கமான வாழ்க்கைச் சரிதமும் விமர்சனமும்)

பத்தொன்பதாம் நூற்றாண்டின் கடைசிப் பகுதி மற்றும் இருபதாம் நூற்றாண்டின் தொடக்கப் பகுதியைச் சேர்ந்த ருஷ்ய இலக்கிய வரலாற்றில் தலைசிறந்த எழுத்தாளர்களும் மனிதாபி மானிகளுமான இவான் துர்கேனெவ், லேவ் தல்ஸ்தோய், கிளெப் உஸ்பேன்ஸ்கி, அன்தோன் சேகவ் ஆகிய பெயர்களோடு விளதீமிர் கலக்தியோனவிச் கொரலேன்கோவின் பெயரும் புகழ்பெற்றிருக்கிறது. கொரலேன்கோ சம காலத்தவர்களான லேவ் தல்ஸ்தோய் மற்றும் பல எழுத்தாளர்களும் 1860-1870ம் வருடங்களின் புரட்சிகரமான ஜனநாயக உரைநடை மரபுகளை மேலும் வளர்த்துச் சென்றார்கள்; ருஷ்ய மக்களுடைய அரசியல், மத மற்றும் ஆன்மிக வேட்கைகளின் சிக்கலான தன்மைகளை வெளிப்படுத்தினார்கள்; இரண்டு நூற்றாண்டுகள் சங்கமித்த காலகட்டத்தில் ருஷ்ய சமூக வாழ்க்கையில் முதிர்ச்சியடைந்து கொண்டிருந்த ஆழமான மாற்றங்களை அவர்கள் முன்னறிந்து கூறினார்கள்.

கொரலேன்கோ சிறுகதை, வர்ணனைக் கட்டுரை என்ற இலக்கிய வடிவங்களில் தலைசிறந்து விளங்கினார். ‘‘கண் தெரியாத இசைஞன்’’ என்ற நூலின் ஆசிரியரிடம் மனிதனுடைய அக உலகத்தைக் கலாரீதியில் ஊடுருவிப்பார்க்கும் திறமையும், நயமான கட்டுரை வன்மையும், நுணுக்கமான முறையில் பாத்திரங்களைப் படைக்கும் ஆற்றலும் கலையழகு மிளிர்கின்ற சொல்வளமும் அதிகமாக இருப்பதைப் பார்க்கிறோம். அவர் மாபெரும் எழுத்தாளர், தற்சிந்தனையான சொல்லோவியர்.

கொரலேன்கோ 1853 ஜூலை 15ந் தேதியன்று உக்ரேனி யாவின் தென்மேற்குப் பகுதியிலுள்ள ஜித்தோமிர் என்ற சிறு நகரத்தில் பிறந்தார். அவர் தகப்பனாரான கலக்தியோன் அஃபனாசியெவ் மாவட்ட நீதிபதியாகப் பணியாற்றினார். அவருடைய நேர்மையும் நடுநிலைமையும் எல்லோருக்கும் தெரிந்தவை. அதன் காரணமாகவே அவரை ஓரளவுக்கு விசித்திர மாணவர் என்றும் கூறினார்கள். குழந்தைப் பருவத்திலும் இளமையிலும் கொரலேன்கோவுக்கு ஏற்பட்ட அனுபவங்களை அவர் பல கதைகளாக எழுதினார் (‘‘கெட்ட சகவாசம்’’, ‘‘புதிர்’’ ‘‘என்னோடு படித்தவன் கதை’’ முதலியவை). கொரலேன்கோ சிறுவனாக இருந்த காலத்தில் போலிஷ், உக்ரேனிய மொழிகளைப் பேசினார், உக்ரேனியத் தொல்கதைகளையும் உக்ரேனிய நாடோடி இசையையும் மிகவும் விரும்பினார். இளமைக் காலத்திலிருந்தே அவர் எழுத்தாளராக, வழக்குரைஞராக வேண்டுமென்று கனவு கண்டார். ஏதாவதொரு

சிறப்பான காரியத்தை நிறைவேற்ற வேண்டும், நீதிமன்றத்தில் வாதாடி யாராவது ஒருவரைக் காப்பாற்ற வேண்டும் என்று அடிக்கடி நினைப்பார்.

கொரலேன்கோ உக்ரேனில் ஆரம்பக் கல்வி கற்றார். பதினெட்டு வயதானதும் பீட்டர்ஸ்பர்க்கிலுள்ள தொழில்நுட்பக் கல்லூரியில் மாணவராகச் சேர்ந்தார். அங்கே இரண்டரை வருடங்களைக் கழித்தார். அது அவருடைய வாழ்க்கையில் மிகவும் சோதனையான காலம். வறுமையும் பட்டினியும் அவரை வாட்டின. அவரது தகப்பனார் இறந்து விட்டார். அவரது தாயாரும் ஐந்து குழந்தைகளும் வாழ்க்கைக்கு எந்த ஆதாரமும் இல்லாமல் தவித்தனர். எனவே அவர் படிப்பதோடு பணம் சம்பாதிக்கவும் முயற்சி செய்தார். அச்சகங்களுக்குத் தாவரத் தொகுதிகளையும் பூகோளப் படங்களையும் வரைந்து கொடுத்தார். மருந்துகள் தயாரித்து விற்பனை செய்தார். நாவல்களை மொழி பெயர்த்தார். அவரால் தொடர்ந்து படிக்க முடியவில்லை. 1873 ஜனவரியில் கல்லூரி- யிலிருந்து தனது படிப்பை நிறுத்திக்கொண்டார்.

1874 ஆம் வருடத்தில் மாஸ்கோவிலுள்ள விவசாய மற்றும் வனத்துறைக் கல்லூரியில் மாணவராகச் சேர்ந்தார். மாணவர்களுடைய ஆர்ப்பாட்டங்களில் கலந்து கொண்டதற்காக அவர் விலக்கப்பட்டார். பிறகு பீட்டர்ஸ்பர்கிலிருந்து வெளியிடப்பட்டு வந்த ''செய்தி'' என்ற நாளிதழில் பிழைதிருத்துபவராகச் சேர்ந்தார். அதே சமயத்தில் பீட்டர்ஸ்பர்க் கனிச்சுரங்கக் கல்லூரியில் உயர்கல்வி கற்பதற்கு முயற்சி செய்தார். ஆனால் அவரே வேடிக்கையாக எழுதியதைப் போல ''இங்கும் அவரால் நல்ல மாணவனாக இருக்க முடியவில்லை.'' சர்வாதிகார ஆட்சிமுறையை எதிர்த்துப் புரட்சிகரமான இளைஞர்கள் நடத்திய போராட்டத்துக்கு ஆதரவு கொடுத்ததற்காக ''அரசியல் ரீதியில் சந்தேகிக்கப்பட வேண்டியவர்'' என்று அவர் கைது செய்யப்பட்டார். 1879 அக்டோபரில் இரண்டாம் அலெக்சாந்தரின் அரசாணைப்படி அவர் ருஷ்யாவின் நடுப்பகுதியில் வசிப்பதற்கு அனுமதி மறுக்கப்பட்டது. முதலில் உரால் பிரதேசத்துக்கும், பிறகு வியாத்காவுக்கும், பிறகு பெர்முக்கும் ''போலீஸ் காவலோடு'' நாடு கடத்தப்பட்டார்.

1881 ஆம் வருடத்தில் புதிய ஜார் சக்கரவர்த்தியான மூன்றாம் அலெக்சாந்தருக்கு விசுவாசப் பிரமாணம் செய்வதற்கு மறுத்ததற்காக கொரலேன்கோ சைபீரியாவின் வடபகுதியில் வெகுதூரத்துக்கு அப்பால் உள்ள அம்கா என்ற கிராமத்துக்கு நாடு கடத்தப்பட்டார். அங்கே அவர் மூன்று வருடங்களைக் கழித்தபொழுது விவசாயத்தை நன்கு கற்றுக்கொண்டார். அவர் உழவு செய்தார், நாற்று நட்டார், களை பிடுங்கினார், அறுவடை செய்தார். ''நான் உழவு செய்வதை மிகவும் விரும்பினேன்'' என்று அவர் ''என்னோடு படித்தவன் கதை''யில்

எழுதினார். 1886ம் வருடத்தில்தான் அவர் ருஷ்யாவுக்குத் திரும்ப முடிந்தது. அவருக்கு நீழ்னி நோவ்கரதில் குடியிருக்க அனுமதி கொடுக்கப்பட்டது. அங்கே மாபெரும் புரட்சி எழுத்தாளரான மக்சீம் கோர்க்கியை அவர் பிற்காலத்தில் சந்தித்தார்.

நாடு கடத்தப்பட்டிருந்த காலத்தில் அவருக்குக் கிடைத்த அனுபவங்கள் அவர் முதலில் எழுதிய ''சைபீரியக் கதைகள்'' என்ற வரிசையில் சிறப்பாகப் பயன்படுத்தப்பட்டிருந்தன. அவற்றில் ''ஞானியின் வாழ்க்கைச் சம்பவங்கள்'' (1879), ''கற்பனை நகரம்'' (1880), ''மக்கார் கண்ட கனவு'', ''கெட்ட சகவாசம்'', ''சைபீரியச் சுற்றுலாப் பயணியின் கட்டுரைகள்'', ''வல்லூறு வளர்ப்பவன்'' (1885) என்ற கதைகளை முக்கியமாகக் குறிப்பிடலாம். ''கட்டுரைகளும் கதைகளும்'' என்ற அவருடைய முதல் புத்தகம் 1886 -ல் வெளியிடப்பட்டது. அதே வருடத்தில் ''ருஸ்கியே வேடமோஸ்தி'' என்ற பத்திரிகையில் ''கண் தெரியாத இசைஞன்'' வெளியிடப்பட்டது. அக்கதையின் அழகும் நயமான மனோதத்துவமும் ''முழு வாழ்க்கையை அடைவதற்குப் பாடுபடுகின்ற'' மனிதர்கள் மற்றும் அவர்களுடைய முயற்சிகளின்பால் அவர் காட்டிய தீவிரமான அனுதாபமும் எல்லா வாசகர்களையும் கவர்ந்தன. இக்கதை பல மொழிகளில் மொழி பெயர்க்கப்பட்டது.

அக்கதையின் கதாநாயகனான பியோத்தர் போபெல்ஸ்கி உண்மையான மக்களின் வாழ்க்கையோடு இயற்கையிலிருந்து பிறக்கும் கவிதையோடு நெருக்கமான தொடர்பினால் மக்களின் கவித்துவத்தை முழுமையாகப் புரிந்து கொண்டபடியால் தனக்கு ஏற்பட்ட தனிப்பட்ட சோகத்தை வெற்றி கொண்டான், இருளை வீழ்த்தி ஒளியைப் பெற்றான். அதனால்தான் அந்த இளைஞன் ''அறிவால் உயர்ந்தான்'' ; குருட்டுத்தனமான, திருப்தி செய்யப்பட முடியாத, அகம்பாவமான துன்பத்துக்குப் பதிலாக, அவனுடைய ஆன்மாவில் வாழ்க்கையின் உணர்ச்சி இருந்தது. மனிதனுடைய துயரத்தையும் ஆனந்தத்தையும் அவன் புரிந்து கொள்ள முடிந்தது.'' ஒரு குருட்டுப் பாடகனின் இருண்ட உலகத்தைப் பற்றிய சோகக் கதை இவ்வாறு வாழ்க்கையை உறுதிப்படுத்துவதை நோக்கமாகக் கொண்டிருக்கிறது.

கொரலேன்கோ சிறந்த எழுத்தாளர் என்பதோடு பொது வாழ்க்கைப் பிரச்சினைகளைப் பற்றி உணர்ச்சிகரமாக எழுதியவர் என்பதற்காக ருஷ்யாவில் மிகவும் பிரபலமடைந்திருக்கிறார். அவருடைய கட்டுரைகளின் பொருளும் கதைகளின் பொருளும் பெரும்பாலும் இணைந்திருந்தன. ஏனென்றால் ''சமூகத்தின் அருவருக்கத்தக்க மௌனத்தை அழிப்பதற்காக உரத்த குரலில் சத்தம் போடுவதை'' அவர் தன்னுடைய கடமையாகக் கருதினார். முதலாவது ருஷ்யப்

புரட்சிக்கு முந்தைய காலகட்டத்தில் அவருடைய சமூகத் துணிச்சலின் உச்சகட்டத்தைப் பார்க்க முடியும். ருஷ்ய விஞ்ஞானப் பேரவையின் இலக்கியப் பகுதிக்கு மக்சீம் கோர்க்கி தேர்ந்தெடுக்கப்பட்டதை ஜார் இரண்டாம் நிக்கொலஸ் ரத்துச் செய்தபொழுது அதை ஆட்சேபிக்கும் முறையில் கொரலேன்கோவும் சேகவும் பேரவையிலிருந்து விலகிக் கொண்டனர். பிற்போக்கு வாதம் ஆட்சி செலுத்திய 1906 - 1913ம் வருடங்களின்போது இந்த எழுத்தாளர் - ஜனநாயகவாதி நீதிக்காகப் போராடுவதை நிறுத்தவில்லை. அவருடைய கூர்மையான கட்டுரைகள் ஜாரிஸ்ட் ருஷ்யாவின் சுரண்டும் வர்க்கத்தினரைத் தீவிரமாகக் கண்டனம் செய்தன.

முதல் உலக யுத்தத்தின்போதும் பிறகு ஏற்பட்ட உள்நாட்டு யுத்தத்தின் போதும் கொரலேன்கோ பல்தாவாவில் வசித்தார். ஆபத்து மிகுந்திருந்த அக்காலத்தில் உணவில்லாமல் பாதிக்கப் பட்டிருந்த மாஸ்கோவிலிருந்தும் பெத்ரோகிராதிலிருந்தும் உக்ரேனுக்கு அனுப்பி வைக்கப்பட்ட குழந்தைகளின் நலத்தை அவர் கவனித்துக்கொண்டார். அவர் ''குழந்தைகள் காப்புக் கழகத்தின்'' தலைமைப் பொறுப்பை ஏற்றுக்கொண்டார். 1919 ஆம் வருடக் கோடை காலத்தின்போது இக்கழகத்தின் நிதியை அபகரிப்பதற்காக வந்த திருடர்கள் கொரலேன்கோவின் வீட்டுக்குள் புகுந்தார்கள். அங்கே வயோதிகரும் நோயாளியுமான எழுத்தாளரும் அவருடைய மனைவியும் மகளும் ஆயுதந் தாங்கிய கொள்ளையர்களை எதிர்த்து எந்த ஆயுதமும் இல்லாமல் போராடியபொழுது அவர்களால் சுடப்பட்டார்கள். எனினும், கடைசியில் கொள்ளைக்காரர்கள் வீட்டை விட்டு விரட்டப்பட்டார்கள். ஏழாயிரம் குழந்தைகளின் வாழ்க்கைக்கு அவசியமான பொதுப்பணம் காப்பாற்றப்பட்டது. பல்தாவாவில் அவருடைய உடல் நலம் பாதிக்கப்பட்டிருந்தாலும் ''என்னோடு படித்தவன் கதை'' என்ற சுயசரித நூலை எழுதும் பணியைத் தொடர்ந்தார். அந்த நூல் ஹெர்ட்சன், லேவ் தல்ஸ்தோய், மக்சீம் கோர்க்கி ஆகியோர் எழுதிய மூலச் சிறப்புடைய சுயசரித நூல்களோடு ஒருங்கு வைத்து எண்ணப்படும் சிறப்பைப் பெற்றது. 1921 டிசம்பர் 25ந் தேதியன்று கொரலேன்கோ மரணமடைந்தார்.

இப்பிரபல எழுத்தாளர் இருநூறுக்கும் அதிகமான கதைகள், கட்டுரைகள், விமர்சனங்கள் மற்றும் கடிதங்கள், நாட்குறிப்புகள் கையேடுகளைக் கொண்ட மாபெரும் இலக்கிய பாரம்பரியத்தை விட்டுச் சென்றார். இவை பத்து தொகுதிகளாக வெளியிடப் பட்டு வாசகர்களிடம் அதிகமான வரவேற்பைப் பெற்றிருக்கின்றன.

வலென்தீன் ஷெர்பக்கோவ்

அத்தியாயம் ஒன்று

1

தென்மேற்குப் பிராந்தியத்தில் பணக்காரக் குடும்பம் ஒன்றில் நிசப்தமான நள்ளிரவில் ஒரு குழந்தை பிறந்தது. களைத்துப் போய் மயங்கிக் கிடந்தாள் அந்த இளந் தாய். ஆனால் ஈனசுரத்தில் சோகமுடன் முதன்முதல் குழந்தையின் அழுகுரல் கேட்டதும், அவள் ஜுர வேகம் கொண்டவளாய்ப் படுக்கையில் புரளத் தொடங்கினாள். கண்கள் மூடித்தான் இருந்தன, உதடுகள் மட்டும் அசைந்து முணுமுணுத்தன. குழந்தை முகம் மாதிரி தளதளப்பாய் இருந்த அவளுடைய வெளிறிய முகம், வேதனையுற்றுப் பொறுமையிழந்து சிணுங்குவது போல, சுளித்துக் கொண்டது. செல்லமாய் வளர்ந்த குழந்தை முதன் முதலாய்த் துன்பத்தை நுகர்கையில் ஏற்படக்கூடிய முகபாவம் அதில் தெரிந்தது.

முணுமுணுக்கும் உதடுகளின் அருகே குனிந்து மருத்துவத் தாதி கூர்ந்து கேட்டாள்.

“ஏன் இப்படி குழந்தை... ஏன்?” தாயின் கேள்வி காதில் விழாதபடி அவ்வளவு மெதுவாய் ஒலித்தது.

தாதிக்குப் புரியவில்லை. திரும்பவும் குழந்தையின் அழுகுரல் கேட்டது. தாயின் முகத்தில் கொடுந்துயரத்தின் சாயல் படர்ந்தது; கண்களில் கண்ணீர் ததும்பிற்று.

“ஏன் இப்படி? ஏன் இப்படி?” முன்பு போலவே மெல்ல முணுமுணுத்தாள்.

இம்முறை அவளுடைய கேள்வி தாதிக்குப் புரிந்தது. அமைதியாய்த் தாதி பதிலளித்தாள்:

“ஏன் குழந்தை அழுகிறது என்றுதானே கேட்கிறாய்? அழவும்தான், அதுதான் இயற்கை. நீ கவலைப்படாதே!”

ஆனால் தாயின் மனம் சமாதானமடையவில்லை. புதிதாய் அழுகுரல் கேட்ட ஒவ்வொரு தரமும் அவள் துணுக்குற்று, மனம் பொறாதவளாய் மீண்டும் மீண்டும் கேட்டுக் கொண்டிருந்தாள்:

“ஏன் இப்படி... அச்சம் தருவதாய் இருப்பானேன்?”

ஆனால் தாதிக்குக் குழந்தையின் கத்தலில் விபரீதமாய் எதுவும் இருப்பதாய்த் தோன்றவில்லை. தாய்க்கு இன்னும் நிதானம் வரவில்லை, என்ன சொல்கிறோம் என்று புரியாமல் ஏதோ பேசுகிறாள் என்பதாய் அவள் நினைத்தாள். ஆகவே படுக்கையை விட்டுத் திரும்பி, குழந்தைக்கு ஆவன செய்வதில் முனைந்தாள்.

இளந் தாய் மௌனமாகிவிட்டாள். ஆயினும் பொறுக்க முடியாத் துயரம் உடலசைவின் வாயிலாகவோ சொற்கள் வாயிலாகவோ வெளிப்பட வழியில்லாமல், அவளுடைய மூடிய கண்களிலிருந்து கண்ணீர்த் துளிகளாய்ப் பொங்கிற்று. அடர்ந்த இமைகளின் வழியே கசிந்து, சலவைக் கல்போல் வெளுத்திருந்த அவளுடைய கன்னங்களிலே அவை மெள்ள உருண்டு சென்றன.

புதிதாய்ப் பிறந்த ஜீவனுடன் சேர்ந்து உலகில் அவதரித்த அந்த நிவாரணமில்லாக் கொடுஞ்சோகத்தை - வாழ்வெல்லாம் பின்தொடர்ந்து இடுகாடு வரை கூடச் செல்லும் பொருட்டு சின்னஞ்சிறு சிசுவின் தொட்டிலைக் கவ்விக்கொண்டிருந்த அந்தச் சோகத்தை - தாயின் உள்ளம் உணர்ந்துகொண்டு விட்டதா, என்ன?

அல்லது, வெறும் ஜுர மயக்கம்தானா? தெரியாது - ஆனால் பிறந்த குழந்தை பிறவியிலேயே குருடு.

2

ஆரம்பத்தில் அதை யாரும் கவனிக்கவில்லை. பிறந்து சில காலத்துக்கு எல்லாக் குழந்தைகளையும் போலவே இந்தச் சிசுவும் கூர்மையில்லாத மந்தப் பார்வை கொண்டுதான் உலகை உற்று நோக்கியது. நாட்கள் கழிந்தன, புதிய ஜீவனின் வயது வாரங்களில் எண்ணப்படலாயிற்று. குழந்தையின் கண்கள் தெளிவு பெறலாயின. மந்தம் மறைந்து, கண்ணின் பாவைகள் குவிவது போலத் தோன்றின. ஆயினும் தழைத்துச் செழித்திருந்த கிராமத் தோட்டத்தில் புள்ளினங்களின் ஒய்யாரக் கூச்சலோடும், திறந்த சன்னல்களை ஒட்டினாற்போல் ஆடிக் குலுங்கிய புங்க மரங்களின் சலசலப்போடும் சேர்ந்து அறைக்குள் வந்து பளிச்சிட்ட ஒளிக்கற்றைகளைப் பார்வையால் பின் தொடர்வதற்கு அவன் தலையைத் திருப்பினான் இல்லை. தாய் இப்பொழுது முழு நலமுற்று விட்டாள். யாவருக்கும் முதலாய் அவள்தான் புதிய பீதி உணர்வோடு குழந்தையின் முகத்தினுள் பார்த்தாள் - யாவருக்கும் முதலாய் அவள்தான் அதன் விநோத பாவத்தை, குழந்தைக்கு ஒவ்வாத கடுமையை, அசைவின்மையைக் கவனித்தாள்.

“ஏன் இப்படி வெறிக்கப் பார்க்கிறான்? அதைச் சொல்லுங் களேன்” என்று ஓயாமல் கேட்டுக் கொண்டிருந்தாள் - மிரண்டு போன புறா மாதிரி. சுற்றிலுமிருந்தவர்களின் முகத்தில் தன் நொந்த உள்ளத்துக்கு ஆறுதல் தேடினாள்.

“அதெல்லாம் ஒன்றுமில்லை” என்று, அவளுடைய திகிலைப் புரிந்து கொள்ளாமலே அவர்கள் பதிலளித்தனர். “பச்சைக் குழந்தை அப்படித்தான் பார்ப்பான்” என்றனர்.

“அவன் கைகள் ஒரு மாதிரி துழாவுவதைப் பாருங்களேன்?”

“கண்ணால் காண்பவற்றுக்குப் பொருத்தமாய் அங்க அசைவுகளை இசைவுபடுத்தத் தெரியாத சின்னஞ்சிறு குழந்தை” என்று டாக்டர் விளக்கம் கூறினார்.

“ஆனால் எந்நேரமும் அவன் கண்கள் நேரே முன்னாலே பார்க்கக் காரணம் என்ன? கண்களை ஏன் திருப்பாமலே இருக்கிறான்? கண் தெரியாதவனாய் இருப்பானோ?”

தாயின் வாயிலிருந்து இந்த அச்சந்தரும் ஊகம் முடிவாய் வெடித்து வெளிப்பட்டபின், யார் என்ன சொல்லியும் அவளுடைய ஆற்றாமை அடங்கவில்லை.

டாக்டர் குழந்தையைத் தூக்கி வெடுக்கென வெளிச்சத்தின் பக்கம் திருப்பி அதன் கண்களுக்குள் பார்த்தார். சற்றுக் கலக்கமடைந்தவராகவே அவர் காணப்பட்டார். பட்டதும் படாததுமாய் ஏதோ சொல்லியபின் அதிகம் பேசாமல், இரண்டொரு நாட்களில் திரும்பவும் வந்து பார்ப்பதாய் வாக்களித்துவிட்டு அவசரமாய்ப் புறப்பட்டார்.

பிள்ளையைப் பெற்றவள் காயமுற்ற பறவையைப் போல் நடுங்கினாள். விம்மியபடி குழந்தையை மார்புடன் அணைத்துக் கொண்டாள். ஆனால் அதன் கண்கள் முன்பு போலவேதான் கடுமையாகவும் அசைவின்றியும் ஏறிட்டுப் பார்த்தன.

வாக்களித்தபடி டாக்டர் இரண்டொரு நாட்களில் திரும்பவும் வந்தார் - இம்முறை கண்ணாய்வுக் கருவியை எடுத்து வந்திருந்தார். மெழுகுவத்தியைக் கொளுத்தி, குழந்தையின் கண்கள் அருகே கொண்டு வந்தார்; பிறகு தூர எடுத்துச் சென்றுவிட்டு, மறுபடியும் அருகே கொண்டு வந்தார். குழந்தையின் பாவைகளை உற்று நோக்கியபடி பல தடவை சோதனை செய்து பார்த்தார். இறுதியில் மிகவும் அதிர்ச்சியடைந்தவராய்க் கூறினார்.

“அம்மா, மிக்க வருந்துகிறேன், நீ அச்சப்பட்டது தவறல்ல. குழந்தைக்குக் கண் பார்வை இல்லை. சிகிச்சை அளித்துச் சரிசெய்யக்கூடியதல்ல இது.”

டாக்டர் கூறிய இந்த முடிவைத் தாய் அமைதியான சோகத்துடன் ஏற்றுக்கொண்டாள்.

“எனக்குத் தெரியும்” என்று ஈனக்குரலில் பதிலளித்தாள்.

3

கண் தெரியாத குழந்தை பிறந்த அந்தக் குடும்பம் பெரியதல்ல. தாயும் தந்தையும் இருந்தனர், பிறகு வீட்டில் எல்லோராலும் வெளியே பலராலும் "மக்சீம் மாமா" என்று அழைக்கப்பட்டவர் இருந்தார். தந்தை கிராம நிலக்கிழார் - தென்மேற்குப் பிராந்தியத்தைச் சேர்ந்த ஆயிரக்கணக்கான ஏனைய நிலக்கிழார்களைப் போன்ற ஒருவர். குணசாலி - அன்புள்ளம் கொண்டவர் என்றுகூட சொல்லலாம். வேலையாட்களை நன்றாய் நடத்தினார், மாவு மில்களில் அளவிலா ஆர்வம் கொண்டிருந்தார். எந்நேரமும் எங்காவது ஒரு மில்லை அமைத்துக்கொண்டோ, புதுப்பித்துக் கொண்டோதான் இருப்பார். இவ்வேளையில் அவர் நிறைய நேரம் செலவிட்டுவந்ததால் வீட்டில் அவர் குரலைக் கேட்பது அரிதாய் இருந்தது. தினமும் காலை உணவு, மதிய உணவு, குடும்ப வா"கையின் இவற்றையொத்த பிற சந்தர்ப்பங்களைத் தவிர அவர் வீட்டில் இருப்பதில்லை. வீட்டுக்கு வந்ததும் "என்ன சேதி, எப்படி இருக்கிறாய்?" என்று தவறாமல் மனைவியை விசாரிப்பார். பிறகு சாப்பிட உட்கார்ந்ததும் அது முடியும்வரை வாய் பேசமாட்டார். எப்பொழுதாவது வேண்டுமானால் தமது மௌனத்தைக் கலைத்து, ஓக்மர அச்சுகள், பற்சக்கரங்கள் குறித்து ஏதாவது சொல்வார். அமைதி குலையாத எளிய வாழ்வு, அவருடைய மகனின் குணச் சிறப்புகளையும் மனோபாவத்தையும் உருவாக்குவதில் அதிக செல்வாக்கு செலுத்தக்கூடியதல்ல என்று நிச்சயமாய்க் கூறலாம். ஆனால் மக்சீம் மாமா - அது வேறு விவகாரம். இங்கு எடுத்துரைக்கப்பட்ட நிகழ்ச்சிகளுக்குச் சுமார் பத்து ஆண்டுகளுக்கு முன்பெல்லாம் மக்சீம் மாமா அவருடைய சொந்தப் பண்ணையின் சுற்றுப்புறத்தில் மட்டுமின்றி, கீவ் "ஒப்பந்தச் சாவடிகளிலும்"* கூட ஆபத்தான ஆளென்று பெயரெடுத்திருந்தவர். எல்லா வகையிலும் கண்யம் மிக்க குடும்பமாய் விளங்கிய யத்சேன்கோ பண்ணையார் வீட்டில் சீமாட்டி பொப்பேல்ஸ்காயாவுக்கு இதுபோன்ற பயங்கரவாத சகோதரன் எப்படித் தோன்ற முடிந்ததென்பது யாருக்கும் விளங்காப் புதிராகவே இருந்தது. அவருடன் எவ்விதம் பேசுவது, அல்லது என்ன செய்தால் அவரை வழிக்குக் கொண்டுவரலாம் என்பதை யாராலும் புரிந்துகொள்ள முடியவில்லை. கிராமக் கிழார்களுடைய நயமான பேச்சுகளுக்கும் முறைகளுக்கும் அவர் ஆணவமான ஏளனத்தையே திருப்பித் தந்தார். ஆனால் விவசாயிகளிடமிருந்து, எந்தச் சீமானையும் வெகுண்டெழுந்து

---

*"ஒப்பந்தச்சாவடிகள்" - ஒரு காலத்தில் பெரும் புகழ்பெற்றிருந்த கீவ் நகரச் சந்தையை குறித்த பிராந்திய வழக்கு.

குத்து விடச் செய்யவல்ல துடுக்குகளையும் அடாத செயல்களையும் கூட அவர் பொறுத்துக் கொண்டார். இறுதியில் கிராமத்தின் நன்மக்கள் எல்லோரும் மிகுந்த நிம்மதி பெறும் வண்ணம், அவர் எக்காரணங் குறித்தோ ஆஸ்திரியர்கள் மீது கொடுங்கோபங் கொண்டு இத்தாலிக்குப் புறப்பட்டுச் சென்று விட்டார். அங்கே இவரையொத்த இன்னொரு பயங்கரவாதியும் அனாசாரவாதியுமான கரிபால்டி என்பவருடன் சேர்ந்து கொண்டார். இந்தக் கரிபால்டி நேரே சைத்தானுடன் கூட்டு சேர்ந்து கொண்டு விட்டதாகவும் போப்பாண்டவரையுங் கூட துச்சமாய் மதித்துச் செயல்படுவதாகவும் கிராமத்துச் சீமான்கள் கிலேசத்துடன் தம்முள் இரகசியமாய்ப் பேசிக்கொண்டனர். இவ்வாறு மக்சீம் மூர்க்கங் கொண்ட தமது அனாசார ஆன்மாவைக் காலாகாலத்துக்கும் பாழ்படுத்திக் கொண்டது உண்மையேயானாலும், "ஒப்பந்தச் சாவடிகளில்" குறிப்பிடத் தக்கவாறு அமைதி ஏற்படலாயிற்று; சுற்றுப் பகுதிகளைச் சேர்ந்த பல சீமாட்டிகள் தமது புதல்வர் களுக்கு என்ன நேரிடுமோ என்ற ஓயாத அச்சத்திலிருந்து முடிவாக விடுபட முடிந்தது.

ஆஸ்திரியர்களுங்கூட மக்சீம் மாமாவின் பேரில் கடுங்கோபம் கொண்டிருந்தனர் போலும். இப்பகுதிகளில் போலந்து நிலச்சுவான்தார்களது நெடுநாளையச் செய்தி ஏடான கூரியரில் வெளிவந்த போர்ச் செய்திகள் அவரை கரிபால்டியின் ஆதரவாளர்களிடையே எதற்கும் துணிந்தவர்களில் ஒருவராய் அவ்வப்பொழுது குறிப்பிட்டு வந்தன. பிறகு போர்க்களத்தில் மக்சீம் அவருடைய குதிரையுடன் கூட குப்புற விழுந்ததாகவும், இந்தக் கேடுகெட்ட வொலீனியரை (அவருடைய சக வொலீனியர்களது நினைப்பில் கரிபால்டியை வீழ்ச்சியிலிருந்து பாதுகாத்த கடைசி ஆதாரமாய் இருந்து வந்த இவரை) வஞ்சம் தீர்க்க நெடுநாளாய் ஆவலுடன் காத்திருந்த ஆஸ்திரியர்கள், உடனே சீறிப் பாய்ந்து அவரைக் கண்டதுண்ட மாக்கியதாகவும் இதே கூரியர் ஒரு நாள் தன் வாசகர்களுக்கு அறிவித்தது.

"மக்சீமின் முடிவு சோகமானது" என்பதாய்க் கிராமச் சீமான்கள் தம்முள் பேசிக்கொண்டனர். தூயதிரு பீட்டர் கிறிஸ்துவின் பூவுலகப் பிரதிநிதியான தமது வழித்தோன்றலின் சார்பில் தலையிட்டதால்தான், மக்சீம் இம்முடிவை எய்தியதாய் அவர்கள் கருதினர். மக்சீம் மாண்டு விட்டார் என்பதாகவே எல்லோரும் எண்ணியிருந்தனர்.

ஆனால் உண்மையில் என்ன நடந்ததென்றால், ஆஸ்திரியக் கொடுவாட்கள் மக்சீமின் அங்கங்களைக் கொடிய முறையில் குலைத்தபோதிலும், அவற்றால் எதற்கும் அடங்காத அவர் ஆன்மாவை அவருடைய உடலிலிருந்து விரட்ட முடியவில்லை. கரிபால்டியின் அதிதீவிரவாதிகள் மாண்புக்குரிய தமது தோழரைப் போர்க்களத்திலிருந்து தூக்கி வந்து

மருத்துவ மனையில் சேர்த்தனர். சில ஆண்டுகளுக்குப் பிற்பாடு திடீரென்று அவர் தமது தங்கையின் வீட்டில் வந்திறங்கி நிரந்தரமாய் அங்கேயே தங்கி விட்டார்.

மற்போர்கள் இனி அவருக்கு ஏற்றவையல்ல. அவருடைய வலது கால் போய்விட்டது, கவைக்கோல் இல்லாமல் நடக்க முடியாதவராகி விட்டார். இடது கையும் கோலைப் பிடித்து ஊன்றுவதற்கு மேல் எதற்கும் உபயோகமற்றதாய் முடக்கப்பட்டு விட்டது. அது மட்டுமல்ல, அவர் வாட்டமுற்று அமைதியானவராகி விட்டார் - சிற்சில நேரங்களில் அவருடைய பொல்லாத நாக்கு மட்டும்தான், முன்பு அவருடைய கத்தி பாய்ந்த அதே விதத்தில் சிறிதும் தவறாமல் விளாசிக்கொண்டிருந்தது. இப்பொழுது அவர் "ஒப்பந்தச்சாவடிகளின்" பக்கம் தலைகாட்டுவதில்லை. வெளியிடங்களில் நாலுபேருக்கு மத்தியில் அவரைப் பார்ப்பதே அரிதாயிருந்தது. பெரும் பகுதி நேரத்தைத் தமது நூலகத்திலேயே புத்தகங்கள் படிப்பதில் செலவிட்டு வந்தார். அவர் படித்த புத்தகங்கள் யாரும் கேட்டிராதவை, தெய்வத்துக்கு அடுக்காதவையாகத் தான் இருக்கும் என்பதே பொதுவாக நிலவிவந்த கருத்து. அவர் கொஞ்சம் எழுதியும் வந்தார். ஆனால் அவருடைய பேனாவிலிருந்து எதுவும் கூரியரில் வெளிவராததால், அவருடைய இலக்கியப் பணிகளுக்குக் கிராமச் சீமான்கள் அதிக முக்கியத்துவம் அளிக்கவில்லை.

அந்தச் சிறிய கிராம இல்லத்தில் புதிய பிறவி தோன்றிய காலத்தில் மக்சீம் மாமாவின் ஒட்ட வெட்டிய தலையில் வெள்ளி வெளித்தோன்றத் தொடங்கி விட்டது; கவைக் கோல்களால் பல காலமாய் அழுத்தப்பட்டதன் விளைவாய் அவருடைய தோள்கள் கூனிக் குறுகிப்போய், அவர் உடலே சதுர வடிவமாகி விட்டது போலத் தோன்றியது. அவரை அதிகம் தெரியாதவர்கள் அவரைப் பார்த்து அஞ்சினர் - அவருடைய வினோத உருவமும் கடுகடுப்பான முகச்சுளிப்பும், அவருடைய கவைக்கோல்களின் பலத்த தட்டல்களும், சளைக்காமல் அவர் குடித்துவந்த புகைக் குழாயிலிருந்து எழுந்த அடர்த்தியான புகையும் எல்லோரையும் சற்றுக் கலக்கமுறச் செய்தன. முடமாகிவிட்ட அவருடைய உடலில் படபடத்த நெஞ்சினுள் ததும்பிய அன்பையும் அதன் கதகதப்பையும் அவருடைய மிக நெருங்கிய நண்பர்கள் மட்டுமே அறிந்திருந்தனர்; ஒட்ட வெட்டிய கட்டை முடிகளுக்கு அடியில் சதுரமாய் வடிக்கப்பெற்ற அந்தப் பெரிய தலையினுள் நடைபெற்ற அயராத சிந்தனையை அவர்களால் மட்டுமே ஊகிக்க முடிந்தது.

ஆனால் அவருடைய மிக நெருங்கிய நண்பர்களாலுங்கூட வாழ்க்கையின் இந்தக் கட்டத்தில் அவர் மனதை ஈர்த்திருந்த பிரச்சினை என்னவென்று அறிய முடியவில்லை. நீலப்புகை மூட்டத்தால் சூழப்பெற்று கண்களைக்

கவிழ்த்துக்கொண்டு பொசபொசப்பான புருவங்களை நெரித்தவண்ணம் மணிக்கணக்காய் மக்சீம் மாமா அசையாமல் உட்கார்ந்திருப்பதை மட்டுமே அவர்கள் காணமுடிந்தது. வாழ்க்கை ஒரு பெரும் போராட்டம், இயலாதோருக்கு அதில் இடமில்லை என்பதே முடவராகிவிட்ட போர்வீரரின் மனத்துள் அலைமோதிய எண்ணம். போரணிகளிலிருந்து நிரந்தரமாகவே ஒதுக்கப் பெற்றுவிட்டார் - பொதிவண்டிக்குச் சுமை, அவ்வளவுதான். குதிரையிலிருந்து வா”கையால் தள்ளித் தரையிலே வீழ்த்தப் பட்ட வீரர் அவர். காலில் மிதிபடும் புழுவாய்க் கீழே புழுதியில் நெளிந்து கொண்டிருப்பது கோழைத்தனமல்லவா? வெற்றியாளனின் அங்கவடியைப் பிடித்துக் கொண்டு இன்னும் எஞ்சிய வாழ்வுக்கு வேண்டிய அற்பக் கவளங் களுக்காகக் கெஞ்சுவது கோழைத்தனமல்லவா?

ஆனால் மக்சீம் மாமா, ஆதரவாகவும் எதிராகவும் அமைந்த வாதங்களைத் தளராத நெஞ்சுரத்தோடு, சீர்தூக்கி எடைபோட்டு, உள்ளங் குமுறச் செய்யும் இச்சிந்தனையில் ஈடுபட்டிருக்கையில், அவ்வீட்டில் ஒரு புதிய ஜீவன், பிறவியிலேயே பார்வை இல்லாதவனாய் உதித்தான். கண் தெரியாத அந்தக் குழந்தையை ஆரம்பத்தில் அவர் கண்ணெடுத்துப் பாராமலேதான் இருந்தார். ஆனால் விரைவில் அந்தக் குழந்தையின் கதிக்கும் தனது கதிக்கும் இருந்த விபரீத ஒற்றுமையைத் தத்துவார்த்த ஈடுபாட்டுடன் பரிசீலிக்கத் தொடங்கினார்.

ஒரு நாள் அவர் ஓரக்கண்ணால் அக்குழந்தையைப் பார்த்தபடி நினைக்கலானார்: “ஆம், இயலாத மற்றொரு ஜீவன் இவன். எங்கள் இருவரையும் சேர்த்து இணைக்க முடியுமானால், ஒழுங்கான முழு மனிதனை எங்களிடமிருந்து உருவாக்க முடிந்தாலும் முடியலாம்.”

அது முதலாய் அவர் பார்வை மேலும் மேலும் அந்தக் குழந்தையிடம் திரும்பிற்று.

4

சிறுவன் கண் தெரியாதவனாய்ப் பிறந்து விட்டான். அவனுடைய துர்பாக்கியத்துக்கு யாரைக் குறை சொல்வது? யாரையும் சொல்வதற்கில்லை. யாரிடத்தும் கெட்ட எண்ணம் துளியும் இருக்கவில்லை. இந்தத் துர்பாக்கியத்தின் மூலகாரணம் வா''கையின் மர்மங்களில் எங்கோ அடியாழத்தில் மறைந்து கிடந்தது. ஆயினும் கண் தெரியாத சிறுவனைப் பார்க்கும்தோறும், பெற்ற மனம் பொறுக்க முடியாத வேதனையால் துடித்தது. மகனது இந்தக் குறை பாட்டினால் வா''கையில் அவன் என்னென்ன துன்பங்களுக்கெல்லாம் ஆளாகவேண்டியிருக்குமோ என்னும் அச்சத்தால், எந்தத் தாயையும் போலவே அவளும் மனம் பதறவே செய்தாள். ஆனால் இதன்னியில் அவளை வாட்டி வதைத்த மற்றோர் உணர்வும் அவள் இதயத்தின் ஆழ்மட்டத்தில் இருப்புக்கொண்டிருந்தது - அவனுக்கு உயிரளித்தோரது பீடையே அவனுடைய துர்பாக்கியத்துக்குக் காரணம் என்பதே அந்த உணர்வு. எழில் மிக்கதாயினும் பார்வையில்லாத கண்களையுடைய அந்தச் சின்னஞ் சிறு பாலகன் தன்னையும் அறியாமலே குடும்பம் அனைத்தையுமே தனது கணநேர இச்சைகளுக்கெல்லாம் அடிபணியச் செய்து ஆட்டிப் படைக்கும் கொடுங்கோலனாய் மாறுவதற்கு அந்த ஓர் உணர்வே போதுமானதாய் இருந்தது.

தன் துர்பாக்கியத்தால் குறிக்கோளில்லா மனக்கசப்புக்கு ஆளாகி, தன் சூழ்நிலையால் தன்னகங்காரத்தை வளர்த்துக் கொள்ளும்படியாகிய அச்சிறுவனுக்குக் காலப்போக்கில் என்ன நேர்ந்திருக்கும் என்று சொல்வது கடினம் - ஆனால் விதியின் விபரீதத்தாலும் ஆஸ்திரியக் கொடுவாட்களாலும் மக்சீம் மாமா கிராமத்திலே தனது தங்கையுடன் தங்க நேர்ந்த தானது, இதுபோன்ற நிலைமை ஏற்படாதபடி தடுத்தது.

வீட்டிலிருந்த அந்தக் கண் தெரியாத குழந்தை முடமாகி விட்ட அந்தப் போர்வீரரின் ஓயாத சிந்தனைகளை அவருக்கே தெரியாதபடி சிறிது சிறிதாய் ஒரு புதிய திசையிலே திருப்பி விட்டது. மணிக் கணக்காய் அவர் தமது புகைக் குழாயிலிருந்து புகையை இழுத்து வெளியே விட்டபடி உட்கார்ந்திருந்தார். ஆனால் அவரின் கண்களில் குடிகொண்டு வருத்திய துயர உணர்வு மறைந்து, சிந்தனை வாய்ந்த அக்கறையுடன் கூடிய பார்வை உதிக்கலாயிற்று. மக்சீம் மாமா கூர்ந்து கவனிக்க கவனிக்க, மேலும் மேலும் பலமாய் தமது புகைக் குழாயிலிருந்து புகையை இழுத்தார்; பொசபொசப்பான அவருடைய புருவங்கள்

மேலும் மேலும் அடிக்கடி அதிருப்தி தெரிவித்துச் சுளித்துக்கொண்டன. முடிவில் ஒரு நாள் அவர் தலையிடுவது எனத் தீர்மானம் செய்தார்.

"இந்தச் சிறுவன் இருக்கிறானே" என்று அவர் வளையம் வளையமாய்ப் புகையை விட்டபடி பேச்சைத் தொடங்கினார். "இவன் என்னைக் காட்டிலும் துன்புற வேண்டியிருக்கும். இவன் பிறக்காமலே இருந்திருந்தால் எவ்வளவோ நன்றாய் இருக்கும்."

இளந் தாய் தலையைக் குனிந்து கொண்டாள். அவள் தைத்துக்கொண்டிருந்த துணியின்மேல் கண்ணீர்த்துளி ஒன்று விழுந்தது.

"மக்சீம், சிறிதும் இரக்கமின்றி ஏன் இதை நீ எனக்குச் சொல்கிறாய்?" என்று அவள் மெல்லிய குரலில் கேட்டாள். "நாம் செய்யக்கூடியது ஒன்றுமில்லை என்பது தெரிந்தும், நீ இப்படி பேசுவது கொடுமையிலும் கொடுமையாகும்."

"உண்மையைத்தான் சொல்கிறேன்" என்று மக்சீம் கூறினார். "எனக்கு ஒரு காலும் ஒரு கையும் இல்லை; ஆனால் கண் பார்வை இருக்கிறது. இந்தச் சிறுவனுக்குக் கண் பார்வை இல்லை; நாளாவட்டத்தில் கால்களும் கைகளும்கூட இல்லாதவனாகி விடுவான்; அது மட்டுமல்ல, திடச்சித்தமும் இல்லாதவனாகி விடுவான்."

"ஏன் அப்படிச் சொல்கிறாய்?"

"ஆன்னா, நீ இதைப் புரிந்துகொள்ள வேண்டும்" என்று அவர் முன்னிலும் சாந்தமான குரலில் பேசினார். "காரணம் இல்லாமல் நான் கடுமையாய்ப் பேசமாட்டேன். சிறுவன் கூர்உணர்வு படைத்தவன் - இது தெளிவாய்த் தெரிகிறது. கண் தெரியாத குறையை முழுதாய் இல்லாவிட்டாலும், பகுதி அளவுக்கேனும் ஈடு செய்யும்படி அவன் தனது பிற ஆற்றல்களை வளர்த்துக்கொள்ள முடியும். ஆனால் அவற்றை வளர்த்துக்கொள்வதற்குப் பழக்கமும் முயற்சியும் அவசியம். முயற்சி பிறப்பது தேவையிலிருந்து - ஆம், தேவையிலிருந்து மட்டுமேதான். ஆனால் அவனுக்குக் காட்டப்படும் இந்த அசட்டுத்தனமான பரிவு, முயற்சிக்கான தேவை சிறிதும் இல்லாதபடி செய்கிறது; முழு வளர்ச்சிக்கான வாய்ப்பே அவனுக்குக் கிட்டாதபடி செய்கிறது."

அசடல்ல அவள். குழந்தையின் சிறு முனகல் கேட்டதுமே அடித்து மோதிக்கொண்டு அதனிடம் ஓடிச் சென்று அதற்குப் பணிவிடை செய்யும்படி வைத்த பெற்ற மனத்தின் இயற்கையான உணர்ச்சியை அடக்கிக் கொள்ளும் துணிவை அவள் பெறலானாள். இந்த உரையாடலுக்குப் பிற்பாடு சில மாதங்களுக்கெல்லாம் சிறுவன் வீடெங்கும் தங்கு தடையின்றி வேகமாய்த் தவழக் கற்றுக்கொண்டான். தன்னைச் சுற்றிலு

மிருந்து வந்த ஒவ்வொரு ஓசையிலும் கவனம் செலுத்தவும், தன் பிடிக்குள் வந்த ஒவ்வொரு பொருளையும் பிற குழந்தைகளிடம் காண்பதற்குரிய அடங்காத ஆவலுடன் தடவித் தடவி ஆராய்ந்து பார்க்கவும் தெரிந்து கொண்டான்.

5

விரைவில் அவன் தன் தாயை அடையாளம் தெரிந்து கொள்ளக் கற்றுக்கொண்டான் - அவள் நடக்கும் விதம், அவளுடைய உடைகளின் சலசலப்பு, அவனையன்றி வேறு யாராலும் கண்டுகொள்ள முடியாத எண்ணற்ற ஏனைய பல அறிகுறிகளைக் கொண்டு அவளை அடையாளம் தெரிந்து கொண்டான். அறையில் எத்தனை பேர்தான் இருக்கட்டுமே, அல்லது அவர்கள் எப்படித்தான் அங்குமிங்கும் போய் வரட்டுமே, இம்மியும் பிழையின்றி அவன் நேரே அவளிடம் போய்விடுவான். எவ்வளவுதான் எதிர்பாராத விதமாய் அவள் அவனைத் தூக்கினாலும், அது அவள்தான் என்று உடனே தெரிந்துகொண்டு விடுவான். ஏனையோர் அவனைத் தூக்கும் போது, பட்டதும் படாததுமாய் அவன் விரல்கள் அவர் களுடைய முகங்கள்மீது தவழும்; அவன் தாதி, மக்சீம் மாமா, அவன் தந்தை இவ்வாறு அவ்வீட்டைச் சேர்ந்த யாராயிருப்பினும், உடனே அடையாளம் கண்டுகொண்டு விடுவான். தூக்கியவர் அவன் அறியாத புதியவராய் இருப்பின், அந்தப் பிஞ்சு விரல்களின் வேகம் குறைந்து போய்விடும். தான் அறியாத அம்முகவுருவை மிக மிருதுவாய், ஆனால் மிகத் துல்லியமாய்த் தடவிப் பார்ப்பான். விரல் நுனிகள் அவனுக்காகப் "பார்த்துச் சொல்வது" போல, முழு முனைப்புடன் அவன் கவனிப்பதை அவனுடைய முகபாவம் காட்டும்.

சிறிதும் ஓய்ந்திராது எந்நேரமும் துருதுருவென்று இருப்பதே அவன் சுபாவம். ஆனால் மாதங்கள் செல்லச் செல்ல கண் தெரியாத அவன் நிலையால் அவனுடைய மனப்பாங்கும் மேலும் மேலும் பாதிக்கப்படலாயிற்று. அவனுடைய செயல்களில் உணர்ச்சித் துடிப்பு சிறிது சிறிதாய்க் குறைந்து சென்றது. சந்தடி இல்லாத மூலைகளில் துங்கிக்கொள்ளும் பழக்கம் அவனிடம் வளர்ந்து வந்தது. அசையாமல் அங்கே மணிக்கணக்காய் உட்கார்ந்திருப்பான். காதுகளைத் தீட்டிக்கொண்டு எதையோ கவனமாய்க் கேட்பது போன்ற உருக்கமான பாவனை அவன் முகத்திலே படிந்திருக்கும். பேச்சு, நடமாட்டம் இவற்றின் சப்த வேறுபாடுகளால் அவன் கவனம் கவரப்படாமல் அறையில் நிசப்தம் நிலவுகையில், சிந்தனையில் ஆழ்ந்தவனாய்க் காணப்படுவான். அப்பொழுது திகைப்பையும் வியப்பையும் குறிக்கும் தோற்றத்தால் அவனுடைய இன்னரும் முகம் களங்க முற்றுக் குழந்தைக்கு ஒவ்வாத கடுமையுடையதாகி விடும்.

மக்சீம் மாமா சொன்னது சரிதான். சிறுவன் நுண்ணுணர்வு கொண்டவன், அவனுடைய வளமான இயற்கை சுபாவம் அவனுக்குத் துணை புரிந்தது. அது அவனுடைய தொடு உணர்ச்சி, செவிப்புலன் இவற்றுடைய நுண்ணுணர்வின் துணைகொண்டு, முழு நிறைவான புலனுணர்வில் மீட்கக் கூடியவற்றை அவனுக்கு மீட்டுத் தர முயன்றது. அவனுடைய ஸ்பரிச உணர்ச்சி வியக்கத்தக்கதாய் இருந்தது. சில நேரங்களில் அவன் நிறத்தைப் பற்றியுங்கூட ஓரளவு உணர்வுடையவனாய்த் தோன்றினான். எப்படியெனில், தேடித்தேடி ஆராய்ந்த வண்ணமுள்ள அவனுடைய விரல்கள் பளிச்சிடும் வண்ணப் பொருள்களைத் தீண்டியதும், மெய்மறந்து அங்கேயே நிற்கும்; இப்பொருள்களைத் தொட்டுப் பார்க்கையில் கருத்தூன்றிய அலாதியான ஒரு செறிவு அவன் முகத்திலே தெரியும். ஆனால் இதையெல்லாம் விட அவனுடைய செவிப்புலன்தான் மிகவும் கடுமையான வளர்ச்சி கண்டதென்பது நாளடைவில் மேலும் மேலும் தெளிவாகி வந்தது.

அந்த வீட்டின் ஒவ்வொரு அறையையும் அதற்குரிய தனி ஓசைகளைக்கொண்டு விரைவில் அவன் தெரிந்து கொள்ளலானான். வீட்டிலுள்ள ஒவ்வொருவரின் நடையையும் அடையாளம் கண்டுகொண்டான். இயலாதவரான தனது மாமாவின் நாற்காலி எழுப்பிய கிரீச்சொலியையும், தன் தாய் தைத்துக்கொண்டிருக்கையில் நூலின் மொடமொடப்பான ஒலியையும், கடிகாரத்தின் ஓயாத டிக்-டிக் சப்தத்தையும் தெரிந்துகொண்டு விட்டான். சில சமயங்களில் தரையிலே தவழ்ந்து செல்கையில், வேறு யாராலும் கேட்க முடியாத ஏதோவொரு ஒலியைக் காது கொடுத்துச் சற்று நேரம் கேட்டுவிட்டு, சுவர்க் காகிதத்தில் ஊர்ந்து சென்ற ஈயின் பக்கம் கையை நீட்டுவான். சிறகடித்து அந்த ஈ பறந்து சென்றதும், அது எங்கே போயிற்று என்பது விளங்காமல் அவன் முகபாவம் வேதனைக்குரிய திகைப்பை வெளியிட்டது. ஆனால் அவன் கொஞ்சம் வளர்ந்து பெரியவனானதும் இதுபோன்ற நிகழ்ச்சிகள் அவனைத் திகைப்புறச் செய்யவில்லை. ஈ பறந்து சென்ற திசையில் தலையைத் திருப்பிவிட்டுச் சும்மாயிருந்து விடுவான் - அதன் சிறகுகள் படபடப்பதைக் காதால் கேட்டுத் தெரிந்துகொள்ளும் அளவுக்கு அவனுடைய செவிப்புலன் கூர்மையடைந்து விட்டது.

அவனைச் சுற்றிலுமிருந்த உலகு - அசைவுகளும் ஒலிகளும் வண்ணங்களும் மிகுந்து உயிர்த்துடிப்புள்ள அது - பிரதான மாய் ஒலியின் வடிவிலேதான் கண் தெரியாத இச்சிறுவனின் உணர்வினுள் புகுந்தது. சுற்றுச்சார்புகளைப் பற்றிய அவனுடைய கருத்துக்கள் பெருமளவுக்கு ஒலி வடிவிலேயே இருந்தன. காதால் கூர்ந்து கேட்கும் பாவனை அடிக்கடி அவன் முகமலரில் கவிந்திருக்கும் - முகவாய் துளியளவு முன்புறம் தூக்கியும் மெல்லிய கழுத்து சற்று உயர்ந்து நீண்டும்

இருக்கும். அவனுடைய புருவங்கள் குறிப்பிடத்தக்க நெகிழ்வும் குழைவுமுடையனவாயின. ஆனால் அவனுடைய எழிலார்ந்த கண்கள் எப்பொழுதும் போல் அசைவற்றுத்தான் இருந்தன. இதனால் அவன் முகம் குழந்தை இயல்புடன் கூட ஒரு வகைக் கடுமையும் சோகச் சாயலும் கொண்டதாகியது.

6

குழந்தை பிறந்து மூன்றாவது குளிர்காலம் முடிவுற்றுக் கொண்டிருந்தது. வெளியே வெண்பனி உருகி, வசந்த பருவ நீரோட்டங்கள் உயிர் பெற்றுத் தளதளவெனத் தாளம் போட்டன. குளிர்காலம் பூராவும் சிறுவன் உடல்நலமின்றி வெளிக்காற்று சிறிதும் படாமல் வீட்டுக்குள்ளே அடைபட்டு இருந்து விட்டான். இப்பொழுது அவனுடைய உடல்நிலை மேம்படத் தொடங்கிற்று.

சன்னல்களின் புயல் அடைப்புகள் அகற்றப்பட்டன. வசந்தத்தின் ஆனந்தக்களிப்பு இரட்டிப்புத் துடிப்போடு வீட்டுக்குள் பாய்ந்தது. கதிரவனின் குதூகலக் கிரணங்கள் அறைகளை ஒளி வெள்ளமாக்கின. இன்னமும் இலைகளின்றி அம்மணமாகவே இருந்த புங்கமரங்கள் வெளியே சன்னல்களின் ஓரத்தில் அசைந்தாடின. தொலைவில் கரிய வெற்று வயல்கள் தெரிந்தன; உருகிக் கொண்டிருந்த வெண்பனி அவற்றில் திட்டுத்திட்டாய்க் குவிந்து கிடந்தது. அதற்குள் பல இடங்களில் புல் மங்கலான பசுமை நிறத்தோடு தலைகாட்டிற்று. காற்றே மென்மையாகி சுவாசிப்பதற்கு எளிதாயிருந்தது. வீடெங்கும் ஒரு புதுமை உணர்வு குடிகொண்டிருந்தது; வசந்த பருவத்தின் உயிரூட்டமுள்ள கலகலப்பான சக்திப் பிரவாகம் பாய்ந்தோடியது.

கண் தெரியாத சிறுவனுக்கு வசந்த பருவம் அறைகளில் எல்லாம் நிரம்பிவிட்ட பரபரப்பான ஒலிகளாய் மட்டுமே திகழ்ந்தது. வசந்த நீர்ப் பெருக்குகள் ஓடியதை, அருவிகளாகப் பாய்ந்ததை, ஈரமான மிருதுவான மண்ணை அறுத்துச் சென்றதை அவன் காதால் கேட்டான். சன்னல்களின் ஓரத்தில் புங்கமரங்கள் இரகசியம் பேசியது அவனுக்கு எட்டிற்று. அவற்றின் கிளைகளில் ஒன்றோடொன்று உராய்ந்து சிற்சில நேரங்களில் சன்னல் கண்ணாடியில் தட்டிக் கணகணக்க வைக்கும். அதிகாலையில் கடுங்குளிரில் உறைந்து ஊசி ஊசியாய்க் கூரையிலிருந்து தொங்கிய பனி இப்பொழுது வெயிலில் உருகி ஆயிரமாயிரம் துளிகளாய் ஓயாமல் விழுந்து சடசடப்பது அவன் காதுக்குத் தெரிந்தது. வீட்டுக்குள் புகுந்து கணீரென்றும் தெளிவாகவும் ஒலித்த இந்த ஒலிகள் வேகமாய்ச் சரிந்து வரும் கூழாங்கற்களைப் போல அவன் செவிப்புலனில் மோதின. சில சந்தர்ப்பங்களில் அருகாமையிலிருந்து கேட்ட இந்த ஒலிகளிடையே, தொலைவில் வானத்தின் உயரங்களிலிருந்து பூமியை நோக்கித் தணிவாய் மிதந்து வந்து, தூய காற்றிலே கரைந்து விடுவது போல மெள்ள மெள்ள

நிசப்தத்தினுள் மறைந்துவிடும் நாரைக் கூவல்களும் அவன் காதை வந்தடையும்.

இயற்கையின் வசந்த பருவ உற்சாகத்துக்குரிய இந்நாட்கள் சிறுவனின் முகத்தில் திகைப்பையும் குழப்பத்தையும் குறிக்கும் பார்வையைத் தோன்றச்செய்தன. கழுத்தை நீட்டிப் புருவங்களை நெரித்து மிகுந்த பிரயாசையோடு கவனமாய் உற்றுக் கேட்பான். பிறகு இந்த ஓசைகளின் குழப்பத்தால் மிரண்டவனாய், திடீரென அம்மாவின் பக்கம் கைகளை நீட்டி அவளுடைய மார்புடன் ஒட்டிக்கொள்வான்.

“குழந்தையை வருத்துவது என்ன?” என்று புரியாமல் கலங்கிய தாய் சுற்றிலும் இருந்தோரை விசாரித்தாள்.

மக்சீம் மாமா நெடுநேரம் சிறுவனின் முகத்தை உற்றுப் பார்த்தார். இனம் தெரியாத அவனுடைய மிரட்சிக்கு அங்கு ஏதேனும் விளக்கம் கிடைக்குமா என்று தேடினார். ஒன்றும் கிடைக்கவில்லை.

வாட்டி வதைத்த கேள்வியாலும் திகைப்பாலும் குழந்தையின் முகபாவத்தில் ஏற்பட்டிருந்த மாற்றத்தைக் கவனித்த அவன் தாய், தயங்கியவாறு “அவனால்.... புரிந்துகொள்ள முடியவில்லை” என்றாள்.

மெய்யாகவே அவன் கலக்கமுற்று மிரண்டு போயிருந்தான்- ஒரு சமயம் புதிய ஒலிகள் என்னவென்று புரியாமல் தவித்தான்; ஒரு சமயம் தான் இதுகாறும் கேட்டுப் பழகியிருந்த பழைய ஒலிகள் திடீரென அடங்கி, ஊகிக்க முடியாதபடி எங்கோ மறைந்து விட்டனவே என்று கலங்கினான்.

7

வசந்தத்தின் தொடக்கத்திலிருந்த குழப்பம் அடங்கி விட்டது. நாட்கள் செல்லச் செல்ல, கதிரவன் வெப்பக் கதிர்களை அள்ளி வீசி, இயற்கையின் பணிகளை மேலும் மேலும் அவற்றுக்குரிய முறையான போக்கில் நடைபெறச் செய்தான். வாழ்வு சூடு பிடித்து விட்டது. தடுப்பான் திறந்துவிடப்பட்ட இஞ்சினைப் போல வேகம் அதிகரித்து துரித கதியில் அது முன்னேறிச் சென்றது. புல்வெளிகள் பச்சைப் பசேலென்றாயின, பிர்ச்மர மொக்குகளின் வாசனை காற்றிலே நிறைந்து விட்டது.

சிறுவனை வயல் வெளிகள் வழியே, அருகிலிருந்த ஆற்றின் கரைக்கு அழைத்துச் செல்வதென்று முடிவு செய்தார்கள்.

தாய் அவன் கையைப் பிடித்து அழைத்துச் சென்றாள். மக்சீம் மாமா தமது கவட்டுக் கோல்களை ஊன்றிக் கொண்டு அவர்களுக்குப் பக்கத்தில் நடந்தார். எல்லோருமாய்ச் சேர்ந்து வயல்வெளிகள் வழியே நடந்து ஆற்றோரத்தில் புல் மண்டிய ஒரு குன்றை வந்தடைந்தனர். காற்றிலும் வெயிலிலும் அங்கு தரை நன்றாய்க் காய்ந்திருந்தது. அந்தக் குன்றின் உச்சியிலிருந்து நெடுந் தொலைவுக்குச் சுற்றுப்புறத்தின் பரவலான காட்சி கண்ணுக்குத் தெரிந்தது.

அவர்கள் வீட்டை விட்டுப் புறப்பட்டபோது தாய்க்கும் மக்சீம் மாமாவுக்கும் பகல் ஒளி கண் கூசும்படி அவ்வளவு பிரகாசமாயிருந்தது; நேர் எதிரே வீசிய ஒளியில் இருவரும் கண்களைச் சுளித்துக்கொண்டு நடந்தனர். சூரியக் கதிர்கள் அவர்களுடைய முகங்களை வெதுவெதுப்பாக்கின, ஆனால் கண்ணுக்குத் தெரியாத வசந்த பருவ மந்த மாருதம் இந்த வெதுவெதுப்பை அகற்றி அதனிடத்தில் புத்துணர்வு ஊட்டும் குளுமையை உண்டாக்கிற்று. காற்று போதை ஊட்டுவதாய் இருந்தது, கண்ணயரச்செய்த இனிய மயக்கம் தருவதாய் இருந்தது.

தாய் தான் பற்றியிருந்த அந்தப் பிஞ்சுக் கரத்தின் பிடி திடீரென இறுகியதை உணர்ந்தாள். ஆனால் வசந்தத்தின் போதையால் மயங்கியிருந்த அவள், குழந்தையின் அமைதி யின்மையைத் தெரிவித்த அந்த அறிகுறியை வழக்கத்துக்கு மாறாய்ப் பொருட்படுத்தாது அசட்டையாய் இருந்து விட்டாள். முகத்தை மேலே உயர்த்தி வசந்தக் காற்றை ஆவலோடு ஆழமாய் உள்ளுக்கு இழுத்தபடி அவள் நடந்து கொண்டிருந்தாள். கண நேரமேனும் குனிந்து பார்த்திருந்தாளானால், குழந்தையின் விசித்திர முகபாவத்தைக் கட்டாயம் கவனித்திருப்பாள்.

அவனுடைய விரிந்த கண்கள் நேரே சூரியன் பக்கம் திரும்பியிருந்தன; உதடுகள் திறந்திருக்க, வாயடைத்துப்போன திகைப்பு அவன் முகத்தில் குடிகொண்டிருந்தது. நீரிலிருந்து வெளியே எறியப்பட்ட மீனைப் போல திணறித் திணறி மூச்சு விட்டான். அவனை ஆட்கொண்டிருந்த விநோத உணர்வுக் கிடையே, அவனைத் துடிதுடிக்கச் செய்த ஆனந்தப் பரவசம் பீறிட்டு ஒரு வகை வலிப்பாய் அவனுடைய குழந்தை முகத்திலே படர்ந்து, நொடிப் பொழுதுக்கு அதைப் பளிச்சிட்டு ஒளிரச் செய்தது. ஆனால் மறுகணமே மறைந்து அதனிடத்தில் சொல்ல இயலாத் திகைப்புணர்வும் அதிர்ச்சியும் தடுமாற்றமும் திரும்பவும் குடிகொண்டு விட்டன. அவனுடைய கண்கள் மட்டும் தான் அசையாமல், பார்வையின்றி, உணர்வின்றி அப்படியே இருந்தன.

அவர்கள் குன்றின்மேல் ஏறிப் புல் அடர்ந்த அதன் உச்சியிலே அமர்ந்தனர். வசதியாய் உட்கார வைப்பதற்காக தாய் அவனைத் தூக்கினாள். காலுக்கடியில் தரை இருக்கிற தென்ற உணர்வு இல்லாமல் கீழே விழுந்து விடுவோமெனப் பயப்படுகிறவனைப் போல அவன் திரும்பவும் அவளுடைய கையை இறுகப் பற்றிக் கொண்டான். ஆனால் சுற்றிலும் நிலவிய வசந்த எழிலால் மெய்மறந்திருந்த தாய் அவனுடைய கலவரத்தைக் கவனிக்கத் திரும்பவும் தவறிவிட்டாள்.

நண்பகல் நேரம். நீலவானின் முகட்டிலே சூரியன் அசை வற்றுத் தொங்கினான். ஆழமான அகண்ட ஆறு, வசந்தப் பெருக்கு நிரம்பிக் கரை புரண்டோடிற்று. அது தனது குளிர்காலக் கவசத்தை உடைத்துத் தன்னுடன் அடித்துச் சென்று விட்டது. இன்னும் அடித்துச் செல்லப்படாமல் அங்கும் இங்கும் மிதந்து உருகும் பனிக்கட்டிகள் பிரகாச நீர்ப்பரப்பில் வெள்ளைப் புள்ளிகளாய்த் தெரிந்தன. வெள்ளக் காடாகி விட்ட கரையோரப் புல்வெளிகள் விரிந்து பரந்த ஏரிகளாய்க் காட்சியளித்தன. வானத்தின் நீலவளைவின் மல்லாந்த பிம்பத்துடன் கூட அமைதி தவழும் ஆழங்களில் பிரதிபலித்த வெண் முகில்கள் அந்த ஏரிகளில், ஆற்றிலே செல்லும் உருகிய பனிக்கட்டித் திரட்சிகள் போல, மெள்ள நகர்ந்து சென்று மறைந்தன. அவ்வப்பொழுது காற்று நீர்ப் பரப்பில் சிற்றலை களை எழுப்பிக் கதிரவன் ஒளியில் மின்னிப் பளிச்சிடச் செய்தது. ஆற்றுக்கு அப்பால் ஈரமான கரிய வெளிகள் ஆவியை வெளியிட்டபடி பரந்து கிடந்தன. அதிரும் இந்த ஆவி மூட்டத் தினூடே தொலைவில் குடிசைகள் கண்ணில் பட்டன. அவற்றுக்கும் அப்பால் காட்டு ஓரத்தின் மங்கலான நீலவரம்பு தெரிந்தது. பூமி நீண்ட பெருமூச்சு விட்டு ஆராதனை செய்து மணம் கமழும் புகையை விண்ணோக்கிச் செலுத்துவது போலத் தோன்றியது.

இயற்கை அனைத்துமே புனிதநாளுக்குத் தயாராய்ப் பாங்குற அமைந்த பெரிய கோயிலாய்த் திகழ்ந்தது. ஆனால் கண் தெரியாத அச்சிறுவனுக்குள் வரம்பில்லாத பேரிருளே வியாபித்திருந்தது. இந்த இருள் அவனைச் சுற்றிலும் இதன் முன் அவன் கண்டிராதபடி கிளர்ச்சியுற்று விளங்கிற்று; ஆடியோடியும் கணீரென ஒலித்தும் உறுமியும் இருள் அவனைக் கட்டிப்பிடித்துக்கொண்டது; அவன் முன்பின் அனுபவித்திராத மன உணர்ச்சிகளை எண் திசையிலுமிருந்து அவன் மீது சொரிந்தது; அவனுடைய சின்னஞ்சிறு இதயம் படபடத்து அடித்து அவனுக்கு வலி உண்டாகும்படி, அத்தனை பெருந்திரளாய் இந்த உணர்ச்சிகளை அவன்மீது கொட்டிற்று.

வீட்டைவிட்டு அவன் வெளியே அடியெடுத்து வைத்ததும் வெப்பமான கதிரொளி நேரே அவன் முகத்திலே பாய்ந்து அவனுடைய மெல்லிய சருமத்தை வெதுவெதுப்பாக்கியதுமே, பார்வை இல்லாத தன் கண்களை அவன் உள்ளுணர்வால் தூண்டப்பெற்று சூரியனின் பக்கம் திருப்பிக்கொண்டுவிட்டான். அதுவே தன்னைச் சுற்றிலுமுள்ள உலகம் நாடும் கவர்ச்சி மையம் என்பதை உணர்ந்து கொண்டவனைப் போலக் கண்களை அதன் பக்கம் திருப்பிக்கொண்டு விட்டான். ஒவ்வொரு பக்கத்திலுமுள்ள நெடுந்தொலைவுகள், மேலுள்ள நீல வில்மாடம், தொடுவானத்தின் பரவலான வட்டம் - இவற்றை அவன் அறியான். பொருள் வகைப்பட்ட ஏதோ ஒன்று, மிருது வான, இதமாய் வருடிவிடும் ஏதோ ஒன்று, தன் முகத்தைத் தொட்டு அதற்குக் கதகதப்பூட்டியது என்பதை மட்டுமே அவன் அறிவான். பிறகு சற்று நேரத்துக்கெல்லாம், குளுமையும் மென்மையுமான ஒன்று, கதிரவன் ஒளியின் கதகதப்பைக் காட்டிலும் மென்மையான ஒன்று, இதமான கதகதப்பை அகற்றிவிட்டு, புத்துணர்வு அளிக்கும் குளுமையை அவன் முகத்திலே பரவச் செய்தது. வீட்டுக்குள் சிறுவன் தங்கு தடையின்றி எல்லா அறைகளிலும் நடமாடப் பழகிக்கொண்டு விட்டான். அங்கே விசும்பு காலியாய் இருந்தது. ஆனால் இங்கே, ஏதோ ஒன்று வீசும் அலைகளாய் வந்து அவனைப் பிடித்துக் கொண்டது. இப்பொழுது மிருதுவாய் வருடிவிட்டும், இப்பொழுது ஊக்கமூட்டியும். மயங்கச்செய்தும் அவனுக்கு விளங்காத வகையில் மாறிமாறிச் செயல்பட்டது. கதிரவனது கதகதப்பான ஸ்பரிசம் வீசியடித்துச் செல்லப்பட்டு விடும்; காற்று அவனுடைய கன்னங்களையும் பொட்டுகளையும் கவ்விக்கொண்டு விடும் - அவன் தலையைச் சுற்றிக்கொண்டு முகவாயிலிருந்து பின்தலைக்குச் சென்று அவன் காதுகளில் ரீங்கார ஒலி கேட்கும்படி சுழன்றோடும். அவனை அப்படியே உயர்த்தி, பார்வையில்லா அவன் கண்களால் பார்க்க இயலாத விசும்பினுள் தூக்கிச் செல்ல முயலுவது போல அவன் உடம்பு அனைத்தையும் உலுக்கி இழுக்கும். அது அவனுடைய

உணர்வினை அலைக்கழித்து மறதியையும் அசதியையும் உண்டாக்கிற்று. குழந்தையின் கை தாயின் கரத்தைக் கெட்டியாய்ப் பற்றிக்கொண்டது. அவன் இதயம் நடுங்கி அதிர்ந்தது, நின்றே விடும் போலிருந்தது.

அவர்கள் அவனைப் புல்லின்மேல் உட்கார வைத்தபோது ஆரம்பத்தில் அவனுக்குக் கலவரம் தணிந்து சற்று நிம்மதி ஏற்படுவது போலத் தோன்றியது. விபரீத நிலைமைக்குரிய அந்த உணர்வு இன்னமும் இருக்கவே செய்தது; அது அவன் ஊனையும் உயிரையும் ஆட்கொண்டிருந்தது. ஆனால் இப்பொழுது அதனூடே அவன் தன்னைச் சூழ்ந்திருந்த ஒலிகளை வேறுபடுத்தி ஒவ்வொன்றாய் இனம் காணத் தொடங்கினான். இதமாய் வருடிவிடும் அந்த இருள் அலைகள் முன்பு போலவே அவன்மீது வீசிச் சென்றன. அவை அவனுடைய உடலினுள் ஊடுருவிச் செல்வதாய்க் கூடத் தோன்றியது. ஏனெனில் இந்த அலைகள் வந்து செல்வதன் சந்தத்துக்கு ஒப்ப அவன் இரத்தம் அவனுடைய நாளங்களில் விம்மித் துடித்துச் சென்றது. ஆனால் இப்பொழுது அவை தம்முடன் ஓசைகளைக் கொண்டுவந்தன; வானம்பாடியின் தெளிவான கிரீச்சுக் கூவல், புதிய தளிர்களையுடைய இளம் பிர்ச் மரத்தின் மெல்லிய முணுமுணுப்பு, ஆற்றிலே அரசபுரசலான ஒரு சளசளப்பு ஆகிய பல ஓசைகளையும் கொண்டு வந்தன. எங்கோ மிகவும் அருகாமையில் தூக்கணாங் குருவி ஒன்று அதன் மெல்லிறகுகள் படபடக்கத் தலை தெறிக்கச் சுழன்று வட்டமிட்டது. கொசுக்கள் மொய்த்து இரைந்தன. இவை யாவற்றுக்கும் மேலாய் ஆற்றுக்கு அப்பால் சமவெளியில் உழவன் தனது காளைகளை உசுப்பிவிடுவதற்காக இடை யிடையே எழுப்பிய துயரங் கலந்த நீண்ட கூச்சல் கேட்டது.

ஆனால் குழந்தையால் இந்த ஓசைகளை ஒரு சேரத் திரட்டி அவற்றின் முழு வடிவில் அவற்றைப் புரிந்துகொள்ள முடியவில்லை. அவனால் அவற்றை ஐக்கியப்படுத்த முடிய வில்லை, தக்க திசைவழியில் அவற்றை ஒழுங்குபடுத்த முடியவில்லை. அவை தனித்தனி அலகுகளாய் இருளில் தோன்றி ஒலித்தன. சில மெல்லியதாகவும் அரைகுறையாகவும் இருந்தன, வேறு சில பலமாகவும் தெளிவாகவும் காது செவிடுபட ஒலித்தன. சில நேரங்களில் அவை யாவும் கடூரமாய் முட்டிமோதிக் கொண்டு புரிந்துகொள்ள முடியாத இசைவின்மையுடன் ஏககாலத்தில் வந்தன. வயல் வெளிகளிலிருந்து வீசிய காற்று இப்பொழுதும் தொடர்ந்து அவன் காதுகளில் சீ'கையடித்துக் கொண்டுதானிருந்தது. அலைகள் மேலும் மேலும் வேகமாய் அவனைக் குலுக்கின. இப்பொழுது அவற்றின் இரைச்சல் ஏனைய எல்லா ஒலிகளையும் மூழ்கடித்து, இவ்வொலிகளை இவ்வுலகம் அல்லாத வேறொன்றிலிருந்து வருவன போல பழைய நாட்களின் நினைவுகளைப் போல - தோன்றச் செய்தது. இந்த ஒலிகள் மெலிந்து மங்கமங்க, குழந்தையின் நெஞ்

சினுள் சொறசொறக்கும் அசதி நிரம்புவதாய்த் தோன்றி யது. தன்மீது பாய்ந்த இந்த அலைகளின் சந்தத்துக்கு ஒப்ப சிறுவனின் முகம் சுளித்துக்கொண்டது. அவன் கண்கள் திறந்து திறந்து திரும்பவும் மூடிக் கொண்டன. அவன் புருவங்கள் கலவரத்தால் ஆடித் துடித்தன. விளங்காத புதிர்களுக்கு விடை காண அவன் துடித்ததை, அவனுடைய மூளையும் கற்பனையும் செய்த பிரம்மப் பிரயத்தனத்தை அவனுடைய முகபாவத்தின் ஒவ்வொரு இயல்பிலும் காணமுடிந்தது. சிறு குழந்தையாய் இன்னமும் பலவீனமானதாய் இருந்த அவன் புதுப்புது உணர்ச்சிகளால் அளவுமீறி அலைக்கழிக்கப்பட்டதும், அவன் மனம் களைப்புறத் தொடங்கிற்று. ஒவ்வொரு திசையிலிருந்தும் வந்து அவன் மனத்துள் பாய்ந்த உணர்வுகளையும் பதிவு களையும் சமாளிப்பதற்கு அது தொடர்ந்து முயன்றது, தொடர்ந்து போராடியது - இவற்றால் நிலை குலையாது நிற்பதற்கு, இவற்றை ஒருமித்த முழுமையாய் இணைத்து, அவ்வழியில் இவற்றின் மீது வெற்றி காணவும் தொடர்ந்து போராடியது. ஆனால் கட்புலனறிவின் துணையின்றி இருட்டில் விடப்பட்ட குழந்தையின் மூளைக்கு இப்பணி சக்திக்கு மீறியதாகி விட்டது.

ஆனால் இடையறாது ஒலிகள் வந்த வண்ணமிருந்தன, ஒன்றோடொன்று அடித்து மோதிக்கொண்டு பறந்த வண்ணம் இருந்தன. எல்லாமாய்ச் சேர்ந்து, ஆனால் ஒன்றுக்கொன்று மிகுந்த வேறுபாட்டுடன், ஓயாமல் அவன் காதுக்குள் இரைந்து கணகணத்துக் கொண்டிருந்தன. அலைகள் மேலும் மேலும் உக்கிரமாய் உருண்டோடி வந்தன. குழந்தையைச் சூழ்ந்து கொண்டு இரைந்து கணகணத்து அமளி செய்த இருளிலிருந்து வந்த இந்த அலைகள், அதே இருளுக்குள் ஓடி மறைந்தன. மறைந்தவற்றைப் பின்தொடர்ந்து புதிய அலைகளும் புதிய ஒலிகளும் ஓடோடி வந்தன. மேலும் மேலும் வேகமாய், மேலும் மேலும் உச்ச சுருதியில் வந்து, மேலும் மேலும் கடுமையாய் வதைத்த இவை, அவனை உயரத் தூக்கி ஆட்டி உறக்கமூட்டின. தெளிவிழந்து மங்கி வந்த இந்தக் குழப்பத்தை முண்டிக் கொண்டு, திரும்பவும் அந்த மனிதக் குரலின் துயரங் கலந்த நீண்ட கூச்சல் கேட்டது. பிறகு யாவும் அடங்கி அமைதியாகி விட்டன.

மெள்ள முனகியபடி குழந்தை புல்லின்மீது மல்லாந்து சாய்ந்து விட்டான். அவன் பக்கம் திரும்பிப் பார்த்த தாய் திடுக்குற்றுக் கத்தினாள். முகம் வெளிறிட்டு அவன் அசைவின்றி புல்லின் மீது கிடந்தான். சிறுவன் மூர்ச்சையாகி விட்டான்.

8

இந்தச் சம்பவம் மக்சீம் மாமாவைப் பெரிதும் கலக்கமுறச் செய்தது. சில காலமாய் அவர் உடலியல், உளவியல், கல்வி போதனை இவை சம்பந்தமான புத்தகங்களைத் தருவித்து, குழந்தை உள்ளத்தின் மர்மங்கள் குறித்தும் குழந்தை உள்ளம் வளர்ச்சி குறித்தும் விஞ்ஞானம் தரக்கூடிய தகவல்களை ஆராய்ந்து அறிவதில் அவரது வழக்கமான மும்முரத்துடன் ஈடுபட்டிருந்தார்.

இந்தப் புதிய ஆராய்ச்சிகளில் அவர் மேலும் மேலும் மூழ்கி வந்தார். இதன் விளைவாய் அவருடைய சோகமிக்க பழைய சிந்தனைகள் யாவும் - வாழ்க்கை ஒரு பெரும் போராட்டம், தனக்கு இனி அதில் இடமில்லை, "காலில் மிதிபடும் புழுவாய்க் கீழே புழுதியில் நெளிய வேண்டியதுதான்", "பொதிவண்டிக்குச் சுமை" என்பன போன்றவை யாவும் - சதுரமாய் வடிக்கப்பெற்ற அவருடைய தலையிலிருந்து நெடுநாட்களுக்கு முன்பே பறந்தோடி விட்டன. அவற்றுக்குப் பதிலாய்ச் சிந்தனையைத் தூண்டும் ஒரு புதிய நாட்டம் - மூப்படைந்து வந்த அவருடைய இதயத்துக்கு ஊக்கமூட்டிய எழில்மிகு ஆகாயக் கோட்டைகள் என்பதாகக்கூடச் சொல்லத்தக்க ஆர்வக் கனவுகள் - இடம் பெற்று விட்டன. இயற்கையானது தனது சின்னஞ்சிறு மருமகனுக்குக் கட்புலன் இல்லாதபடிச் செய்துவிட்ட போதிலும், பிற துறைகளில் அவனுக்கு அலாதி அன்பு காட்டியிருந்ததை அவர் மேலும் மேலும் தெளிவாய் உணரலானார். வெளி உலகிலிருந்து அவன் புலன்களுக்கு எட்டிய எல்லா உணர்ச்சிப் பதிவுகளுக்கும் குழந்தை ஒப்பற்ற முழு வீச்சோடும் ஆற்றலோடும் பிரதிபலிப்பு காட்டி வந்தான். குழந்தையுடன் கூடப்பிறந்த இந்த இயற்கை ஆற்றல்களை வளர்த்திடுவதே இனி தனக்குரிய வாழ்க்கைப் பணியாகுமென்பதை மக்சீம் மாமா உணர்ந்தார். தனது சொந்த அறிவுத் திறனையும் செல்வாக்கையும் செயல்படச் செய்து, விதியால் விளைந்த இந்தக் கண்மூடித்தனமான அநீதிக்கு ஈடு செய்வதே, போரணியில் தான் காலியாய் விட்டு வந்த இடத்தில் வாழ்க்கையின் இலட்சியத்துக்காகப் போராடும் ஒரு புதிய வீரனை, தன்னுடையது அன்றி வேறு எந்தச் செல்வாக்குக்கும் உட்படாத புதிய வீரனைத் தயாரித்து அமர்த்துவதே தனது பணியாகுமெனக் கருதினார்.

"யார் கண்டது?" - முதுபெரும் கரிபால்டிவாதி இவ்வாறு தம் மனத்துள் எண்ணலானார். "போராட்டத்துக்கு ஈட்டியும் வாளும் மட்டும்தான் தக்க ஆயுதங்கள் என்பதில்லையே. விதியால் இப்படி

அநியாயமாய் வஞ்சிக்கப்பட்ட இந்தக் குழந்தை தான் தேர்ச்சிபெற்று வல்லவனாகும் ஆயுதம் எதுவாயினும், அதனை வாழ்க்கையின் அநீதிக்குப் பலியான ஏனைய துர்பாக்கியசாலிகளுக்குப் பாதுகாப்பு அளிக்கும் ஆயுதமாய் ஒரு காலத்தில் பயன்படுத்தலாம் அல்லவா? முடமான பழைய படைவீரரின் வாழ்வு அப்பொழுது விரயமானதாய் இருக்காது..."

இருளகன்று விடுதலை ஒளி பெற்ற உள்ளங்களுங்கூட நாற்பதாம், ஐம்பதாம் ஆண்டுகளில் விதிவசம் எனப்படும் "இயற்கையின் விளங்காப் புதிர்" பற்றிய மூடநம்பிக்கையிலிருந்து பூரணமாய் விடுதலை அடைந்திருக்கவில்லை. ஆகவே குழந்தை அதியற்புத ஆற்றலுடையவனாய் வளர்ந்து பெரியவனாகி வந்ததைக் கண்ட மக்சீம் மாமா, அவனுடைய கண் தெரியாத குறைபாட்டை இத்தகைய "விதிவசத்தின்" தெளிவான அறிகுறியாய்க் கருத முற்பட்டதில் வியப்பில்லை. ஆம், "விதியால் வஞ்சிக்கப்பட்டவன், வஞ்சிக்கப்பட்டோரின் நல்வாழ்வுக்காக!" - அவர் தனது வளர்ப்புப் பிள்ளைக்கு வகுத்திட விரும்பிய போர்க்கோஷம் இதுவே.

9

முதன்முதலாய் வசந்த பருவத்தில் வெளியே சென்றுவந்த பின் சிறுவன் சில நாட்கள் நினைவிழந்து படுத்த படுக்கையாய் இருந்தான். வாய் திறவாமல் அசையாமல் படுத்திருந்தபோதும், அல்லது முணுமுணுத்தபடி புரண்டு கொண்டிருந்தபோதும், அல்லது எதையோ காது கொடுத்துக் கேட்பது போலக் கூர்ந்து கவனித்தபோதும் - அந்நாட்கள் பூராவும் திகைப்பை உணர்த்திய அந்த வினோத முகபாவம் அவனை விட்டகலவே இல்லை.

"எதையோ புரிந்துகொள்ள முயன்று முடியாமல் தவிப்பவனைப் போலிருக்கிறது, குழந்தையின் முகபாவம்" என்றாள் அவனுடைய இளந் தாய்.

சிந்தனையில் ஆழ்ந்தவராய் மக்சீம் மாமா தலையை ஆட்டிக்கொண்டார். குழந்தையின் விபரீதக் கலவரத்துக்கும், திடீரென அவன் மயக்கமடைந்ததற்கும் அவனுடைய கற்பனை யால் சமாளிக்க முடியாத மிதமிஞ்சிய மனப்பதிவுகளே காரணம் என்பதை அவர் உணர்ந்தார். இப்பொழுது அவன் உடல் நலமடைந்ததும் இந்தப் புதிய மனப்பதிவுகளைச் சிறுகச் சிறுகவே, துளித்துளியாகவே அவனை அணுகவிடுவதென்று முடிவு செய்யப்பட்டது. முதலில் அவனுடைய அறையின் சன்னல்கள் கெட்டியாக மூடி வைக்கப்பட்டன. பிறகு, அவன் மேலும் மேலும் பலமடைந்ததும், அவை எப்பொழுதாவது சிறிது நேரத்துக்குத் திறக்கப்பட்டு மறுபடியும் மூடப்பட்டன. பிற்பாடு அவனால் நடக்க முடிந்ததும் தாய் அவனை வீட்டுக்குள் அங்குமிங்கும் அழைத்துச் சென்றாள்; பிறகு வெளியே வாயில் முகப்புக்கும் அதன்பின் தோட்டத்துக்குள்ளும் அழைத்துச் சென்றாள். அவன் முகத்தில் கலவர அறிகுறி தோன்றியதும், அவனால் புரிந்துகொள்ள முடியாத ஒலிகள் எங்கிருந்து வந்தன என்பதை விளக்கமாய்க் கூறுவாள்.

"அது காடுகளுக்கு அப்பால் ஆடு மேய்ப்பவன் ஊதும் கொம்பின் ஒலி" என்று சொல்வாள். "அது ராபின் குருவி எழுப்பும் ஒலி - சிட்டுக் குருவிகளின் கீச்சுக்கிடையே அது கேட்கிறது. இப்பொழுது நாரை அதன் சக்கரத்துக்கு* மேலிருந்தபடி அலகுகளைப் படபடவென அடித்துக் கொள்கிறது. மிக நெடுந்தொலைவிலுள்ள பிரதேசங்களிலிருந்து இரண்டொரு நாளுக்கு முன்புதான் இங்கு அது திரும்பி வந்தது. கடந்த ஆண்டில் கூடு கட்டிய அதே இடத்தில் இப்பொழுது அது கூடு கட்டி வருகிறது."

---

*உக்ரேனியாவிலும் போலந்திலும் கூட நாரைகள் கூடு கட்டுவதற்காக உயரமான கம்பங்கள் நட்டு அவற்றின்மேல் பழைய வண்டிச் சக்கரங்களைப் பொருத்தி வைக்கிறார்கள்.

10

இப்பொழுது அவன் தன் கவனத்தைக் கவர்ந்த ஒவ்வொன்றையும் பற்றிக் கேள்விகள் கேட்கத் தொடங்கினான். அவன் தாயோ, இன்னும் அடிக்கடி மக்சீம் மாமாவோ அவன் காதில் விழுந்த ஒலிகளை உண்டாக்கிய பிராணிகள் அல்லது பொருள்கள் குறித்து அவனுக்குச் சொல்வார்கள். மக்சீம் மாமாவினுடையவற்றைக் காட்டிலும் தாயின் விவரிப்புகள் இன்னும் தத்ரூபமாகவும் உயிர்க்கலை வாய்ந்ததாகவும் இருக்கும். குழந்தையின் கற்பனையில் அவை மேலும் ஆழமாய்ப் பதியக்கூடியவையாய் இருக்கும். ஆனால் பல சந்தர்ப்பங்களில் அவை அவனுடைய அறிவாற்றலுக்குத் தாங்கமுடியாத சுமையாகிவிடும். அவனுடன் சேர்ந்து அவன் தாயும் துன்பப்படுவாள். என்ன செய்வதென்று விளங்காத வேதனையும் துயரும் அவள் கண்களில் நிரம்பிவிடும். ஆயினும் அவளால் முடிந்த அளவுக்கு வடிவத்தையும் நிறத்தையும் தன் பிள்ளைக்கு ஓரளவு புரிய வைப்பதற்கு முயற்சி செய்தாள். சிறுவன் புருவங்களை நெரித்துக்கொண்டு நெற்றியில் மெல்லிய கோடுகள் விழ உற்றுக் கேட்டபடி உட்கார்ந்திருப்பான். அவனுடைய குழந்தை உள்ளம் அதன் சக்திக்கு மீறிய பணியில் ஈடுபட்டுத் திக்குமுக்காடுவதும், அவனுக்கு அவள் விளக்க முயற்சித்ததை வைத்துக்கொண்டு புதிய கருத்துருக்களை உருவாக்க அவனுடைய கற்பனை வீணில் பிரயாசைப்படுவதும் தெளிவாகத் தெரியும். மக்சீம் மாமா இந்தக் காட்சிகளைக் காணும் போதெல்லாம் கடுகடுத்துக் கொள்வார். தாயின் கண்களில் கண்ணீர் ததும்புவதையும், புரிந்துகொள்ள அரும்பாடுபடும் சிறுவனின் முகம் வெளிறிட்டுப் போவதையும் பார்த்ததும் அவர் குறுக்கிட்டு, தன் தங்கையை சும்மா இருக்கச் சொல்லிவிட்டுத் தானே பேச முற்படுவார். முடியும்போதெல்லாம் அவர் விசும்பையும் ஒலியையும் பற்றிய கருத்துருக்களுக்குள் தன்னுடைய விளக்கங்களை கட்டுப்படுத்திக்கொள்வார். மட்டுமீறிய பிரயாசையின் அறிகுறி சிறுவனின் முகத்திலிருந்து மறைந்து விடும்.

"அப்படீன்னா அது ரொம்பப் பெரிதா? எவ்வளவு பெரிது?" என்று தனது சக்கரத்தின்மீது சோர்ந்த நிலையில் நின்று, அலகுகளைப் படபடவென அடித்துக்கொண்டிருந்த நாரையைப் பற்றி அவர்கள் பேசிக்கொண்டிருந்தனர்.

பொருள்களின் பருமனைப் பற்றி விசாரிக்கையில் எப்பொழுதும் செய்வது போலச் சிறுவன் கைகளை விரித்துக் காட்டினான். போதிய

அளவுக்கு விரித்ததும் மக்சீம் மாமா அவனை நிறுத்தச் சொல்வார். ஆனால் இம்முறை அவனுடைய சின்னஞ்சிறு கரங்கள் முழு அளவுக்கும் விரிந்து சென்று விட்டன. அப்பொழுதும் மக்சீம் மாமா, "இல்லை, இதைக் காட்டிலும் பெரிது. ரொம்ப ரொம்பப் பெரிது" என்றார். "அதை வீட்டுக்குள் கொண்டு வந்து தரைமீது நிற்கச் செய்தோமானால், அதன் தலை இந்த நாற்காலிகளின் முதுகைக் காட்டிலும் உயரமாயிருக்கும்."

"அடேயப்பா, அவ்வளவு பெரிதா!" என்று சிறுவன் வியந்து கொண்டான். "ஆனால் ராபின் குருவி, இவ்வளவுதானே இருக்கிறது" என்று அவன் உள்ளங்கைகளை ஒன்றுசேர்த்துக் காட்டினான்.

"ஆம், ராபின் குருவி அவ்வளவுதான் இருக்கும். ஆனால் பெரிய பறவைகளுக்கு இந்தச் சிறு குருவிகளைப் போல அவ்வளவு நன்றாய்ப் பாடத் தெரியாது. ராபின் எல்லோரையும் தனது பாட்டால் மகிழ்விக்க முயலுகிறது. ஆனால் நாரை அப்படியல்ல, அது எந்நேரமும் 'உர்' ரென்றுதான் இருக்கும். மேலே அதன் கூட்டிலே ஒற்றைக் காலில் நின்றுகொண்டு, கடுகடுப்பான எஜமானர் தனது வேலையாட்களைக் கவனித்துக் கொண்டிருப்பது போல சுற்றிலும் பார்க்கிறது. பிறகு இஷ்டத்துக்குப் பலத்த குரலில் மொணமொணத்துக் கொள்கிறது. தன் குரல் கரகரப்பாய் இருப்பது பற்றி அது கொஞ்சங்கூட லட்சியம் செய்வதில்லை, அந்நியர்கள் காதில் விழுமே என்றும் கவலைப் படுவதில்லை."

இதுபோன்ற கதைகளைக் கேட்டுச் சிறுவன் இன்பமாய்ச் சிரிப்பான். தன் தாயின் கதைகளைப் புரிந்து கொள்ள முடியாமல் அவன் பட்ட பாட்டையும் துயரத்தையும் மறந்து விடுவான். ஆயினும் அவளுடைய கதைகள்தான் அவன் உள்ளத்தைக் கவர்ந்துவந்தன. ஆதலால் மாமாவைவிட தாயிடம்தான் அவன் கேள்விக்குமேல் கேள்வி கேட்டுக்கொண்டிருப்பான்.

அத்தியாயம் இரண்டு

1

குழந்தையின் உலகு விரிவடைந்து வந்தது. நுண்ணுணர்வு கொண்ட அவனுடைய செவிப்புலன் இயற்கையைப் பற்றி அவனுக்கு மேலும் மேலும் தெரிவித்து வந்தது. ஆனால் இருள் - ஆழமான, ஊடுருவ முடியாத இருள் எப்பொழுதும் போல அவன் மீதும் அவனைச் சுற்றிலும் கவிழ்ந்திருந்தது - கருமேகமென அவன் மூளையை ஓயாமல் அழுத்தி வருத்தி வந்தது. அது அவன் பிறந்த நாள் முதலாகவே அவன்மீது கவிழ்ந்து இருந்ததுதான். இவ்வளவு காலமாய் அதற்கு அவன் பழக்கப்பட்டு போயிருந்திருக்கலாம், தனது துர்பாக்கியத்துக்குப் பணிந்து விட்டிருக்கலாம். ஆனால் அவன் பணிந்து விடவில்லை. அவனுடைய குழந்தை உள்ளத்தில் ஏதோவொரு உணர்ச்சி இந்தக் காரிருளிலிருந்து விடுபட அயராது முயற்சித்துக் கொண்டிருந்தது. இந்த உள்மனத்து உணர்ச்சி, அவன் கண்டறியாத ஒளியை ஓயாது ஒழியாது தேடிய இந்தச் சளைக்காத பிரயத்தனம் மேலும் மேலும் ஆழமாய் அவன் முகத்திலே தன் முத்திரையைப் பதித்து வந்தது; இனமறியாத, உயிரை வதைக்க முயற்சியைக் காட்டிய தோற்றமாய்ப் படிந்து வந்தது.

இருப்பினும், அவனுக்கும் களங்கமில்லாத் தூய இன்பத்துக்குரிய தருணங்கள், அறியாப் பிள்ளைக்குரிய கலகலப்பான ஆனந்தக் களிப்புகள் இல்லாமற் போய்விடவில்லை. அவன் புலன்களுக்கு எட்டிய சக்திமிக்க சில பிம்பங்களும் பதிவுகளும் அவன் பார்த்தறியாத உலகைப்பற்றி அவனுக்குப் புதிய அறிவு அளித்தபோது இவை அவனுக்குக் கிட்டின. அளப்பரிய வலிவும் வனப்பும் கொண்ட இயற்கையானது கண் தெரியாத சிறுவனுக்கு முற்றிலும் எட்டாததாய் இருந்துவிடவில்லை. ஆற்றின்மீது கவிந்துநின்ற உயரமான குன்றுக்கு அவனை ஒரு நாள் அழைத்துச் சென்றனர். கீழே பாதாளத் தொலைவில் தண்ணீர் மோதுவதன் மந்த ஓசையைக் கேட்டு முற்றிலும் புதுவகை முகபாவத்தோடு அங்கே அவன் நின்றான். பிறகு காலுக்கு அடியிலிருந்து உருண்டோடிப் பாறையில் சரிந்து கீழே விழும் கூழாங்கற்களின் ஒலி, அவனை நெஞ்சு பதைக்க வைத்து தாயின் ஆடையைப் பற்றிக்கொள்ளும்படி செய்தது. அதுமுதல் அவன் எப்பொழுதும் ஆழத்தைப் பாறையின் அடியில் நீர் தளதளப்பதுடனும், கூழாங்கற்களின் திகில் மிக்கச் சரிவுடனும் இணைத்தே மனத்துள் கற்பனை செய்து கொண்டான்.

பாட்டொலி மெள்ளக் குறைந்து ஒன்றுமில்லாததாய்த் தேய்வதே அவனுக்குத் தொலைவைக் குறிப்பதாயிற்று. வசந்த பருவ இடி விண்ணிலே உறுமி உருண்டு விசும்பு அனைத்திலும் தனது உறுமலை நிரப்பி, பிறகு கடைசியாக ஒரு முறை கொடுங் கோபத்துடன் கர்ஜித்துவிட்டு மறையும் தருணங்களில், கண் தெரியாத சிறுவன் பயபக்தியோடு காது கொடுத்துக் கேட்டு விட்டு மலைத்துப்போய் நிற்பான். அவன் இதயம் விம்மியெழும். தலைக்குமேல் உச்சியிலுள்ள வானத்தின் தனிப்பெருஞ் சிறப்பும் வீச்சும் குறித்து அவன் உள்ளத்தில் திகைப்புணர்வு தோன்றும்.

இவ்வாறு, புறவுலகு அவன் உணர்வை எட்டுவதற்கு ஒலிதான் பிரதான வழியாய்த் திகழ்ந்தது. உலகைப் பற்றிய அவனது எல்லாக் கருத்துக்களுமே, ஒலிவடிவில் அவன் மனத்தில் பதிந்தவற்றிலிருந்து உருவானவையே. பிற புலன்கள் மூலம் கிடைத்த பதிவுகள் ஒலி வடிவப் பதிவுகளைச் செழுமை செய்யும் துணைகளாகவே செயல்பட்டன.

சில சமயங்களில் பகற்பொழுது அதன் உச்ச வெப்ப நிலையை அடைந்து எல்லா ஓசைகளும் அடங்கிவிடும்போது, மனிதச் செயல்பாடுகள் நின்றுபோய், ஜீவ சக்தியின் ஓசையற்ற ஓயாத ஓட்டத்தைத் தவிர்த்து வேறு அசைவு எதுவும் நம் உணர்வுக்கு எட்டாததாகிவிடும் சந்தடியற்ற அலாதியான அமைதியில் இயற்கை மூழ்கிவிடும் அந்நேரத்தில், சில சந்தர்ப்பங்களில் ஒரு புது வகைச் சாயலால் கண் தெரியாத சிறுவனின் முகம் உருமாறி விடும். முழு முயற்சியையும் திரட்டி, அவனையன்றி வேறு யாராலும் கேட்டறிய முடியாத ஓசைகளை - புறத்தே நிலவும் ஆழ்ந்த அமைதியால் உசுப்பப் பட்டு அவன் அகத்திலிருந்து, உணர்வின் அடியாழங்களிலிருந்து மேல் மட்டத்துக்கு உயர்ந்து வரும் ஓசைகளை - அவன் மிக உன்னிப்பாய்க் காது கொடுத்துக் கேட்பது போலத் தோன்றுவான். இந்நேரங்களில் அவனுடைய முகத்தைக் கவனிப்போருக்கு, இன்னும் தெளிவான உருப்பெறாத மங்கலான ஏதோவொரு சிந்தனை அவன் இதயத்திலே இசை நாதமிடுவதாய் நினைக்கத் தோன்றும்.

2

அவனுக்கு இது ஐந்தாம் ஆண்டு. மெலிந்து நோஞ்சையாய் இருந்தான். வீட்டுக்குள் அறைகளில் எவ்விதத் தடுமாற்றமுமின்றி நடமாடினான், ஏன் ஓடியும் கூட வந்தான். அவன் சிறிதும் கலக்கமின்றித் திடமாய் நடப்பதை - திருப்பங்களில் கொஞ்சமும் தயங்காமலும், தனக்கு வேண்டியவற்றை எடுக்கையில் தட்டுத் தடங்கல் எதுவும் இல்லாமலும் நடப்பதை - பார்க்கும் அந்நியர் ஒருவர், அவன் கண் தெரியாதவன் என்று நினைக்கவே மாட்டார். பார்வை எங்கே நெடுந்தொலைவில் படிந்திருப்பது போன்ற தோற்றங்கொண்டு கனவிலே மிதக்கும் கண்களை யுடைய சிந்தனையில் ஆழ்ந்த அசாதாரணச் சிறுவன் என்பதாகவே நினைப்பார். ஆனால் வீட்டைவிட்டு வெளியே வந்ததும் அவனுடைய நிலை அவ்வளவு சுலபமாய் இல்லை. கையில் கம்பை வைத்துக் கொண்டு தப்படிக்குத் தப்படி தரையைத் தட்டிப் பார்த்தபடி நடந்தான். கையில் கம்பு இல்லாதபோது கைகளையும் முழங்கால்களையும் கொண்டு தவழ்ந்து, தன் பாதையில் தட்டுப்படும் ஒவ்வொன்றையும் விரல்களால் வேகமாய் ஆராய்ந்தபடி செல்வான்.

3

கோடையின் அமைதியான அந்திப்பொழுது. மக்சீம் மாமா வெளியே தோட்டத்தில் இருந்தார். குழந்தையின் தந்தை வழக்கம் போல் இன்னமும் எங்கோ தொலைவில் வயல் வெளியில் இருந்தார். யாவும் சலனமின்றி இருந்தன. கிராமம் உறக்கத்தில் அழுந்திக்கொண்டிருந்தது. வேலை யாட்களின் பேச்சு கூடத்தில் அடங்கி விட்டது. குழந்தையைப் படுக்கவைத்து அரைமணி நேரமாகி விட்டது.

அவன் தனது அறையில் இன்னமும் அரைத் தூக்கத்தில்தான் படுத்திருந்தான். கடந்த சில நாட்களாய் அமைதியான இந்த அந்திநேரம் அவன் மனத்துள் வினோதமான நினைவுகளை உசுப்பிவிட்டு வந்தது. இருட்டாகி வந்த வானத்தைப் பார்க்க முடியாதவன்தான். விண்மீன்கள் பதிந்த வெல்வெட்டின் பின்னணியில் கரிய வரையுரு காட்டி அசைந்தாடிய உச்சி மரக் கொம்புகளையோ, கிடங்குகள், கொட்டில்களின் பொசபொசப்பான கூரை முனைகளுக்கு அடியில் திரண்டு வந்த கருநிழல்களையோ, பூமியின் மீது படர்ந்து பரவிய நீலக் கருமையையோ, நிலாவும் விண்மீன்களும் வீசிய பளிச்சிடும் பொன்னொளியையோ பார்க்க முடியாதவன்தான். ஆயினும் மாயமான ஓர் இன்பத்தால் - காலையில் கண் விழித்ததும் அவனால் விவரிக்க இயலாத ஓர் இன்பத்தால் - சொக்குண்டவனாகவே அன்றாடம் அவன் கண்ணயர்ந்து தூங்கத் தொடங்கினான்.

உறக்கம் அவன் புலன்களை மயங்கச்செய்த ஒரு நேரத்தில் - சன்னலருகே புங்கமரங்களின் முணுமுணுப்பையோ, தொலைவில் கிராம நாய்கள் குரைப்பதையோ, ஆற்றுக்கு அக்கரையிலிருந்து கேட்கும் குயிலின் இசையையோ, புல்வெளியில் மேய்ந்த குதிரைக் குட்டியின் சின்னஞ்சிறு மணிகளின் துயரக் கிணுகிணுப்பையோ அவன் மனமறிந்து கேட்காத நேரத்தில் - தனித்தனி ஒலிகள் யாவும் தேய்ந்து மறைந்து விட்டது போலத் தோன்றிய நேரத்தில் - அவனுக்கு இந்த மாயமான இன்ப உணர்ச்சி தோன்றும். ஒரு புதிய மெல்லிய இசையில் இந்த ஒலிகள் யாவும் ஒன்று சேர்ந்து இப்பொழுது திரும்பவும் வந்து ஒலிப்பது போலவும், தன் அறையில் மிதந்து தன் இதயத்தில் தெளிவற்ற, ஆனால் மிகவும் இனிமையான கற்பனைகளைச் சொரிவது போலவும் தோன்றும். பொழுது புலர்ந்ததும் அவன் மிருதுவான இதமான மனநிலையில் கண்விழித்து ஆவலுடன் தன் தாயை விசாரிப்பான்:

“நேற்று இரவு வந்தது என்ன? அது என்ன?”

தாயால் அவனுக்குப் பதில் சொல்ல முடியாது. குழந்தை கனவு கண்டிருப்பான் என்று அவள் நினைத்தாள். தினசரி அந்தியில் அவள்தானே அவனைப் படுக்கவைத்துப் பக்தி சிரத்தையுடன் ஆசி கூறிவிட்டு, அவன் தூங்கி விட்டான் என்று தெரியும் வரை அருகே காத்திருப்பாள். வழக்கத்துக்கு மாறாய் எதுவும் நடைபெறுவதை அவள் காணவில்லை. ஆயினும் பொழுது விடிந்ததும் அவன் இரவில் தான் அனுபவித்த இனிமையான ஏதோ ஒன்றைப் பற்றித் திரும்பவும் பேசுவான்.

"இனிமையாய் இருந்தது! மிகமிக இனிமையாய் இருந்தது! அது என்ன, அம்மா?" என்று கேட்பான்.

ஆகவே இன்று அந்திப்பொழுதில் குழந்தையின் அறையில் தங்கியிருந்து இந்தப் புதிருக்கு விடை காண்பதென்று அவள் தீர்மானித்துக்கொண்டாள். சிறுவன் பியோத்தர் மூச்சுவிடும் சப்தத்தைக் கேட்டபடி ஓசையின்றி பின்னிக் கொண்டு படுக்கை அருகே அமர்ந்திருந்தாள். சீக்கிரத்தில் அவன் தூக்கத்தில் ஆழ்ந்து விட்டவனாய்த் தோன்றினான். ஆனால் திடீரென இருட்டில் இரகசியக் குரலில் அவளைக் கேட்டான்:

"அம்மா, நீ இங்கேதான் இருக்கிறாயா?"

"ஆமாம், பியோத்தர்."

"நீ போய்விடு. உன்னைப் பார்த்துப் பயப்படுகிறது, வரமாட்டேன் என்கிறது. நான் அனேகமாய்த் தூங்கி விட்டேன், இன்னும் அது வரவில்லையே."

அரைத் தூக்கத்தில் முணுமுணுக்கும் குரலில் சிறுவன் இவ்வாறு முறையிட்டது தாயின் உள்ளத்தில் ஒரு விபரீத உணர்ச்சியை உண்டாக்கிற்று. அவன் ஏதோ கண்கூடான ஒன்றைப் பற்றிச் சொல்வது போல அவ்வளவு திடநம்பிக்கையுடன் சொன்னான். இருந்தபோதிலும் அவள் எழுந்து படுக்கையின்மீது குனிந்து குழந்தையை முத்தமிட்டுவிட்டு சப்தமின்றி அறையிலிருந்து வெளியே சென்றாள். தோட்டத்தில் சுற்றிச்சென்று அவனுக்குத் தெரியாமல் அவனுடைய திறந்த சன்னலுக்கு வெளியே வந்து நின்று பார்க்கலாமென்று நினைத்தாள்.

வெளியே தோட்டத்தின் வழியே செல்லுகையில் திடீரென அவளுக்கு இந்தப் புதிருக்கு விடை கிடைத்தது. கிராமப்புறக் குழலின் இன்னிசை குதிரை லாயத்திலிருந்து மிதந்து வந்தது. ஜோடனை எதுவும் இல்லாத எளிமையான இசைநாதம் இரவின் மெல்லொலிகளுடன் இணைந்து இழைந்தது. தூக்கம் வருமுன் நிலவும் அந்த மாயா வினோதத் தருணத்தில் மிதந்து வந்த இந்த இசைதான் குழந்தைக்கு அத்தனை இனிமையான நினைவுகளை அளித்திருக்க வேண்டும் என்பதைக் கண்டாள்.

அந்த இன்னரும் உக்ரேனியப் பண்ணினால் மயங்கிய அவள் அதைக் கேட்டுக்கொண்டு சற்றுநேரம் அங்கேயே நின்றாள். பிறகு மனம் நிம்மதியடைந்தவளாய், மக்சீம் மாமாவிடம் சென்றாள்.

"இயோஹீம் எவ்வளவு நன்றாய் வாசித்தான்! வெளிப்பார்வைக்கு முரட்டு ஆளாய் இருந்தான், ஆனால் எவ்வளவு மென்மையான, நயமான உணர்வை வெளியிட்டான்!"

4

ஆம், இயோஹீம் நன்றாகத்தான் வாசித்தான். சிறிதும் பிறழாத நுட்பம் தேவைப்படும் பிடிலிலுங்கூட அவன் வல்ல வனாயிருந்தான். மது விடுதியில் ஞாயிறன்று "கோசாக்கு" நடனமாடுவதிலோ, ஆனந்தமான போலிஷ் "கிராக்கோ வியா"' நடனமாடுவதிலோ அவனுக்கு ஈடு யாருமில்லாத காலம் ஒன்று இருந்தது. உயரமான அவனுடைய ஆட்டுத்தோல் தொப்பி ஒய்யாரமாய்ச் சாய்ந்திருக்க, சுத்தமாய்ச் சவரம் செய்யப்பட்ட முகவாய்க்கு அடியில் அவனுடைய பிடிலை வைத்து அழுத்திக்கொண்டு அங்கே மூலையில் பலகையில் உட்கார்ந்திருப்பான். மீட்டப் பெற்றுத் தயாராய்க் காத்துக் கொண்டிருக்கும் நரம்புகளின் மேல் அவன் தனது வில்லை வைத்து வாசிக்கத் தொடங்கியதும், மதுவிடுதியில் பலராலும் சும்மாயிருக்க முடியாது. இயோஹீமுக்குப் பக்கவாத்தியம் வாசித்த வயது முதிர்ந்த ஒற்றைக் கண் யூதருங்கூட அளவிலாப் பரபரப்படைந்து விடுவார். அவருடைய தோள்கள் துள்ளித் துடிக்கும்; கறுப்புக் கபாலக் குல்லாய் அணிந்த அவருடைய வழுக்கைத் தலை அசைந்தாடும்; களிக்கூத்துக்குரிய அந்த இசைக்கு ஒப்ப அவருடைய மெல்லிய உடல் அனைத்துமே அடித்தாளம் போடும்; அடிக்கட்டைச் சுருதியில் இசைத்த அவருடைய தடித்த தம்பூரா, மெல்லிய உச்ச ஸ்தாயியில் அதிவேகமாய்ப் பொழிந்த பிடிலுடன் இணைந்து இசைக்க முயன்று திண்டாடித் திக்குமுக்காடும். அவரே இப்படி என்றால், விறுவிறுப்பான நாட்டிய இசையின் தொடக்கநாதம் கேட்டதுமே கால்களை ஆட்டித் தட்டத் தொடங்கிவிடும் கிறிஸ்துவர்களைப் பற்றிச் சொல்லவும் வேண்டுமா?

ஆனால் இயோஹீம் பக்கத்துப் பண்ணையின் வேலைக்காரப் பெண் மரீயாவுக்கு மனத்தைப் பறி கொடுத்து விட்டான். இதுகாறும் அவன் இன்பத் துணையாய் இருந்த பிடில், இதன்பின் சில காலத்துக்கெல்லாம், அவனுக்குக் கவர்ச்சி அற்றதாகிவிட்டது. கல்மனம் கொண்ட மரீயாவின் இதயத்தை அவனுக்கு வென்றுதரத் தவறிவிட்டது அது. உக்ரேனிய லாயக்காரனின் மீசையையும் இசையையும்விட ஜெர்மன் ஏவலாளன் ஒருவனுடைய மழிக்கச் சிரைத்த முகவிலாசமே தனக்குப் பிடித்தமென அவள் முடிவு செய்து விட்டாள். மரீயா இவ்வாறு முடிவு செய்த நாள் முதலாய் இயோஹீமின் பிடில் இசை மதுவிடுதியிலோ, இளம் மக்களது மாலைக் கேளிக்கைகளிலோ ஒலிக்கவே இல்லை. ஒரு காலத்தில் அவன் உயிருக்கு உயிராய் இருந்த அந்த இசைக்கருவியை லாயத்துச் சுவரில் ஒரு மூலையில் மாட்டித் தொங்க விட்டான். ஈர நைப்பாலும் அவனுடைய பாராமுகத்தாலும் அதன் நரம்புகள் ஒவ்வொன்றாய் இற்றுத் தெறித்தபோதுகூட அவன் கவலைப்படவில்லை. பரிதாபமாய் அவை

எழுப்பிய பலத்த கணீரொலியைக் கேட்டு லாயத்தின் குதிரைகளுங்கூட அங்கலாய்ப்புடன் கனைத்துக் கழுத்தைத் திருப்பி அந்தப் பிடிலின் கல் நெஞ்சம் படைத்த உடைமையாளனை வெறிக்கப் பார்த்தன.

அந்தக் கிராமத்தின் வழியே சென்ற கர்ப்பாத்திய மலைவாசி ஒருவனிடம் இயோஹீம் தனக்கொரு புல்லாங்குழல் வாங்கிக் கொண்டான். குழலின் இனிய சோக நாதம் தனது கொடிய நிலைக்குப் பொருத்தமாக இருக்குமென்று, நிராகரிக்கப்பட்ட தன் நெஞ்சின் அவலத்தை நன்கு வெளியிடுவதாயிருக்குமென்று நினைத்தான் போலும். ஆனால் அந்த மலைப் பிரதேசக் குழல் அவனுக்குத் திருப்தியளிப்பதாய் இல்லை. வேறு குழல்களை வாங்கிப் பார்த்தான் - பத்துக்குக் குறையாமல் பலவற்றையும் வாசித்துப் பார்த்தான். செய்யக்கூடியது அனைத்தையும் செய்து பார்த்தான் - அவற்றைச் சுரண்டித் தேய்த்தான், சீவிக் குறுக்கினான், நீரில் ஊற வைத்து வெயிலில் காய வைத்தான், நாற்புறமிருந்தும் காற்று அவற்றின் மீது வீசும்படி தொங்க விட்டான். ஆனால் ஒன்றும் சரிப்பட்டு வரவில்லை. அவனுடைய உக்ரைனிய இதயத்தின் துயரை அந்த மலைப்பிரதேசக் குழல்களால் வெளியிட முடியவில்லை. உருக்கமாய் இசைக்கவேண்டிய தருணத்தில் அவை சீழ்க்கை யடித்தன. அவன் முனகச் செய்ய முயன்றபோது அவை கீச்சொலி எழுப்பின. இயோஹீமுடைய மனநிலைக்கு அவை சிறிதும் ஒத்துவரவில்லை. ஆகவே முடிவில் அவன் அடங்காத கோபங்கொண்டு ஒழுங்கான குழலைத் தயாரிக்கக்கூடிய மலைவாசி உலகில் ஒருவனுமில்லை என்று கடிந்து கொண்டான். ஒருவனுமில்லை. தனக்கு வேண்டிய குழலைத் தானே தன்கைகளால் செய்துகொள்வதைத் தவிர வேறு வழியில்லை.

சுளித்த முகத்தோடு நாட் கணக்காய் வெளிகளிலும் சதுப்புக்களிலும் அலைந்து திரிந்தான். நாணற்புதர் ஒவ்வொன்றிலும் நின்று கிளைகளை அலசி ஆராய்ந்தான். சிற்சில இடங்களில் இரண்டொரு கிளைகளை வெட்டியெடுத்தான். ஆனால் அவற்றில் எவையும் அவனுக்குத் திருப்திகரமாய் இல்லை. அவனுடைய முகச் சுளிப்பு குறையவே இல்லை, ஓயாமல் தொடர்ந்து தேடிச் சென்றான். இறுதியில் ஆற்றோரக் குட்டை ஒன்றை வந்தடைந்தான். வெண்ணிற அல்லி மலர்கள் அசங்காத படி மந்தகதியில் அங்கு நீர் ஓடிக்கொண்டிருந்தது. செழித்து மண்டியிருந்த நாணல்கள் சலனமற்றுக் கறுத்திருந்த ஆழங்களினுள் எட்டிப் பார்த்தபடி கனவுகளில் சொக்கி விட்டது போலக் கவிழ்ந்து நின்று, காற்று உள்ளே தலைகாட்டாதபடி தடுத்தன. நாணல்களைத் தள்ளிக் கொண்டு இயோஹீம் ஆற்றங்கரையை வந்தடைந்தான். சுற்றிலும் பார்த்தபடி சற்றுநேரம் நின்றான். தான் தேடி அலைந்ததை இங்கே காணலாம் என்பது திடீரென அவனுக்குத் தெரிந்தது - அது எப்படித் தெரிந்ததென்று கேட்டால் அவனால் பதில் சொல்ல முடிந்திருக்காது.

அவன் முகம் தெளிவடைந்து விட்டது. தனது வெட்டுக் கத்தியை வெளியே இழுத்தான். சலசலத்த புதர்களின் வரிசையை மேலும் கீழுமாய் உற்றுப் பார்த்துத் தனக்கு வேண்டியதைத் தீர்மானித்துக்கொண்டான். பிறகு செங்குத்துக் கரையின் விளிம்பிலே ஓங்கி வளர்ந்த மெல்லிய நாணலை நோக்கி நடந்தான். விரலால் அதைச் சுண்டிவிட்டு, நெகிழ்வும் மீட்டெழுச்சியும் வெளிக்காட்டி அது அசைந்தாடியதைக் கவனித்தான்; அதன் இலைகளின் முணுமுணுப்பைச் சற்றுநேரம் கேட்டான்; பிறகு மிக்க மகிழ்ச்சியுற்றவனாய்த் தலையைப் பின்புறம் சாய்த்துக் கொண்டான்.

“இதோ கிடைத்து விட்டது” என்று இன்பப் பூரிப்புடன் தன்னுள் கூறிக்கொண்டான். இதன் முன் அவன் வெட்டி வைத்திருந்த எல்லா நாணல்களும் பறந்து தண்ணீரில் போய் விழுந்தன.

குழல் அதியற்புதமானதாய் அமைந்துவிட்டது. முதலில் நாணல் தண்டைக் காய வைத்தான். பிறகு சூடேறிச் செக்கச் சிவந்த கம்பியால் அதன் நெஞ்சைச் சுட்டெரித்தான். அதன் உடலில் ஆறு வட்டத்துளைகள் எரித்துப் பதித்தான். ஏழாவதாய் ஒன்றை வெட்டிச் சாய்முக வாயை அமைத்தான். சாய்வான மெல்லிய இடுக்குள்ள மரக்கட்டையை ஒரு முனையில் வைத்துக் கெட்டியாய் அடைத்தான். வெயிலில் காய்ந்து காற்றில் குளிர்ந்து பதம் பெறும் பொருட்டு ஒரு முழு வாரத்துக்குக் குழலை வெளியே தொங்க விட்டிருந்தான். பிறகு அதை எடுத்துக் கவனமாய்க் கத்தியால் சீவி அழகுபடுத்தினான், கண்ணாடியால் வழவழப்பாக்கினான். முரட்டுக் கம்பளித் துணியால் நன்கு தேய்த்தான். தலைப்பகுதியை உருண்டையாக்கினான்; அடிப்பாதியில் பட்டைகள் அமைத்திட்டு இவற்றில் வளைந்த இரும்புத் துண்டுகளைக் கொண்டு பலவகையான பூவேலைப்பாடுகளைச் சுட்டமைத்தான். இவை யாவும் செய்தபின் வேகமாய் இரண்டொரு நாதங்களை எழுப்பிப்பார்த்தான் - வியந்து வாய்க்குள் போற்றியபடி தன் படுக்கைக்கு அருகே பாதுகாப்பான ஒரு மூலையில் அவசரமாய் அதை மறைத்து வைத்தான். அதன் சிறப்பைக் காண்பதற்கான முதலாவது சோதனைக்கு ஆட்டமும் பாட்டமும் மிக்க பகற்பொழுது ஏற்றதல்ல. அந்திப்பொழுது வந்ததும் லாயத்தில் அந்தக் குழலிலிருந்து இசையமுதம் பெருகியெழுந்தது - இதமான, நெஞ்சை அள்ளும், கனவுலக இசையின் வெள்ளம். இயோஹீம் மன நிறைவடைந்தான். அவன் உள்ளத்தின் ஓர் உறுப்பை அடைந்தது போல அந்தக் குழல் அவனுடைய உள்ளத்து உணர்ச்சிகளைப் பொழிந்தது. அதன் இசை அவனுடைய துயருறும் இதயத்திலிருந்து நேரே வெளிவருவது போலத் தோன்றியது. அவனுடைய சோகத்தின் ஒவ்வொரு முனையும், ஒவ்வொரு சாயலும் அந்த அற்புதக் குழலில் ஒலித்து, அமைதியாய்க் காது கொடுத்துக் கேட்டுக்கொண்டிருந்த அந்திப்பொழுதினுள் சுரம்சுரமாய்ப் பறந்து மிதந்து சென்றது.

5

இயோஹீம் இப்பொழுது அவனுடைய குழலின் மீது காதல் கொண்டு, தேனிலவு கொண்டாடிக் கொண்டிருந்தான். பகற் பொழுதில் பொழுதும்போக அவனுடைய வேலைகளைச் செய்தான் - குதிரைகளுக்குத் தண்ணீர் காட்டினான், வேண்டிய போது சேணமிட்டு அவற்றை வண்டியில் பூட்டினான், சீமாட்டி பொப்பேல்ஸ் காயாவுக்கோ மக்சீம் மாமாவுக்கோ வண்டி ஓட்டிச் சென்றான். எப்பொழுதாவது அவன் பார்வை கல்மனம் கொண்ட மரீயா வசித்து வந்த பக்கத்துக்குக் கிராமத்தின் திசையில் திரும்புகையில் கடுந்துயர் அவன் நெஞ்சை அழுத்தும். ஆனால் அந்திப்பொழுது வந்ததும் உலகையே அவன் மறந்து விடுவான். மரீயாவின் கரிய புருவங்களுடைய நினைவுங்கூட அவன் நெஞ்சைப் பிளக்கும் மெய்யுருவை எப்படியோ இழந்து மங்கலாகி விடும்; அற்புதமான அந்தப் புதிய குழலின் இசைக்குச் சோகம் தோய்ந்த கனவுலகச் சாயலை அளித்திடும் அளவுக்கே அவன் பார்வையில் படுவதாகித் தெளிவற்ற ஆவிபோல மிதந்து கொண்டிருக்கும்.

இவ்வாறு ஒருநாள் அந்திவேளையில் இயோஹீம் இசையின் இன்ப மயக்கத்தில் மெய்மறந்து லாயத்தில் தன் படுக்கையிலே படுத்தபடி உள்ளம் உருக மெய்சிலிர்க்கும் இசையமுதம் பொழிந்து கொண்டிருந்தான். இரக்கமற்ற அந்த அழகியை அறவே மறந்து விட்டான் - தன்னையுங் கூட அனேகமாய் மறந்து விட்டான். அப்படி இருந்தவன் திடீரென துணுக்குற்று வெடுக்கென எழுந்து உட்கார்ந்தான். இசை அதன் இனிமையின் உச்சநிலையை வந்தடைந்த தருணத்தில் பிஞ்சுக்கரம் ஒன்று மிருதுவாய், மிக வேகமாய் அவன் முகத்தை வருடிவிட்டு, அவன் கைகளைத் தடவிச் சென்று குழலைத் தொட்டது. குழலை அடைந்ததும் அங்கேயே நின்று ஆவலுடன் அவசரமாய் விரல்களால் அதைத் தடவிப் பார்த்தது. இயோஹீமின் பக்கத்தில் உயிருள்ள ஏதோ ஒன்று இருந்தது. பரபரப்பாய் வேகமாய் மூச்சுவிடும் சப்தம் அவன் காதில் விழுந்தது.

“பகவானே, என்னைக் காப்பாற்று!” என்று திணறியவாறு கூவினான் - பேய் பிசாசுகளை ஓட்டுவதற்கு வழக்கமாய் உபயோகிக்கப்பட்ட மந்திர உரை அது. நிச்சயப்படுத்திக் கொள்வதற்காக, “தெய்வமா? சைத்தானா?” என்று கடுமையான குரலில் கேட்டான்.

ஆனால் லாயத்தின் திறந்த கதவு வழியே பளிச்சிட்ட நிலவொளி அவன் நினைத்தது தவறு என்பதைப் புலப்படுத்திற்று. கரடுமுரடான

படுக்கையின் ஓரத்தில் தனது சின்னஞ்சிறு கைகளை ஆவலுடன் நீட்டியபடி பண்ணை வீட்டின் கண் தெரியாத சிறுவன் நின்று கொண்டிருந்தான்.

இதன்பின் ஒரு மணி நேரம் கழிந்திருக்கும். சிறுவன் பியோத்தர் நன்றாய்த் தூங்குகிறானா என்று பார்ப்பதற்காகத் தாய் சப்தமின்றி நுனி விரல்களால் நடந்து குழந்தை அறைக்குள் சென்றாள். அவன் படுக்கை காலியாய் இருந்தது. கணப்பொழுதுக்கு அவள் பயந்து நடுங்கிப்போய் விட்டாள். ஆனால் மறுகணமே, சிறுவன் எங்கே போயிருப்பான் என்பதை ஊகித்துக்கொண்டு விட்டாள். மூச்சு விடுவதற்காகக் குழலைக் கீழே வைத்த இயோஹீம், லாயத்தின் கதவருகே "பண்ணை வீட்டுச் சீமாட்டி" நிற்பதைக் கண்டு கலக்கமுற்று விட்டான். அவனுடைய இசையைக் கேட்டுக்கொண்டு தன் சிறுவனையும் கவனித்தபடி அங்கே அவள் கடந்த சிறிது நேரமாய் நின்றிருக்க வேண்டும். அவளுடைய சிறுவன் பெரிய ஆட்டுத்தோல் ஜாக்கெட்டைப் போர்த்திக்கொண்டு இயோஹீமின் படுக்கையிலே உட்கார்ந்து, இடையில் நின்றுவிட்ட இசைக்காக ஆவலுடன் காத்திருந்தான்.

6

அதுமுதல் தினமும் அந்திப்பொழுதில் பியோத்தர் லாயத்துக்குப் போய்விடுவான். பகற்பொழுதில் இயோஹீமை வாசிக்கச் சொல்ல வேண்டுமென்ற எண்ணம் அவனுக்கு உதிக்கவே இல்லை. பகல் நேரத்தின் இரைச்சலுக்கும் சந்தடிக்கும் மனத்துக்கு இனிய இந்த இசையமுதம் ஒத்து வராதென்பதாகவே அவன் கருதியிருக்க வேண்டும். ஆனால் அந்திப்பொழுது நெருங்கியதும் குழந்தை இருப்புக் கொள்ளாமல் அடங்காத பரபரப்புற்று விடுவான். தேநீரும் பிறகு இரவு உண்டியும் அவன் ஆவலுடன் காத்திருந்த நேரம் நெருங்கி விட்டதன் அறிகுறிகள் என்னும் அளவுக்கே அவனுக்கு முக்கியத்துவம் உடையவையாய் இருந்தன. குழந்தையை இவ்வளவு பலமாய் கவர்த்திழுத்த இந்த மோகத்தின்பால் தாய்க்குக் காரணமில்லாத, உணர்ச்சிவயப்பட்ட அருவருப்பு ஏற்பட்டது. ஆயினும் படுக்கப் போகுமுன் லாயத்துக்குச் சென்று இயோஹீமின் இசையைக் கேட்டு அந்திப்பொழுதைக் கழிக்கும் இந்த இன்பம் தன் செல்வனுக்குக் கிடைக்காதபடி தடுக்க அவளுக்கு மனம் வரவில்லை. அந்தி நேரம்தான் குழந்தை அளவிலா இன்பமடைந்த நேரமாயிருந்தது. அந்திப் பொழுதின் இனிய அனுபவங்கள் மறுநாள் முழுதும் அவனை விட்டு விலகாது ஆனந்தமளித்ததைக் கண்டு பொறாமையால் தாயின் உள்ளம் குமுறியது. அவளுடைய சீராட்டுகளிலுங்கூட அவன் முன்புபோல அவ்வளவு முழுமையான ஊக்கம் காட்டவில்லை. அவளுடைய கரங்களின் அரவணைப்பில் மகிழும் நேரத்திலுங்கூட அவன் இயோஹீமுடைய இசையைப் பற்றித்தான் சிந்தித்துக்கொண்டிருந்தான் என்பதைக் கனவில் மிதந்த அவனுடைய பார்வை புலப்படுத்திற்று.

இசையில் தனக்கிருந்த தேர்ச்சியை அப்பொழுது அவள் நினைத்துக்கொண்டாள். கீவில் சீமாட்டி ரதேத்ஸ்காயா நடத்திய போர்டிங் பள்ளியில் அவள் படித்து முடித்து அப்படி ஒன்றும் அதிக ஆண்டுகளாகி விடவில்லை. அங்கே ஏனைய “கவின் கலைகளுடன் கூட பியானோ வாசிக்கவும் அவள் கற்றிருந்தாள். மெய்தான், அந்த நினைவு அவ்வளவு இனியதாய் இல்லை. ஏனெனில் பிராலின் கிளாப்ஸ் என்ற இசை ஆசிரியையும் அந்த நினைவும் அவள் கண் முன்னே தெரியச்செய்தது. அந்த ஆசிரியை மணமாகாத ஜெர்மானிய முதுகன்னி. படுமோசமாய் மெலிந்தும், படுமோசமாய் நயமற்றும் - யாவற்றுக்கும் மேலாய் - படுமோசமாய் முசுடாகவும் இருந்தவர். கோபக்காரியான இந்த அம்மாள் தனது மாணவிகளுடைய விரல்களை

“ஒடித்து” அவற்றை நெகிழ்வுபெறச் செய்வதில் கைதேர்ந்தவராகவும், இசையின் கற்பனையில் அந்தப் பெண்களுக்கு இருந்திருக்கக்கூடிய உணர்வினைக் கொலை செய்வதில் அபாரத்திறன் படைத்தவராகவும் விளங்கியவர். இந்த உணர்வு சாதாரணமாகவே மிகவும் கூச்சமுடையது; பிராலின் கிளாப்ஸின் போதனை முறைகள் வேண்டாம், பக்கத்திலே அவர் நின்றாலே போதும், அது அரண்டு ஓடிப் போய்விடும். ஆகவே பள்ளிப் படிப்பு முடிந்தபின் யுவதி ஆன்னா யத்சேங்கோவுக்குத் தொடர்ந்து பியானோ வாசிக்க வேண்டுமென்று ஆர்வம் கிஞ்சிற்றும் இல்லாமல் போய் விட்டது. மணமான பிறகும் இதில் மாற்றம் ஏற்படவில்லை. ஆனால் இப்பொழுது இந்த சர்வசாதாரணமான உக்ரேனியக் குடியானவன் அவனுடைய குழலிலிருந்து தருவித்த இசையைக் கேட்டபோது, மேலும் மேலும் அதிகமாகி வந்த பொறாமையுடன் கூடவே ஒரு புதிய உணர்வு - உயிர்த் துடிப்புடைய இசையுணர்வு - அவள் இதயத்திலே ஊற்றெடுக்கத் தொடங்கிற்று. அந்த ஜெர்மானிய முதுகன்னியின் நினைவு கொஞ்சம் கொஞ்சமாய் மங்கி மறையலாயிற்று. முடிவில் சீமாட்டி பொப்பேல்ஸ் காயா தனக்கு ஒரு பியானோ வாங்கும்படி தன் கணவனைக் கேட்டுக் கொண்டாள்.

“அதற்கென்ன, வாங்கிவிடுவோ”” என்று கணவர்களுக் கெல்லாம் ஓர் உதாரணமான அவர் பதிலளித்தார். “சங்கீதம் உனக்கு அவ்வளவாய்ப் பிடிக்காது என்றல்லவா நினைத்திருந்தேன்” என்று அவர் கூறிக் கொண்டார்.

அன்றைய தினமே “ஆர்டர்” அனுப்பப்பட்டது. ஆனால் பியானோவை வாங்கி நகரிலிருந்து எடுத்து வருவதற்குக் குறைந்தது இரண்டு மூன்று வாரங்களாவது ஆகும்.

இதற்கிடையில் குழலின் மெல்லோசை தினமும் அந்தியில் தவறாமல் அழைப்பு அனுப்பி வந்தது. சிறுவன் அனுமதி கேட்பதற்குக்கூட நேரமில்லாமல் லாயத்துக்கு ஓடி விடுவான்.

லாயத்தில் குதிரைகளின் வீச்சமும், புதிய வைக்கோலின் நெடியும், தோல் சேணங்களின் கந்தமும் மூக்கைத் துளைத்தன. குதிரைகள் நிம்மதியாய் வாயை மென்றபடி நிற்கும், இடையிடையே தமது தொட்டிகளிலுள்ள வைக்கோலை இழுத்துச் சலசலக்கச் செய்யும். குழல் கணப்பொழுதுக்கு ஓய்ந்ததும் தோட்டத்தில் புங்க மரங்களின் முணுமுணுப்பு அந்தி நேர நிசப்தத்தில் தெளிவாய்க் காதில் விழும். பியோத்தர் இசையமுதைப் பருகிய வண்ணம் மந்திரத்தால் கட்டுண்டவன் மாதிரி ஆடாமல் அசையாமல் உட்கார்ந்திருப்பான்.

இடையில் குறிக்கிடவே மாட்டான். ஆனால் இசை இரண்டொரு நிமிடத்துக்குமேல் நின்றுவிட்டால் அவன் வயப்பட்டுக் கேட்டுக்கொண்டிருக்கும் நிலையிலிருந்து விழித்து ஆவல் மிக்க வினோத பரபரப்பு அடைவான். கைகளை நீட்டிக் குழலைப் பெற்று நடுங்கும் விரல்களால் பிடித்து அதை உதடுகளில் வைத்து அழுத்துவான். ஆனால் ஆவல் மேலிட்டு மூச்சு வாங்கத் தொடங்கிவிடும். ஆதலால், ஆரம்பத்தில் அரை குறையான உச்சகட்டைச் சுரங்களை மட்டுமே அவனால் ஒலித்திட முடிந்தது. பிற்பாடு சிறிது சிறிதாய் அந்த எளிய இசைக் கருவியை வாசிக்கத் தெரிந்து கொண்டான். இயோஹீம் அவனுடைய விரல்களைச் சரியான இடங்களில் வைத்து வெவ்வேறு நாதத்தையும் எப்படி உண்டாக்குவதென்று காட்டினான். பையனின் சிறு கைக்குத் துளை வரிசை பூராவும் எட்டவில்லை என்றாலும், விரைவில் எல்லா சுரங்களது இருப்பிடங்களையும் தெரிந்து கொண்டுவிட்டான். ஒவ்வொரு சுரமும் அவனுக்கு அதற்குரிய சொந்த முகபாவமும் தனிப்பட்ட சொந்த இயல்பும் பெற்றிருந்தது. அது எந்தத் துளையினுள் வசித்தது. அதை எப்படி வெளிவரச் செய்யலாம் என்பது இப்பொழுது அவனுக்குத் தெரிந்துவிட்டது. இயோஹீம் எளிய பண் ஒன்றை வாசிக்கையில் அடிக்கடி சிறுவனின் விரல்களும் அவன் ஆசிரியனுடைய விரல்களுடைய அசைவுக்கு இசைவாய் அசையும். எல்லாச் சுரங்களையும் அவற்றின் வரிசையையும் இருப்பிடங்களையும் அவன் தெளிவாய் உணர்ந்து கொண்டுவிட்டான்.

7

மூன்று வாரங்கள் கழிந்தன. முடிவில் பியானோ வந்து சேர்ந்தது. இந்த இரைச்சலையும் சந்தடியையும் உற்றுக் கேட்டவாறு பியோத்தர் முற்றத்தில் நின்று கொண்டிருந்தான். "இறக்குமதி செய்யப்பட்ட இந்த வாத்திய" மிகப் பளுவானதாகவே இருக்கவேண்டும். ஏனெனில் ஆட்கள் அதைத் தூக்க முற்பட்ட போது வண்டி கிரீச்சிட்டது. அந்த ஆட்களுங்கூட முக்கி முனகினர், அவர்களுடைய மூச்சு சிரமப்பட்டு வெளி வந்து ஒலித்தது. பலமாய் கால்கள் ஊன்றி அடிமேல் அடி வைத்து அவர்கள் இப்பொழுது வீட்டை நோக்கி நகர்ந்தனர். அவர்கள் ஒவ்வொரு அடி எடுத்து வைக்கையிலும் அவர்களுக்கு மேல் ஏதோ ஒன்று விசித்திரமாய்க் கணகணத்து முனகி மணி நாதம் எழுப்பிற்று. பிறகு இந்த வினோத "வாத்தியத்தை" அவர்கள் முன்னறையில் இறக்கி வைத்தனர். திரும்பவும் அது - கடுங்கோபங்கொண்டும் யாரையோ மிரட்டுவது போல - அடித்தொண்டையால் கணகணத்தது.

இவையெல்லாம் சேர்ந்து குழந்தையின் மனத்தில் அச்சத்துக்கு ஒப்பான ஓர் உணர்ச்சியையே உண்டாக்கின. புதிதாக வந்த இசைப்பெட்டியிடம் அவனுக்கு நேசவுணர்வு ஏற்படச் செய்யவில்லை. அது உயிரற்றதே என்றாலும் இனிய சுபாவ முடையதாய்த் தெரியவில்லை. அவன் தோட்டத்தை நோக்கி விலகிச் சென்றுவிட்டான். அங்கிருந்து அவன் காதுக்கு ஆட்கள் அதை முன்னறையில் தக்க இடத்தில் நகர்த்தி வைத்தது எட்ட வில்லை. நகரிலிருந்து தருவிக்கப்பட்ட சுருதி செப்பனிடுபவர் கட்டைகளை அழுத்திப் பார்த்து கம்பிகளை ஒழுங்கு செய்ததும் அவன் காதில் விழவில்லை. எல்லா வேலைகளும் முடிவுற்ற பிறகே தாய் அவனை உள்ளே வரும்படி கூப்பிட்டு அனுப்பி னாள்.

எளிய கிராமப்புறத்துக் குழலின்மீது வெற்றி கொண்டாட இப்பொழுது ஆன்னா மிகையிலொவ்னா தயாராயிருந்தாள். அவளுடைய பியானோ வியன்னாவிலிருந்து தருவிக்கப் பட்டது. புகழ் வாய்ந்த வல்லுநர் ஒருவரால் தயாரிக்கப்பட்டது. இனி பியோத்தர் லாயத்துக்கு ஓடுவதை நிச்சயம் விட்டொழித்து விடுவான். அவனுடைய இன்பப் பூரிப்புகளுக்கு எல்லாம் திரும்பவும் அவன் தாயே ஆதார மையமாகிவிடுவாள். அவன் தயங்கியவாறு மக்சீம் மாமாவுடன்கூட அறைக்குள் வந்ததைக் கண்களில் மகிழ்ச்சிப் புன்னகை தவழ கண்ணுற்றாள். புளகாங்கிதத்துடன் இயோஹீம் பக்கமும் திரும்பிப் பார்த்துக்கொண்டாள். "அந்நிய வாத்தியத்தைத்" தானும் வந்து கேட்க அனுமதி பெற்றுக்கொண்ட

இயோஹீம் கூச்சமடைந்தவனாய்க் கண்களைத் தரையில் கவிழ்த்து முன் முடிகள் சரிந்து தொங்க வாயிற்படியருகே நின்று கொண்டிருந்தான். மக்சீமும் குழந்தையும் வசதியாய் அமர்ந்து கொண்டு கேட்பதற்குத் தயாரானதும் அவள் பியானோக் கட்டைகள் மேல் திடுமெனக் கைகளைக் கொண்டுவந்து வைத்து அழுத்தினாள்.

சீமாட்டி ரதேத்ஸ்காயாவின் போர்டிங் பள்ளியில் பிராலின் கிளாப்ஸின் மேற்பார்வையில் அவள் திறம்படக் கற்றுத் தேர்ச்சி பெற்றிருந்த இசைப் படைப்பு அது. பேரொலி எழுப்பிய மிகவும் சிக்கலான கோவை. வாசிப்பவரின் விரல்கள் மிகுந்த நெகிழ்வு கொண்டிருந்தாலன்றி வாசிக்க முடியாதது. பள்ளிப் படிப்பு முடியுமுன் நடைபெற்ற பொதுத்தேர்வில் இந்தக் கடினமான இசைப் படைப்பைச் சிறப்பாய் வாசித்துக் காட்டி ஆன்னா மிகையிலொவ்னா தனக்கும் - இன்னும் முக்கியமாய்த் தனது ஆசிரியைக்கும் - பெயரும் புகழும் கிடைக்கச் செய்தாள். யாராலும் நிச்சமாய்க் கூற முடிய வில்லை என்றாலும், சாதுவான சீமான் பொப்பேல்ஸ்கியை அவள் வசப்படுத்தியது இந்த இசைக் கோவை வாசிப்பதற்கு வேண்டியிருந்த அந்தப் பதினைந்து நிமிடங்களில்தான் நடந்தேறியதென நினைத்தவர்கள் பலரும் இருந்தனர். இன்று வேறொரு விதமான வெற்றி பெறலாமென்ற நம்பிக்கையுடன் இதை அவள் வாசித்தாள் - குடியானவனது குழலின்பால் ஏற்பட்ட மோகத்தால் தன்னிடமிருந்து திசை திருப்பப்பட்ட தன் பிள்ளையின் இதயத்தில் தனக்குரிய பழைய நிலையைத் திரும்பவும் பெற வேண்டுமென்று இதை அவள் வாசித்தாள்.

ஆனால் இம்முறை அவளுடைய எண்ணம் ஈடேறவில்லை. அந்தப் பியானோ வியன்னாவிலிருந்து வந்ததுதான், ஆயினும் அதனால் உக்ரேனிய நாணல் துண்டுடன் போட்டி போட முடியவில்லை. விலை உயர்ந்த மரம், மிகச் சிறந்த நரம்புகள், அதன் வியன்னா தயாரிப்பாளரின் அரும்பெரும் கைத்திறன், அதன் நாத வகைகளின் விரிவான வீச்சு ஆகிய பெரிய அனுகூலங்கள் பலவற்றையும் அது பெற்றிருந்தது மெய்தான். ஆனால் அந்த உக்ரேனியக் குழலுக்கும் சிறப்புகள் இல்லாமல் போய்விடவில்லை: அது தனது சொந்த தாயகத்திலே, சொந்த உக்ரேனியக் கிராமப்புறச் சூழலில் இருந்தது.

இயோஹீம் தன் கத்தியால் நறுக்கிச் சூடேறிப் பழுத்த கம்பியால் அதன் நெஞ்சைச் சுட்டெரிக்கும் வரை, பியோத்தர் நன்கறிந்து நேசித்துவந்த சிறு ஆற்றின் கரையிலே ஆடியசைந்து நின்ற நாணல் அது. உயர் கரையிலே நின்ற அது உக்ரேனியக் குழலூதியின் கூர்மையான கண்களில் படும் அந்நாள் வரையில் அச்சிறுவனைப் போல அதே உக்ரேனிய வெயிலால் கதகதப்பூட்டப்பெற்று அதே உக்ரேனிய காற்றினால்

குளிர்ச்சியாக்கப்பட்டு வந்தது. அந்நிய இசைக் கருவியால் இந்தச் சாதாரண கிராமப்புறத்துக் குழலை வெற்றிகொள்ளுவது மேலும் கடுமையாகியதற்கு மற்றொரு காரணமும் உண்டு: கண் தெரியாச் சிறுவன் தூக்கத்தில் அமிழ்ந்து கொண்டிருந்த அமைதியான நேரத்தில், அந்திப்பொழுது இரகசியக் குரலில் கூறிய விந்தைமிகு மர்மங்களுக்கும் புங்க மரங்களுடைய தூக்க மயக்கங்கொண்ட முணுமுணுப்புகளுக்கும் இடையே, உக்ரேனிய இயற்கை அனைத்தையும் பக்க வாத்தியமாகக் கொண்டு அந்தக் குழல் முதன்முதலாய் அவனுக்குப் பாட்டி சைத்து மகிழ்வித்திருந்தது.

மற்றும் சீமாட்டி பொப்பேல்ஸ்காயாவால் இயோஹீமை எதிர்த்து நிற்பதும் சாத்தியமான காரியமாய் இல்லை. அவனுடைய விரல்களைக் காட்டிலும் அவளுடைய மெல்லிய விரல்கள் வேகமும் நெகிழ்வும் பெற்றிருந்ததும், அவள் வாசித்த இசை அதிக அளவு நேர்த்தியும் வனப்புமுடையதாய் இருந்ததும் மெய்தான். பிராலின் கிளாப்ஸ் கடினமான பியானோ வாத்தியத்தில் தன் மாணவியைத் தக்கபடி தேர்ச்சி பெறச் செய்வதற்கு அரும் பாடுபட்டிருந்ததும் உண்மையே. ஆனால் இயோஹீமிடம் இயற்கையான இசை உணர்வு இருந்தது. அவன் காதல் கொண்டு சோகமுற்றிருந்தான்; இந்தக் காதலிலும் சோகத்திலும் இதயத்துக்கு ஆறுதலை நாடி இயற்கையை அணுகினான். அவனுடைய எளிய பண்புகள் யாவும் - வனங்களின் முனகல், புல் மண்டிய ஸ்டெப்பி வெளிகளின் இதமான முணுமுணுப்பு, மற்றும் அவன் சிறு குழந்தையாய் இருக்கையில் தொட்டிலில் இட்டு ஆட்டியபடி அவனுக்குப் பாடப்பட்ட உயிரினும் இனிய தொன்னெடுங் காலத்தியப் பாடல்கள் ஆகிய இவை யாவும் - இயற்கை அவனுக்குக் கற்றுத் தந்தவை.

ஆம், சுலபமல்ல, இந்த சர்வ சாதாரண உக்ரேனிய குழலை வியன்னா பியானோ வெற்றி கொள்வது அவ்வளவு சுலபமல்ல. ஒரு நிமிடம் கூட ஆகியிருக்காது, அதற்குள் மக்சீம் மாமா அவருடைய கவைக்கோலால் பலமாய்த் தரையில் தட்டினார். உடனே திரும்பிப் பார்த்த ஆன்னா மிகையிலொவ்னா, முன்பு வசந்த பருவத்தில் முதன்முதலாய் அவர்கள் வெளியே சென்றிருந்த மறக்கமுடியாத அந்நாளன்று அவன் புல்தரையிலே மல்லாந்து விழுந்தபோது அவன் முகத்திலே படிந்திருந்த அதே தோற்றம் தன் மகனது வெளிறிய முகத்தில் படிந்திருக்கக் கண்டாள்.

இயோஹீம் பரிதாபத்தோடு குழந்தையைப் பார்த்தான். பிறகு அந்த "ஜெர்மன் வாத்தியத்தை" ஏளனமாய்த் திரும்பிப் பார்த்தபடி வீட்டைவிட்டு வெளியே நடந்தான் - அவனுடைய தடித்த பூட்சுக் கால்கள் தரையின் குறுக்கே தடதடத்துச் சப்தம் எழுப்பிச் சென்றன.

8

பாவம், தாய் இத்தோல்வியால் கண்ணீர் வடிக்க வேண்டியதாயிற்று - அவமானம் தாங்காது கண்ணீர் வடித்தாள். "மதிப்புக்குரிய சீமாட்டி" பொப்பேல்ஸ்காயா - "சமுதாயத்தின் உச்ச நிலைக்கு உரியோர்" அன்று இடி முழக்கமிட்டுப் பாராட்டிய அவள் - இப்படிக் கொடுமையான முறையில் தோற்கடிக்கப் பட்டுவிட்டாளே! அதுவும், கேவலம் லாயக்காரன் இயோஹீமால், அவனுடைய அசட்டுக் குழலால் தோற்கடிக்கப்பட்டு விட்டாளே! அவளுடைய துரதிருஷ்ட இசை முயற்சிக்குப்பின் அவனுடைய கண்களில் அவள் ஒளிரக் கண்ட ஏளனத்தை நினைத்ததும் கொதிப்புற்று இரத்தம் அவளுடைய முகத்துக்குக் கிளர்ந்தெழுந்தது. அந்தக் "கேவலக் குடியானவன்" மீது அவளுக்கு அடங்காத வெறுப்பு உண்டாயிற்று.

இருந்தாலும், தினமும் அந்தியில் அவளுடைய சிறுவன் லாயத்துக்கு ஓடியதும், அவள் தனது சன்னலைத் திறந்து வைத்துக்கொண்டு காது கொடுத்துக் கேட்டபடி நிற்பாள். ஆரம்பத்தில் அருவெறுப்போடும் கோபத்தோடும்தான் கேட்க முற்பட்டாள்; இந்த "அசட்டுக் குழல் ஊதலின்" நகைக்கத் தக்க கூறுகளைக் கேட்கலாம் என்றுதான் முற்பட்டாள். ஆனால் படிப்படியாக - இந்நிலை எப்படி ஏற்பட்டதென்று அவளுக்கே தெரியாது - இந்த அசட்டுக் குழலோசை அவளுடைய கவனத்தைக் கவரத் தொடங்கிவிட்டது. வருத்தம் தோய்ந்த அந்தக் கனவுலக இசையை அவள் மிக ஆவலாய்க் கேட்டுக்கொண்டிருந்தாள். சில நேரங்களில் அவள் தன் நிலையை உணர்ந்ததும், இந்த இசையின் கவர்ச்சிக்குக் காரணம் என்ன, அதன் மயக்கு சக்தியின் இரகசியம் என்ன என்று வியந்துகொள்வாள். நாளடைவில் அவளுக்குத் தன் கேள்விக்கு விடை தெரியலாயிற்று. கோடைகால மாலைகளின் நீல ஒளிதான், அந்திப் பொழுதின் கலங்கிய நிழல்கள்தான், பாட்டுக்கும் இயற்கைச் சூழலுக்கும் இடையிலுள்ள வியக்கத் தக்க இசைவுதான் இந்த இசைக்கு இத்தனை கவர்ச்சி அளிக்கிறதென்பதைக் கண்டாள்.

ஆம், இந்த இசைக்கு அதற்கே உரிய தனிச்சிறப்பு இருக்கிறது - இப்பொழுது முற்றிலும் ஆட்கொள்ளப்பட்டுவிட்ட அவள் இவ்வாறு சிந்திக்கலானாள். அதனிடத்தே மெய்யான உணர்ச்சி ஆழமும்... குருட்டுப் பாடமாய்ச் சாதகம் செய்து கொண்டுவிட முடியாத கவிதை நயமும் கவர்ச்சியும் இருப்பதை உணர்ந்தாள்.

உண்மை, முற்றிலும் உண்மை. மறைந்தொழிந்துவிட்ட இறந்தகாலத்தை அதன் சாட்சியமான இயற்கையுடன் - மறையாது என்றும் நிலைத்திருந்து மனிதனது இதயத்துக்கு ஓயாது பண்ணிசைக்கும் இயற்கையுடன் - இணைத்திடும் அதியற்புதப் பிணைப்பில்தான் இந்தக் கவிதை நயத்தின் இரகசியம் அடங்கியுள்ளது. இந்த வியத்தகு இசைவை, இயற்கையின்பாலான இந்த மெய்யுணர்வைத் தடித்த பூட்சுகள் அணிந்து கரடுமுரடான கரங்களையுடைய நாட்டுப் புறத்துக் குடியானவனான இயோஹீம் தன் இதயத்திலே கொண்டுள்ளான்.

சீமாட்டி பொப்பேல்ஸ்காயாவின் 'உயர்குலக் கர்வ" அவள் மனத்துள் இந்த குதிரை லாயக்காரனான 'குடியானவன்' முன்னிலையில் அகற்றப்பெற்றுவிட்டது. அவனுடைய மட்டரக உடுப்புகளையும் அவனைச் சுற்றிச் சூழ்ந்துகொண்டிருந்த தாரின் வீச்சத்தையும் அவள் மறந்துவிடுவாள். உள்ளம் உருகும் அவன் இசையினிடையே அவள் அவனுடைய அன்பு கனிந்த முகத்தையும் இதமான சாம்பல் நிறக் கண்களையும் கவிந்த மீசைக்கடியிலிருந்து அரைகுறையாய்த் தெரிந்த புன்சிரிப்பின் கூச்சம் வாய்ந்த அதன் இன்சுவையையும் மட்டுமே நினைவில் வைத்திருப்பாள். ஆயினும் கோபத்தில் இரத்தம் அவள் கன்னங்களைச் சிவக்கச் செய்த தருணங்களும் இல்லாமற் போய்விடவில்லை. தன் குழந்தையின் கருத்தைக் கவருவதற்கான போராட்டத்தில் இந்தக் குடியானவனுக்குச் சரிசமமாய்த் தான் நிற்கவேண்டியிருந்ததையும், இந்தக் 'குடியானவன்' தன்னைத் தோற்கடித்ததையும் நினைத்தபோது அவளுக்கு ஆத்திரம் ஏற்படவே செய்தது.

ஆனால் நாள் தவறாமல் தலைக்குமேலே மரங்கள் முணுமுணுத்தன; அந்திப்பொழுது வானின் கருநீலத்திலே விண்மீன்களைப் பளிச்சிடச் செய்து பூமியின்மீது இதமானக் கருநீல நிழல்களை விழச்செய்தது. நாள் தவறாமல் இயோஹீமுடைய கீதங்கள் அந்த இளந்தாயின் இதயத்தில் கதகதப்பான சோகத்தை நிறையச் செய்தன. மேலும் மேலும் அவள் அவற்றின் கவர்ச்சிக்கு உட்படலானாள். அவற்றின் எளிய, ஆடம்பரமற்ற, களங்கமில்லாக் கவிதை எழிலின் இரகசியத்தை மேலும் மேலும் உணரலானாள்.

9

ஆம், இயோஹீமுடைய சக்தி அவனுடைய உணர்ச்சியின் ஆழத்திலும், மெய்மையிலும்தான் அடங்கியிருந்தது! இதுபோன்ற உணர்ச்சி அவளுக்கு அந்நியமானதா, என்ன? பிறகு ஏன் அவள் இதயம் அப்படிப் புழுங்கிப் புண்ணாகிறது? ஏன் அது அவள் நெஞ்சுக்குள் அப்படி ஆவேசமாய்ப் படபடக்கிறது? கண்ணீரை ஏன் அவளால் அடக்கிக்கொள்ள முடியவில்லை?

நேத்திரமில்லாத தன் மகன்பால் அவள் இதயத்தில் கனன்று எரியும் அன்பு நிரம்பி வழிகிறதே - அது மெய்மையான உணர்ச்சியல்லவா? ஆயினும் அவன் அவளை விட்டுப் பிரிந்து இயோஹீமிடம் ஓடுகிறானே, இயோஹீமால் அவனுக்கு இன்பமளிக்க முடிவதைப் போல் அவளால் அளிக்க முடிய வில்லையே.

அன்று அவள் வாசித்த இசையால் அவன் முகத்தில் தோன்றிய வேதனைக்குறியை நினைத்தபோதெல்லாம் கொதிக்கும் கண்ணீர் பீறிட்டெழும். சில நேரங்களில் நெஞ்சு பிளக்கும்படி எழுந்த விம்மல்களைப் பெருமுயற்சி செய்து அடக்கிக்கொண்டாள்.

பாவம், துயருறும் தாய்! அவளுடைய குழந்தைக்குக் கண் தெரியாத குறை அவளுக்கே ஏற்பட்ட தீராத வியாதியாகி விட்டது. நோயெனக் கருதும் அளவுக்கு வரம்புமீறி அவளை உள்ளம் உருகச் செய்தது; அவள் உடலையும் உயிரையும் ஆட்கொண்டு, குழந்தையின் சிறு சுணக்கமும் கூட கண்ணுக்குத் தெரியாத ஆயிரம் கணைகளாய் அவளுடைய புண்பட்ட இதயத்திலே பாய்ந்து வருத்தும்படி செய்தது. குழலூதும் குடியானவனுடன் அவள் துவக்கிய வினோதப் போட்டி - சாதாரண நிலைமையில் இது சிறு ஏமாற்றம் அல்லது கடுப்புக்கு மேல் உண்டாக்கியிருக்க முடியாது - இப்படி மிதமிஞ்சிய, கொடூர உபாதையாகியதற்கும் இதுவேதான் காரணம்.

நாட்கள் ஒன்றன்பின் ஒன்றாய் மறைந்தன, ஆனால் அவளுக்கு மனம் ஆறவில்லை. ஆயினும் ஒவ்வொரு நாளும் அவள் தெம்பு பெற்று வந்தாள். இயோஹீமின் குழலில் அவள் உள்ளத்தைச் சொக்கவைத்த அந்த இசையினிமை உணர்வு, அந்தக் கவிதை நயஉணர்வு தன்னுள் மேலோங்குவதை அவள் மேலும் மேலும் உணர்ந்தாள். இந்தப் புதிய உணர்வுடன்கூட புதிய நம்பிக்கையும் பிறந்தது. திடீரென உதித்த திடநம்பிக்கையோடு, சில அந்திப் பொழுதுகளில் அவள் பியானோவிடம் விரைந்து சென்றாள் - அதன் மணி நாதத்தைக்கொண்டு

54 | கண் தெரியாத இசைஞன்

மெல்லிய குழலிசையை மூழ்கடித்து விடலாம் என்னும் உறுதியோடு சென்றாள். ஆனால் ஒவ்வொரு தரமும் அச்சமும் வெட்கமும் கலந்த ஓர் உணர்ச்சி அவளுடைய திடநம்பிக்கையை தயக்கமாய் மாற்றி, அவளை இம்முயற்சியிலிருந்து பின்வாங்கச் செய்தது. தன் குழந்தையின் முகத்தில் தோன்றிய வேதனைக் குறியும் குடியானவனுடைய ஏளனப் பார்வையும் அவள் நினைவில் பளிச்சிடும் - இருட்டாயிருந்த அந்த முன்னறையில் வெட்கத்தால் அவள் கன்னங்கள் சிவந்து விடும், அவள் தொடத் துணியாமல் சப்தமின்றி ஓய்ந்திருந்த கட்டைகள்மீது அரை மனத்துடன் அவள் கைகள் அங்குமிங்கும் மேலோடு தாவி-விட்டுவரும்...

ஆயினும் நாட்கள் செல்லச்செல்ல தன்னுள் ஒரு புதிய சக்தி தோன்றி வந்ததை அவள் மேலும் மேலும் உணரலானாள். குழந்தை வெளியே உலாவச் சென்றிருந்த, அல்லது தோட்டத்தின் தொலைமூலையில் தனியே விளையாடிக் கொண்டிருந்த நேரத்தில், அவள் வாசித்துப் பார்க்க முற்பட்டாள். ஆரம்பத்தில் அவள் முயற்சிகள் அவளுக்குத் திருப்தியளிப்பதாயில்லை. அவள் கைகளால் அவள் இதயத்தில் இருந்ததை வெளிப்படுத்தமுடியாமல் போய்விடும். அவை எழுப்பிய நாதங்கள் அவளுடைய மனநிலைக்குச் சிறிதும் ஒவ்வாதனவாய் இருந்தன. ஆனால் சிறிது சிறிதாய் மேலும் மேலும் கூடுதலான திறனுடனும் மேலும் மேலும் எளிதில் அவள் மனநிலை இசை நாதங்களில் வெளிப்படலாயிற்று. குடியானவன் கற்றுத் தந்த பாடங்கள் வீணாகிவிடவில்லை. தாயின் உயிர்த்துடிப்புள்ள பாசமும், தன் குழந்தையின் உள்ளத்தை அப்படி முழுமையாகக் கவர்ந்து கொண்டுவிட்டது எது என்பது குறித்து அவளுக்கிருந்த கூர்மையான உணர்வும் அவள் இந்தப் பாடங்களைச் சீக்கிரத்தில் கற்றுத் தேர்ச்சிபெற உதவி செய்தன. இப்பொழுது அவள் விரல்கள் இரைச்சல் மிகுந்த சிக்கலான “படைப்புகளை” வாசித்துத் தள்ளவில்லை. மென்மையான இன்னிசை பியானோ கட்டைகளிலிருந்து பிரவாகமெடுத்தது; முறையிடும் உக்ரேனிய பாட்டுகள் தாயின் இதயத்திலிருந்து குமுறியெழுந்து சன்னல்கள் யாவும் மூடப்பட்டிருந்த அந்த அறையினுள் நிரம்பியது.

முடிவில் அவள் பகிரங்கப் போராட்டத்தில் இறங்குவதற்கு வேண்டிய துணிவைப் பெற்றாள். அந்திப் பொழுதில் பண்ணை வீட்டின் முன்னறைக்கும் இயோஹீமின் லாயத்துக்கும் விநோத வகைப் போட்டி ஆரம்பமாயிற்று. வைக்கோல் வேய்ந்த கூரையுடன் நிழலில் மூழ்கியிருந்த லாயத்திலிருந்து குழலின் மிருதுவான மெல்லிசை மிதந்து வர ஆரம்பித்ததும், பளிச்சிட்ட நிலாவொளியில் புங்க மரங்களுக்கிடையே பளபளத்த முன்னறையின் திறந்த சன்னல்களிலிருந்து புதிய நாதங்கள்

- முழுமையாய் எதிரொலிக்கும் வளமான நாதங்கள் - மிதந்துவந்து குழலின் மெல்லிசையை எதிர் கொண்டு அழைத்தன.

குழந்தையும் சரி, இயோஹீமும் சரி பண்ணை வீட்டின் "பகட்டு" வாத்தியத்தைக் கேட்க விரும்பவில்லை. அந்த அளவுக்கு அதன்மீது அவர்களுக்கு வெறுப்பு. இயோஹீமின் குழலிசை நிற்கும் போதெல்லாம், சிறுவன் முகத்தைச் சுளித்துக் கொண்டு பொறுமை இழந்தவனாய், "ஏன் வாசிக்காமல் இருக்கிறாய்?" என்று கேட்பான்.

இதன்பின் இரண்டொரு நாட்களுக்கெல்லாம், இயோஹீமின் குழலிசை இடையிடையே நிற்பது மேலும் மேலும் கூடுதலாகிச் சென்றது. மீண்டும் மீண்டும் அவன் குழலைக் கீழே வைத்து விட்டு, மேலும் மேலும் ஆர்வமாய்க் காது கொடுத்துக் கேட்க முற்பட்டான். இயோஹீமை வாசிக்கும்படி வற்புறுத்தாமல் சிறுவனும் காது கொடுத்துக் கேட்க ஆரம்பித்தான். பிறகு இயோஹீம் வியந்து போற்றிய தருணமும் வந்தது:

"தம்பி, இந்த இசையைக் கேளேன்... எவ்வளவு அருமையாய் இருக்கிறது பார்!..."

அந்த இசையைக் கேட்டு ஆனந்தித்த வண்ணம் அவன் சிறுவனைத் தூக்கிக்கொண்டு தோட்டத்தின் வழியே நடந்து பண்ணை வீட்டின் முன்னறையின் திறந்த சன்னலை வந்தடைந்தான்.

"பண்ணை வீட்டுச் சீமாட்டி" தனது சொந்த இன்பத்துக்காகவே வாசிக்கிறாள், அதைக் கேட்க ஆட்கள் வந்திருப்பதைக் கவனிக்கமாட்டாள் என்று அவன் நினைத்தான். ஆனால் ஆன்னா மிகையிலொவ்னாவும் இடையிடையே தனது போட்டியாளன் இயோஹீமின் குழலிசையைக் கேட்டுக் கொண்டுதான் இருந்தாள். குழலிசை ஓய்ந்து விட்டதை அவள் கவனிக்கத் தவறவில்லை. தான் வெற்றியடைந்து விட்டதை அவள் உணர்ந்து கொண்டாள். அவள் இதயம் ஆனந்தத்தால் விம்மித் துடித்தது.

இயோஹீமிடம் அவளுக்கு எஞ்சியிருந்த கோபமும் இந்த வெற்றிக்குப் பிற்பாடு அறவே மறைந்துவிட்டது. அவள் உள்ளம் இன்பத்தால் பூரித்தது. இந்த இன்பத்துக்கு இயோஹீமேதான் காரணம் என்பதை அவள் உணர்ந்தாள். தன் குழந்தையைத் திரும்பவும் அவள் தனக்கே உரியவனாக்கிக் கொள்ளக் கற்றுத் தந்தவன் அவன் அல்லவா? இனி அவள் தன் குழந்தைக்கு வளமான புதிய அனுபவங்களை அளித்திடலாம். இதற்கு அவளும் அவள் குழந்தையும் அவர்களுடைய ஆசிரியனான குடியானவக் குழலூதிக்கு நன்றி செலுத்தக் கடமைப்பட்டவர்கள் ஆயிற்றே!

10

தடைமதில் தகர்க்கப்பட்டு விட்டது. மறுநாளன்று சிறுவன் முன்னறைக்குள் அடியெடுத்து வைத்தான். தயக்கம் இருக்கவே செய்தது - ஆனால் அதனுடன் ஓர் ஆவலும் சேர்ந்திருந்தது. இரைச்சல் போடும் சிடுமூஞ்சியாக அவனுக்குத் தோன்றிய அது, வீட்டுக்குப் புதிதாக வந்த அந்த விபரீதமான பெட்டி அங்கு கொண்டுவந்து வைக்கப் பட்ட நாள் முதலாய் அவன் நுழையாத அந்த அறையினுள் இப்பொழுது மெள்ள அடியெடுத்து வைத்தான். புதிதாய் வந்த அதன் இன்னிசை நுண்ணுணர்வு கொண்ட அவன் காதினுள் நேற்று அந்திப் பொழுதில் தேனெனப் பொழிந்து அவனைக் கவர்ந்து கொண்டு விட்டது; அதன் மீது அவனுக்கிருந்த தப்பெண்ணத்தை மறையச் செய்து விட்டது. முன்பிருந்த அச்சத்தில் அணுவளவே எஞ்சிநிற்க மெள்ள அதை அணுகிச் சென்றான். இரண்டொரு தப்படிக்குள் வந்ததும் அங்கேயே நின்று காதைத் தீட்டிக் கூர்ந்து கவனித்தான். அங்கு யாரும் இல்லை. தாய் பக்கத்து அறையில் தைத்துக் கொண்டிருந்தவள், கல்லாய்ச் சமைந்த நிலையில் வைத்த கண்வாங்காமல் அவனைப் பார்த்துக் கொண்டிருந்தாள். அவனுடைய ஒவ்வொரு அசைவையும் கிளர்ச்சி கொண்ட அவனுடைய முகபாவத்தில் ஏற்பட்ட ஒவ்வொரு மாற்றத்தையும் கண்டு ஆனந்தமடைந்தாள்.

அங்கேயே நின்றபடி கையை நீட்டி, பியானோவின் பளபளக்கும் வழவழப்பான மேனியைத் தொட்டான் - உடனே அச்சங் கொண்டவனாய்க் கையை இழுத்துக் கொண்டு விட்டான். திரும்பவும் தொட்டுப் பார்த்தான், மேலும் ஒரு முறை தொட்டுப் பார்த்தான். பிறகு நெருங்கிச் சென்று அதைப் பரிசீலிக்க முற்பட்டான் - சுற்றிலும் நகர்ந்து சென்றதும், தரையில் குனிந்து அதன் கால்களின் நெளிவைத் தடவிப் பார்த்தும் அதை ஆராய்ந்தான். இறுதியில் அவன் விரல்கள் பியானோக் கட்டை களைத் தொட்டன.

அரசபுரசலான மெல்லிய நாதம் காற்றிலே மிதந்து அதிர்ந்தது. தாயின் காதிலிருந்து அதன் ஒலி அறவே மறைந்து நெடுநேர மாகியும் சிறுவன் அதைக் காது கொடுத்துக் கேட்டவாறு அசையாமல் நின்றான். பிறகு மெய்மறந்து மிகுந்த ஆவலோடு மற்றொரு கட்டையை அழுத்தினான். அதன்பின் சுரக்கட்டைகள் மீது அவன் கை தவழ்ந்து சென்றது. உச்ச சுருதியில் ஒரு புதிய நாதத்தை எழுப்பினான். ஒவ்வொரு இசைநாதமும் ஒலித்து அதிர்ந்து அடியோடு மறைந்த பிறகே மற்றொன்றை எழுப்பினான்.

ஒவ்வொன்றையும் அவன் கவனித்துக் கேட்கையில், அவன் முகத்தில் உன்னிப்பான கருத்து மட்டுமின்றி இன்ப உணர்வும் பிரகாசித்தன. இசையின் சுர உறுப்புக்களிடத்து, பண்ணாய்ப் பரிமளிக்கவல்ல தனித்தனி நாதக்கூறுகளிடத்துக் கலைஞனின் பரவச உணர்ச்சி கொண்டு ஒவ்வொரு சுரத்தையும் அவன் சுவைத்து இன்புறுவது தெரிந்தது.

ஆனால் கண்தெரியாத அச்சிறுவன் ஒவ்வொரு சுரத்திலும் அதன் ஒலியை மட்டுமின்றி மற்றும் பல தனிச் சிறப்புக்களையும் உணர்வது போலக் காணப்பட்டான். அவன் விரல்கள் மேல் வரிசையில் அழுத்தி தெளிவான, குதூகல சுரத்தை எழுப்பியதும், அவன் முகம் இன்பத்தால் மலர்ந்து, ஒளிவடிவிலான அவ்வொலி விண்ணோக்கிப் பறப்பதைப் பின்தொடர்ந்து செல்வதுபோல மேல் நோக்கித் திரும்பிற்று. அடிவரிசையில் அழுத்தி அவன் அடிச்சுரம் ஒன்றை எழுப்பியதும், பளுவான இந்த சுரம் கீழே தரையோடு தரையாகத் தணிந்து உருண்டு சென்று வீட்டின் மூலைமுடுக்குகளுக்கெல்லாம் பரவி மறைந்திட வேண்டுமென நினைப்பவனைப் போலத் தலையைக் கீழே சாய்த்து அந்த ஒலியின் ஆழ்ந்த அதிர்வை உற்றுக் கேட்டான்.

11

இந்த இசை முயற்சிகள் எல்லாம் மக்சீம் மாமாவுக்குப் பிடிக்கவே இல்லை, சிரமப்பட்டுத்தான் அவர் இவற்றைப் பொறுத்துக்கொண்டிருந்தார். மிகத் தெளிவாய்ப் புலப்படுத்தப் பட்ட சிறுவனின் இசை ஈடுபாட்டுக்கு, ஏனோ தெரியவில்லை அவர் மனம் ஒப்புவதாயில்லை. இசைக்கு இப்படி அவன் மனத்தைப் பறிகொடுத்து விட்டது, ஒரு புறத்தில், சந்தேகத்துக்கு இடமில்லாதபடி அவனிடம் உயர்ந்த திறன் இருப்பதை அறிவித்ததென்பதும், நிபுணத்துவம் பெறக்கூடிய எதிர்கால இலக்கைச் சுட்டிக்காட்டியதென்பதும் மெய்தான். ஆனால் மறுபுறத்தில் இத்தகைய ஓர் எதிர்காலத்தை நினைத்தபோது முதுபெரும் அந்தப் போர்வீரருக்கு ஒரு வகை ஏமாற்ற உணர்ச்சி ஏற்பட்டது.

இசையும் மகத்தான ஒரு சக்திதான், மறுக்க முடியாது என்று அவர் தனக்குத்தானே கூறிக்கொண்டார். இசையைக் கொண்டு பெருந்திரளான மக்களின் உள்ளத்தை ஆட்டிப் படைக்கலாமே. கண் தெரியாத இசைஞனின் இசையைக் கேட்க ஒய்யாரச் சீமாட்டிகளும் மிடுக்காய் உடையணிந்த சீமான்களும் நூற்றுக்கணக்கில் கூடுவார்கள். அவர்களுக்கு அவன் பலவிதமான வால்ட்ஸ் நடன இசையும் சொக்கும் துயிலிசையும் இசைத் திடுவான் (உண்மை என்னவெனில் மக்சீம் மாமாவின் இசை ஞானம் இவை இரண்டையும் பற்றிய சில எண்ணங்களுடன் நின்று விட்டது). உடனே அவர்கள் கைக்குட்டைகளை எடுத்துக் கண்ணீரைத் துடைத்துக்கொள்வார்கள். நாசமாய்ப் போக! இது அல்லவே, மக்சீம் மாமா ஆசைக் கனவு கண்டு ஆவலாய் எதிர்பார்த்தது! ஆனால் என்ன செய்வது? சிறுவன் கண் தெரியாதவன். அவன் சிறந்த வெற்றி காணக்கூடிய துறையிலே ஈடுபடட்டும். ஆனால் அது இசைத் துறையாகவே இருக்க வேண்டுமென்றால், குறைந்தது பாடலாகவாவது இருக்கட்டும். பொருள் எதுவுமின்றி செவிப்புலன் உணர்வை உசுப்பிவிட்டு மகிழ்விப்பதைக் காட்டிலும் பாடல் ஆழமாய் இதயத்துள் ஊடுருவவல்லது. பாடல் பொருளுள்ள கதை சொல்லக் கூடியது, சிந்தையைத் தட்டியெழுப்பிச் சிந்திக்க வைக்கக் கூடியது, இதயத்தை வீறு கொண்டெழச் செய்யக்கூடியது.

ஒருநாள் அந்திப் பொழுதில் பியோத்தருடன் கூட லாயத்துக்குள் வந்த மக்சீம் மாமா "இதைக் கேள், இயோஹீம்!" என்றார். "உன்னுடைய குழலைக் கொஞ்ச காலத்துக்கு அப்படித் தூரப் போடப்போகிறாயா, இல்லையா? ஆடு மேய்க்கிற பசங்களுக்கு அது பொருத்தமான கருவிதான், ஆனால் நீ பெரியவனாய் வளர்ந்தவன் - என்னதான்

அந்தக் துக்கிரி மரீயா உன்னை அசடனாக்கி ஆட்டி வைத்தாலும், நீ சிறு பையனல்லவே! வெட்கமாய் இல்லை உனக்கு! யாரோ ஒருத்தி மூஞ்சியைத் திருப்பிக்கிட்டாளென்று கண்ணீர் வடித்துக்கிட்டு இருக்கிறாயே! கூண்டிலே அடைபட்ட குருவி மாதிரி குழலோசை எழுப்பி உயிரை விடுகிறாயே!'' என்று கடிந்து கொண்டார்.

மக்சீம் ஐயாவின் காரணமில்லாக் கோபத்தைக் கண்டு இருட்டிலே இயோஹீம் பல்லை இளித்துக்கொண்டான். அவருடைய ஆவேசமான பேச்சிலே, ஆடு மேய்க்கிற பசங்களுக்கே ஏற்றதென்று சொன்னதுதான் அவனைச் சற்றுத் துணுக்குறச் செய்து மறுப்புக் கூறும்படி வைத்தது.

''மக்சீம் ஐயா, நீங்கள் அப்படி நினைக்கக்கூடாது'' என்றான். ''உக்ரேன் எங்கும் தேடினாலும் இதுபோன்ற ஒரு குழல் கிடைக்காது. ஆடு மேய்க்கும் பசங்களுக்கே பொருத்தமாயிருக்கும் என்கிறீர்களே!... சீழ்க்கை அடிப்பார்கள் - அதற்கு மேல் அவர்களுக்கு என்ன தெரியும்? இதுபோன்ற குழலோசை அவர்களுக்கு வருமா... கொஞ்சங் கேட்டுப்பாருங்கள்!''

விரல்களால் எல்லாத் துளைகளையும் மூடிக்கொண்டு இரு நாதங்களை ஊதினான். தெளிவான மணி நாதத்தைக் கேட்டு முகம் மலரக் களிப்புற்றான். ஆனால் மக்சீம் தூவென்று துப்பினார்.

''தூ-ஊ! இதைப் போய் இப்படி மெச்சுகிறாயே! கொஞ்ச நஞ்சம் இருந்த மூளையையும் இழந்துவிட்டாயே, நீ! உன் குழலைத் தூக்கி உடைப்பிலே எறி! எல்லாம் ஒன்றுதான் எனக்கு - குழல்களும் பெண்களும் உன்னுடைய அந்த மரீயாவும் எல்லாம் உதவாக்கரைகள்தான். உன்னால் முடியுமானால் எங்களுக்கு ஒரு பாட்டுப் பாடிக் காட்டு. நம்முடைய பழம்பெரும் பாடல்களில் ஒன்றைப் பாடு. அதிலே பொருள் இருக்கிறது, கேட்பதற்கு.''

மக்சீம் யத்சேங்கோ - அவரும் உக்ரேனியர்தான் - விவசாயி களுடனும், பண்ணை ஆட்களுடனும் ஆடம்பரமின்றி சுமுகமாய்ப் பழகினார். அவர்களைப் பார்த்துக் கூச்சல் போடுவார் என்பது உண்மைதான். ஆனால் எப்படியோ அது யாருக்கும் கோபமுண்டாக்குவதாய் இராது. ஆகவே அவர்கள் அவருக்கு மரியாதை காட்டினர், அதேபோதில் அச்சமின்றி அவருடன் பழகினர்.

''பாடவா வேண்டும்?'' என்றான் இயோஹீம். ''பாடுகிறேன். முன்பெல்லாம் நான் பாடுவது வழக்கம்தான் - யாருக்கும் சளைத்தவனல்ல. ஆனால் அவையெல்லாம் விவசாயிகளுடைய பாடல்கள் - உங்களுக்குப் பிடித்தமாய் இருக்காது.''

அவன் கடைசியில் கூறியதில் வஞ்சப்புகழ்ச்சி உள்ளூர தொனித்தது.

“அசட்டுப் பேச்சு பேசாதே” என்று இரைந்தார் மக்சீம். “நல்ல பாட்டு வேண்டும் - அதன் கால்தூசிக்குச் சமமாகுமா நீ ஊதுகிற குழல்! ஆனால், தக்கபடி பாடத் தெரிந்திருக்க வேண்டும். சரி, பியோத்தர், இயோஹீம் பாடப் போகும் பாட்டைக் கேட்போம். ஆனால், சிறுவனே, உனக்கு அது புரியுமா என்பதுதான் தெரியவில்லை.”

“அது பண்ணை அடிமைகளுடைய வார்த்தைகளிலா இருக்கும்?” என்று சிறுவன் கேட்டான். “அந்த வார்த்தை எனக்குப் புரியும்.”

மக்சீம் மாமா பெருமூச்சு விட்டுக்கொண்டார். வீரகாவிய மனப்பாங்கு அவரிடம் நிறைய இருந்தது. கோசாக்குகளின் புகழ் உச்சநிலையில் இருந்த பழங்காலம் திரும்பவும் தோன்றுவதாய் முன்பு ஆர்வக்கனவு கண்டவர் அவர்.

“அவையெல்லாம் பண்ணையடிமைப் பாடல்களல்ல, தம்பி” என்று அவர் சிறுவனிடம் சொன்னார். “வலிமை படைத்த சுதந்திர மக்களுடைய பாடல்கள் அவை. உன் அம்மாவின் முன்னோர்கள் அவற்றைப் பாடிவந்தனர். தினேப்பர், டான்யூப் நதிக் கரைகளிலும் கருங்கடல் கரையிலும் ஸ்டெப்பி வெளிகளெங்கும் பாடி வந்தனர்... சரி, ஒரு காலத்தில் நீ அதைப் புரிந்துகொள்வாய். ஆனால் இப்பொழுது நான் கவலைப் படுவது...” - திடீரென அவர் குரல் கரகரத்தது. “இப்பொழுது நான் கவலைப்படுவது வேறொன்றைப் பற்றி...”

ஆம், வேறொன்றையும் சிறுவன் புரிந்துகொள்ள முடியாமற் போய்விடுமோ என்று அவர் அஞ்சினார். பழைய காவியப் பாடல்கள் புனைந்த நெஞ்சையள்ளும் சித்திரங்கள் கண்கொண்டு உணரவேண்டிய பிம்பங்களின் வடிவிலேதான் உள்ளத்தை அடையமுடியுமென அவர் நினைத்தார். இவற்றைக் கண்டறியப் பார்வையில்லாத சிறுவனின் உள்ளம் நாட்டுப் பாடல்களின் கவிதை மொழியில் புலமைபெற முடியாமற் போய்விடுமே என்று எண்ணினார். ஆனால் மக்சீம் ஒரு விவரத்தை மறந்துவிட்டார். பெரும்பாலான பண்டை பொயான்களும், உக்ரேனிய கொப்ஸார்களும், பண்டூராக்காரர்களும்* கண்ணில்லாதவர்கள் அல்லவா?

இவர்களில் பலரும் கண்ணில்லாத அவல நிலை காரணமாய் வேறுவழியின்றி, பிச்சையெடுத்துப் பிழைப்பு நடத்த ஓர் உபாயமாய் தம்பூரா அல்லது பண்டூராவைப்

---

*பொயான்களும், கொப்ஸார்களும், பண்டூராக்காரர்களும் - நாடோடிப் பாடகர்கள் - (ப-ர்).

பயன்படுத்தினர் என்பது உண்மையே. ஆயினும் இந்த நாடோடிப் பாடகர்கள் எல்லோருமே வயிற்றுப் பிழைப்புக்காக நாவறளப் பாடித் திரிந்த பிச்சைக்காரர்கள் அல்லவே. மேலும் இவர்கள் எல்லோருமே வயதாகிக் கிழவர்களாகிய பிறகே கண்பார்வையை இழந்தவர்கள் அல்லவே. பார்வையின்மை கட்புலன் உலகை கருந் திரையிட்டு மூடி மறைத்து விடுகிறது. இது பெருஞ் சுமையாய் - உணர்வுக்குத் தடைமதிலாகிவிடும் கொடுஞ் சுமையாய் - மூளையை வருத்தி ஒடுக்குவது மெய்தான். ஆனால் மரபு வழியில் பலவும் நமக்குக் கிட்டுகின்றன; கட்புலனல்லாத பிற புலன்கள், வழிகள் மூலம் பலவும் நாம் தெரிந்து கொள்கிறோம். இவற்றின் துணைகொண்டு - என்னதான் இருள் சூழ்ந்திருப்பினும் - மூளை சொந்தத்தில் தனக்கு உயிருள்ள ஓர் உலகைத் தோற்றுவித்துக் கொண்டுவிடுகிறது. இந்த உலகம் நிழல் கவிந்த உலகாய் இருக்கலாம், துயரமூட்டும் சோக உலகாய் இருக்கலாம் - ஆயினும் இதில் ஒரு வகைக் கவிதை எழில் இல்லாமல் போய்விடவில்லை.

12

வைக்கோல் குவியலின்மீது மக்சீமும் பியோத்தரும் அமர்ந்து கொண்டனர். இயோஹீம் அவனுடைய பலகையில் கால் நீட்டி உட்கார்ந்து கொண்டான் (இந்த நிலையே அவனுடைய மனநிலைக்கு மிக்கப் பொருத்தமானதாய் இருந்தது). கணநேரம் ஆலோசித்துவிட்டுப் பாடத் தொடங்கினான். அவன் தேர்ந்தெடுத்த பாடல் - இந்தத் தேர்வு அகஸ்மாத்தாய் நடந்ததா, அல்லது நுட்பமான உள்ளுணர்வால் உந்தப்பட்டதா தெரியாது - அதியற்புதமாய் அமைந்துவிட்டது. நீண்ட பல ஆண்டுகளுக்கு முற்பட்ட வரலாற்றுக் காட்சியின் படப்பிடிப்பு அது:

பச்சைமலைச் சரிவுதனில்
உச்சியிலொரு வயலில் நின்று
கதிரறுக்கின்றார்,
குனிந்து நின்று கதிரறுக்கின்றார்...

இந்த அரிய நாட்டுப் பாடலைப் பாடவேண்டிய முறையில் பாடிக் கேட்ட எவராலும் அதன் இன்னரும் இசையை மறக்க முடியாது. உச்ச ஸ்தாயியில் மெள்ள நிதானமாய் வரலாற்று நினைவின் சோகம் தொனிக்க இசைக்கப்படும் மிகப் பழைய மெட்டு அது. நிகழ்ச்சிகள் இல்லாத பாடல் - போரில்லை, இரத்தக் களரியில்லை, வீரச் செயல்களில்லை. கோசாக்கு வீரன் தன் காதலியை விட்டுப் பிரியும் கதையோ, தரைப் படைகளின் தீரமிக்கத் தாக்குதலோ, டான்யூப் ஆற்றிலும் நீலத்திரைக் கடலிலுமான கப்பல் பயணங்களோ அதில் கூறப்படவில்லை. அந்தப் பாடலில் இருப்பதெல்லாம் உக்ரைனியன் ஒருவனின் நினைவில் கணப்பொழுதுக்குப் பளிச்சிட்டுச் செல்லும் ஒரு சித்திரம்தான் - நெஞ்சை அள்ளும் ஒரு பிரமைதான், கடந்த கால வரலாற்றின் கனவிலிருந்து தோன்றும் நொடிநேரக் காட்சிதான். தற்காலத்தின் சோபையற்ற அன்றாட விசாரங்களிடையே திடீரெனத் தோன்றுகிறது - மறைந்துவிட்ட பழங்காலத்தின் நினைவுகளுக்குரிய தனிவகைச் சோகம் கலந்ததாய், தெளிவின்றித் தொலைவிலே தெரியும் சித்திரமாய்த் தோன்றுகிறது. மறைந்துவிட்ட பழங்காலம்தான் - என்றாலும் தடமற்று மறைந்து விடவில்லை! இன்னமும் உயிர்ப்புடன் இருக்கும் பழங்காலம் அது. கோசாக்கு வீரர்களின் எலும்புகள் புதையுண்டு கிடக்கும் உயரமான மேடுகளில், நடு இரவில் விபரீத ஒலிகள் நடமாடிப் பெருமூச்சும் முனகலும் ஒலித்திடும் இந்த மேடுகளில் அது இருந்துகொண்டு தானிருக்கிறது.

காவியங்களிலும் கதைகளிலும், இப்பொழுதெல்லாம் கேட்பது மேலும் மேலும் அரிதாகிவரும் இந்தப் பாடலிலும் இருந்துகொண்டுதான் இருக்கிறது:

பச்சைமலைச் சரிவுதனில்
உச்சியிலொரு வயலில் நின்று
கதிரறுக்கின்றார்,
குனிந்து நின்று கதிரறுக்கின்றார்;
கீழே மலையோரத்திலே
போகிறாரே குதிரையேறி
கோசாக்கு வீரரெலாம்,
போர்க்கோலம் பூண்டுதானே, போகிறாரே
கோசாக்கு வீரரெலாம்...

அது பச்சை மலைச்சரிவு, அங்கே தானியக் கதிரை அறுக் கின்றனர். கீழே மலையடிவாரத்தில் குதிரைகளில் கோசாக்கு வீரர்கள் போகிறார்கள்.

மக்சீம் யத்சேங்கோ மெய்மறந்துவிட்டார். துயரம் தோய்ந்த அந்த மெட்டு, பாடலின் கருப்பொருளுடன் அரிய முறையில் ஒன்றி, அந்தக் காட்சியை அப்படியே அவர் கண்ணெதிரே தெரியச்செய்தது: அமைதி தவழும் மலைச்சரிவில் அந்தி ஒளியில் தூய்மையாய்த் தோன்றும் கழனிகள்; அவற்றில் வாய்பேசாமல் அறுப்பு அறுப்போரின் குனிந்த உருவங்கள்; கீழே வாய்பேசாமல் செல்லும் குதிரைவீரர்கள்; பள்ளத்தாக்கில் திரண்டெழும் அந்திநேர நிழல்களுடன் ஒன்று கலந்துவிடும் அவர்களுடைய அணிவரிசைகள்.

நேரில்தாமே தலைமைதாங்கி
முன்னிலையில் போகிறாரே
தரஜேன்கோ,
கோசாக்கு வீரர்களின் தலைவரவர்
தரஜேன்கோ.

நீடித்து இழைந்து ஒலித்த மணிநாதங்கள் காற்றிலே அதிர்ந்து மெள்ள மறைந்தன, உடனே மீண்டும் மணியொலியுடன் எழுந்து இருளிலிருந்து கடந்தகால வரலாற்றின் புதுப்புது உருவங்களை வெளித்தோன்றச் செய்தன.

13

இதைக் கேட்டுக் கொண்டிருந்த சிறுவனின் முகம் துயரம் படிந்து சிந்தனையில் ஆழ்ந்திருந்தது. பாடல் மலைச்சரிவையும் அங்கே அறுப்பு அறுக்கப்படுவதையும் கூறியபோது, ஆற்றின்மீது கவிழ்ந்து நின்ற அவன் நன்கறிந்த உயரமான பாறையின் உச்சியிலே தான் இருப்பதாய் நினைத்தான்.

ஆம், அவனுக்குத் தெரிந்த இடம் அது. கீழே ஆற்றில் நீரின் சலசலப்பைக்கொண்டு அவன் அதை அறிந்திருந்தான். அலைகள் கற்கள் மீது மோதும் ஒலி காதில் பட்டதும் படாததுமாய்க் கேட்கும். அறுப்பு அறுப்பதும் அவனுக்குத் தெரிந்ததுதான். அறுப்பு அரிவாள்கள் எழுப்பும் சப்தமும், அறுக்கப்பட்ட கதிர்கள் சாய்ந்து விழுந்து சலசலப்பதும் அவன் காதில் விழுந்தன.

பாட்டு இப்பொழுது கீழே நடைபெற்றதைக் கூறத் தொடங்கியதும், கண் தெரியாத சிறுவனின் கற்பனை உடனே அவனைப் பாறை உச்சியிலிருந்து பள்ளத்தாக்குக்கு அழைத்துச் சென்றது...

அரிவாள்களின் சப்தம் மறைந்துவிட்டது, ஆனால் அறுப்பு அறுப்போர் மேலே மலைச் சரிவிலேதான் இன்னமும் இருந்தனர் என்பது சிறுவனுக்குத் தெரியும். அவர்கள் அங்கேயேதான் இருந்தனர்; ஆனால் மிகுந்த உயரத்தில் - பாறையின் அடிமட்டத்தில் நிற்கையில் அவன் காதில் விழும்படிச் சலசலத்த அந்தப் பைன் மரங்களைப் போல் அவர்கள் மிகுந்த உயரத்தில் - இருந்தனர். அதனால்தான் அவர்களிடமிருந்து சப்தம் அவன் காதுக்கு எட்டவில்லை. இங்கே கீழ்மட்டத்தில், ஆற்றங்கரையிலே, குதிரைகள் ஓடும் சீரான, விரைவான குளம்பொலி கேட்டது... பல, மிகப் பல குதிரைகள் ஓடின; அவற்றின் குளம்பொலி கீழே இங்கு மழுங்கிய இடிமுழக்கமாய் ஒன்று சேர்ந்து இருட்டில் ஒலித்தது. கோசாக்குகள் குதிரைகளில் செல்லும் சப்தம் அது.

கோசாக்குகள் - அவர்களையும் அவனுக்குத் தெரியுமே. "கோசாக்குக் கிழவன்" - வயது முதிர்ந்த பெத்கோ அவ்வப்பொழுது பண்ணை வீட்டுக்கு வரும்போது எல்லோரும் அந்தக் கிழவரை அப்படித்தான் கூப்பிட்டனர். பல தடவை பெத்கோ கண் தெரியாத சிறுவனைத் தமது முழங்காலில் உட்கார வைத்து, நடுங்கும் கையால் அவன் முடிகளை வருடிவிட்டிருக்கிறார். உடனே சிறுவன் எல்லோரையும் செய்தது போலவே தன் கையால் பெத்கோவின் முகத்தைத் தடவிப் பார்ப்பான். உணர்வுமிக்க அவன் விரல்களில் பெத்கோவின் முகத்திலுள்ள

ஆழமான சுருக்கங்களையும் நீளமான கவிந்த மீசையையும் முதிர்ந்த வயது காரணமாய் அவர் அறியாமலே வடியும் கண்ணீரில் நனைந்த ஒட்டிய கன்னங்களையும் அவனுக்குப் புலப்படுத்தும். பாடலைக் கேட்டுக்கொண்டிருந்த சிறுவன் இப்பொழுது மலையடி வாரத்தில் இதுபோன்ற கோசாக்குகளைத்தான் கற்பனை செய்துகொண்டான். பெத்கோவைப் போல் கூனல் விழுந்த கிழவர்களாய், நீண்ட மீசையுடையோராய்க் குதிரைகளில் சென்று கொண்டிருந்தனர். ஓசையில்லா, உருவமில்லா நிழல்கள் அந்தி இருட்டில் முன்னே சென்றன. பெத்கோ எப்பொழுதும் அழுதுகொண்டிருந்தது போலவே அவையும் அழுதன. போரின் உக்கிரத்தை அனுபவிப்பதற்காகவும் படை வரிசையில் செல்கையில் புகைக்குழாய் குடிக்கும் சுகத்துக்காகவும் இளம் மனைவியை விட்டுப் பிரியும் "கவலையில்லாத கோசாக்கு இளைஞன்" பற்றி இயோஹீம் பாடிய சோகமான இந்தப் பாடல் சிறுவன் மனதில் இதுபோன்ற சித்திரத்தைத் தோற்றுவித்தது.

சிறுவன் கண் தெரியாதவனே என்றாலும், உணர்ச்சி வளமிக்க அவனது உள்ளம் இந்தப் பாடலின் கவிதை நயத்தை நன்கு உணர்ந்து அனுபவித்ததென்பதை, மக்சீம் ஒருமுறை சிறுவனைத் திரும்பிப் பார்த்ததுமே தெளிவாகக் கண்ணுற்றார்.

அத்தியாயம் மூன்று

1

கண் தெரியாத சிறுவன், மக்சீமின் திட்டப்படி, கூடுமானவை யாவற்றிலும் தன்னுதவியையே சார்ந்திருக்குமாறு விடப் பட்டான். இதன் பலன்கள் சிறப்பாயிருந்தன. வீட்டுக்குள், எவ்விதத்திலும் அவன் இயலாதவனாய்ச் சங்கடப்படுவதாய் யாரும் நினைக்க முடியாதபடி நடந்து கொண்டான். தயக்கமின்றி நடமாடினான், தனது அறையைச் சுத்தமாகவும் ஆடைகளையும் விளையாட்டுச் சாமான்களையும் ஒழுங்காகவும் வைத்திருந்தான். தக்க அளவுக்கு அவன் விளையாட்டில் ஈடுபட்டிருக்கும்படி மக்சீம் ஏற்பாடு செய்திருந்தார். சிறுவனுக்கு முறையான உடற்பயிற்சி கிடைத்து வந்தது. ஐந்து வயதானதும் மக்சீம் அவனுக்கு ஒரு சிறு குதிரை கொடுத்தார். அபாயமில்லாத சாந்தமான பிராணி அது. கண் தெரியாத சிறுவன் எப்படிக் குதிரை சவாரி செய்யக் கற்றுக்கொள்வானென்று தாயால் தொடக்கத்தில் நினைத்துக்கூட பார்க்க முடியவில்லை. பைத்தியக்காரத்தனமான முயற்சி, ஆபத்தாய் முடிவுறும் என்று அவள் தன் சகோதரனிடம் கூறினாள். மக்சீம் தமது வாதத்திறன் அனைத்தையும் பிரயோகித்து அவளை இதற்கு சம்மதிக்க வைக்க வேண்டியிருந்தது. இரண்டு மூன்று மாதங்களில் சிறுவன் தடங்கலின்றி நன்றாய்ச் சவாரி செய்யத் தெரிந்துகொண்டுவிட்டான். பாதைகள் திடுதிப்பென்று திரும்பிய இடங்களில் மட்டும்தான் அவனுக்கு இயோஹீமின் உதவி தேவைப்பட்டது.

இவ்விதம், கண் தெரியாத குறையால் அவனுடைய உடல் ஆற்றலின் வளர்ச்சி தடைப்பட்டு விடாதபடி செய்யப்பட்டது. அவனுடைய குணநலன்கள் இந்தக் குறையால் பாதிக்கப் படுவதும் மனித சக்திக்கு முடிந்த அளவுக்குக் குறைக்கப்பட்டது. அவனுடைய வயதுக்கு அவன் உயரமாய்த்தான் வளர்ந்திருந்தான். நல்ல உடற் கட்டுடையவனாய் இருந்தான். சற்று வெளிறிய மேனியும் மென்மையான உணர்ச்சிவயப்பட்ட முகபாவமும் கொண்டிருந்தான். அவனுடைய கருமுடிகள் அவன் முகத்தின் வெளுப்பை மேலும் எடுப்பாய்த் தெரியச் செய்தன. அநேகமாய் அசைவற்ற பெரிய கரிய கண்கள் அவன் முகத்துக்கு அலாதியான ஒரு தோற்றத்தை அளித்தன. அவனைப் பார்த்தவுடனே எல்லோரது கண்ணிலும் இந்த அலாதியான முகபாவனைதான் முதலில் பட்டு, அவர்களைச் சற்று திகைப்புறச் செய்யும். அவன் நெற்றியில் வெட்டினாற் போல அமைந்த மெல்லிய சிறு சுருக்கம், தலையைக் கொஞ்சம்

முன்னால் துருத்திக் கொள்ளும் ஒரு பழக்கம், கண்ணுக்கினிய அந்த மலர் முகத்திலே சில நேரங்களில் படர்ந்துவிடும் சோகச் சாயல் - இவை மட்டும்தான் அவனுடைய கண் தெரியாத குறையின் புறக்குறிகளாய் அமைந்திருந்தன. பழக்கமான இடங்களில் அவன் தங்குதடையின்றித் தயக்கம் சிறிதும் இல்லாமல் நடமாடினான். ஆயினும் இயற்கையாய் அவனுக்குள்ள சுறுசுறுப்பும் துடிப்பும் கடிவாளமிடப் பட்டிருந்ததை எளிதில் காணமுடிந்தது. சில நேரங்களில் இவை திடீரென ஓரளவு கடுமையான மனப் பிணக்குகளாய் வெளிப்படுவதும் உண்டு.

2

கண் தெரியாத சிறுவனின் வாழ்க்கையில் இப்பொழுது ஒலியின் மனப்பதிவுகளே யாவற்றிலும் பிரதானமாகிவிட்டன, அவனுடைய சிந்தனைகள் உருவாவதற்கான பிரதான வடிவமாகவும் அவனுடைய உள்ளத்து நிகழ்ச்சிப் போக்குகளின் மையமாகவும் ஆயின. பாடல்கள் அவன் நினைவில் நிலைத்து விட்டதற்குக் காரணம் அவற்றின் மெட்டுகள் அவன் உள்ளத்தைக் கொள்ளை கொண்டுவிட்டன. அவற்றின் கருப்பொருள் அவன் மனத்தில் அவற்றின் இசையினுடைய சோகம் அல்லது குதூகலம் அல்லது கனவு மயக்கத்தின் சாயலுடையதாகிவிடும். அவன் தன்னைச் சுற்றிலும் இருந்த இயற்கையின் குரல்களை முன்னிலும் கவனமாய்க் காது கொடுத்துக் கேட்டு வந்தான். பிள்ளைப் பிராயம் முதலாய்த் தன்னைச் சூழ்ந்திருந்து உள்ளத்தைக் கவர்ந்து கொண்டுவிட்ட இன்னரும் பண்களுடன் தனது புலனுணர்ச்சிகளையும் கலந்து, தன் உள்ளத் துடிப்புகளைச் சில நேரங்களில் அவனால் இசையாக வெளியிட முடிந்தது. அவனுடைய இந்தச் சரளமான இசைப் புனைவுகளில் எவை அவனுடைய சொந்தப் படைப்பு, எவை அவன் நன்கு அறிந்த நாட்டுப் பாடல்களிலிருந்து எடுக்கப் பெற்றவை என்று சொல்வது கடினம். அவனுடைய இசையின் இவ்விரு கூறுகளையும் அவனாலுங்கூட இனங்கண்டு பிரித்திட முடியாதபடி, இரண்டும் அவனுள் அந்த அளவுக்குக் கலந்து ஒன்றிவிட்டன. அவன் தாய் அவனுக்கு பியானோ வாசிக்கக் கற்றுத் தந்தாள். அவள் கற்றுக் கொடுத்த பாடல்களை விரைவில் கற்றுப் பாண்டித்தியம் பெற்று வந்தான். ஆயினும் இயோஹீமுடைய குழல்மீது அவனுக்கிருந்த மோகம் குறைந்துவிடவில்லை. செழுமையிலும் நிறைவிலும் வலிமையிலும் குழலைக் காட்டிலும் பியானோ சிறப்புடையதாகவே இருந்தது. ஆனால் பியானோ வீட்டிலே அடைந்திருப்பது. குழலோ எங்கு சென்றாலும் கையில் எடுத்துச் செல்லக்கூடியது. தவிரவும் குழலின் இசை ஸ்டெப்பிவெளியின் இதமான மூச்சுடன் முற்றும் கலந்து ஒலித்தது. குழலிசை தன் மனத்துள் பெருக்கெடுக்கச் செய்த தெளிவற்ற புதிய சிந்தனைகளுக்குக் காரணம் நெடும் தொலைவுகளிலிருந்து வந்த காற்றா, அல்லது தான் வாசித்த இசையா என்று பியோத்தராலே கூறமுடியாத அளவுக்கு இரண்டும் ஒன்று கலந்திருந்தன.

இசையின்பால் அவனுக்கிருந்த ஆர்வம் அவனுடைய வாழ்க்கையைச் சுவையும் வளமும் உடையதாக்கி, சிறுவனின் அக வளர்ச்சிக்கான ஆணி வேராகியது. மக்சீம் இதைப் பயன்படுத்தி, ஒலியின் வடிவில் சிறுவன் தன் தாயகத்தின் வரலாற்றைத் தெரிந்துகொள்ளச் செய்தார்.

பாடலால் கருத்துக் கவரப்பட்டதும் சிறுவன் அந்தப் பாடல் கூறும் தலைவர் களையும், அவர்களுடைய கதைகளையும், அவற்றின் மூலம் தன் தாயகத்தின் வரலாற்றையும் தெரிந்து கொண்டான். நாளடைவில் இது அவனை இலக்கியத்தில் நாட்டமுடையவனாக்கிற்று. சிறுவனுக்கு எட்டு வயதானதும் மக்சீம் அவனுக்கு முறையான கல்வி போதிக்க முற்பட்டார். கண் தெரியாதோருக்குக் கல்வி போதிப்பதற்கான முறைகளை அவர் இதற்கெனக் கற்றறிந்து கொண்டார். அவருடைய பாடங்கள் அவனுக்கு மிகுந்த இன்பமளித்தன. அவை அவன் வாழ்க்கையில் ஒரு புதிய அனுபவமாய் அமைந்து, இசையின் தெளிவற்ற உணர்ச்சிகளை ஒழுங்குபடுத்த உதவும் உறுதிப் பாட்டையும் தெளிவையும் அளித்தன.

இவ்வாறு அன்றாடம் அவன் பொழுதைப் பயனுள்ள முறையில் கழித்தான். குறைவின்றி புதிய அனுபவங்கள் கிடைத்து வந்தன. சிறுவனின் வாழ்க்கை வேறு எந்தக் குழந்தைக்கும் கிடைக்கக்கூடியதைக் காட்டிலும் வளமும் சிறப்பு முடையதாகவுமே இருந்தது. கண் தெரியாத குறையை உணராத வனாகவே அவன் வளர்ந்து வந்தான்.

எனினும், குழந்தைக்கு ஒவ்வாத ஒரு வகை சோகம் அவனுக்குரிய ஓர் அக இயல்பாய் இருந்து, அடிக்கடி மேல் மட்டத்துக்கு வந்து கொண்டிருந்தது. விளையாடுவதற்குக் கூட்டாளிகள் இல்லாததே இதற்குக் காரணம் என்பதாய் மக்சீம் நினைத்தார். இந்தத் தேவையைப் பூர்த்தி செய்ய தன்னால் முடிந்ததைச் செய்தார்.

கிராமச் சிறுவர்கள் பண்ணை வீட்டுக்கு வந்து விளையாடும் படி அழைக்கப்பட்டனர். ஆனால் அவர்கள் கூச்சப்பட்டுக் கொண்டு அடக்க ஒடுக்கமாய் இருந்தனர். பழக்கமில்லாத சூழலும், மற்றும் பியோத்தரின் கண் தெரியாத நிலையும் அவர்களுக்குச் சங்கடமாய் இருந்தன. ஒருவரோடு ஒருவர் ஒண்டிக்கொண்டும் ஓரளவு துணிவு பிறக்கும் தருணங்களில் தமக்குள் குசுகுசுவென்று பேசிக் கொள்வார்கள். கண் தெரியாத சிறுவன் பக்கம் திரும்பி திகைப்புடன் அவனைப் பார்த்தபடி பேசிக்கொள்வார்கள். வீட்டுக்கு வெளியே தோட்டத்திலோ வயல் வெளிகளிலோ இருக்கையில் அவர்கள் சகஜமாய் விளையாடத் தொடங்குவார்கள். ஆனால் எப்படியோ பியோத்தர் இந்த விளையாட்டுகளிலிருந்து ஒதுக்கப்பட்டு விடுவான். அவர்களுடைய குதூகல இரைச்சலை ஏக்கத்தோடு காதால் கேட்பதற்கு மேல் அவனுக்கு இந்த விளையாட்டுகளில் பங்கிருக்காது.

சில சமயங்களில் இயோஹீம் குழந்தைகளைக் கூப்பிட்டு உட்கார வைத்து, கதைகள் கூறுவான். வேடிக்கையான பல வகை நாட்டுக் கதைகள் சொல்வான். உக்ரேனிய கிராமியக் கதைகளும் காவியங்களும் கூறும் சாத்தான்களையும் தந்திரக்கார சூன்யக்காரிகளையும் பற்றி தமது தொட்டில் பருவம் முதலாய் நன்கு அறிந்திருந்த கிராமச் சிறுவர்கள்

இடையிடையே தாமறிந்த கதைகளையும் கூற முற்படுவார்கள். கலகலப்பான பேச்சிலும் சிரிப்பிலும் நேரம் போவதே தெரியாது. பியோத்தர் எப்பொழுதும் மிகுந்த ஆவலோடு கவனமாய்க் கேட்பான், ஆனால் அவன் சிரிப்பது மிக அரிதாயிருக்கும். நகைச்சுவையில் பெரும்பகுதி அவனுக்கு எட்டாமற் போய்விடும்; இதில் வியப்பில்லை. இயோஹீமின் கண்களில் பளிச்சிட்ட ஒளியையோ, அவனுடைய முகச் சுருக்கங்களில் ஒளிர்ந்த சிரிப்பையோ, கவிழ்ந்த நீண்ட மீசையை அவன் துள்ளியாடச் செய்த விதத்தையோ காண்பதற்குக் கண் தெரிய வேண்டாமா?

3

இங்கு விவரிக்கப்பட்ட காலத்துக்கு முன்னால், பக்கத்துப் பண்ணையான சின்னப் பண்ணையின் உரிமையாளரில்* மாற்றம் ஏற்பட்டது.

பழைய உரிமையாளர் சண்டைக்காரராய் இருந்தார். வயலில் சில மாடுகள் மேய்ந்துவிட்டதற்காக அவருடன் சாந்தமான பண்ணையார் பொப்பேல்ஸ்கியுங்கூட வழக்காடும்படி நேர்ந்தது. அந்தச் சண்டைக்காரருக்குப் பதிலாய் இப்பொழுது வயது முதிர்ந்த தம்பதிகள் - பண்ணையார் யஸ்குல்ஸ்கிய் என்பவரும் அவர் மனைவியும் - இந்தப் பண்ணையின் உரிமையாளர்களாகி விட்டனர். இருவரின் வயதையும் சேர்த்தால் நூறுக்கு மேலாகியதென்றாலும், இருவரும் மணம் முடித்துக்கொண்டு சில ஆண்டுகளே ஆயின. பண்ணையார் யஸ்குல்ஸ்கிய் சொந்தத்தில் தனக்கு ஒரு பண்ணையைக் குத்தகைக்கு எடுப்பதற்குப் போதிய அளவு பணம் திரட்டுவதற்கு, அயலார் பண்ணைகளில் மேலாளராய் வேலை செய்து நெடுங்காலம் கடுமையாகப் பாடுபட வேண்டியிருந்தது. சீமாட்டி அக்னேஷ்கா அந்த நீண்ட நெடிய ஆண்டுகள் பூராவும் கோமகள் பதோத்ஸ்காயாவுடன் இருந்து கவுரவத் தாதியாகப் பணிவிடை செய்து வந்தார். ஆகவே அவர்களுக்கு நல்ல காலம் பிறந்து மணமக்களாய் இருவரும் சன்னதியிலே நின்றபோது, மிடுக்கான மணமகனின் தலையிலும் மீசையிலும் மணமகளின் மலர்ந்த முகத்தை அலங்கரித்து வளையமிட்டிருந்த சுருள் களிலும் கறுப்புடன் நரையும் சம அளவில் கலந்திருந்தது.

ஆனால் முடியில் இருந்த இந்த நரை அவர்களுடைய தாம்பத்திய வாழ்க்கையின் சுகத்தைக் கெடுத்துவிடவில்லை. காலங்கடந்து ஆரம்பமான அவர்களது இல்லறத்தின் பாக்கியமாய் ஒரேவொரு மகள் பிறந்தாள். கண் தெரியாத சிறுவனுக்கும் அந்த மகளுக்கும் ஏறத்தாழ ஒரே வயது. வயது காலத்தில் முழுமையாய் இல்லாவிட்டாலும் சில நிபந்தனைகளின் பேரிலாவது தமதென உரிமையுடன் சொல்லிக்

*தென்மேற்குப் பிராந்தியத்தில் வழக்கிலுள்ள குத்தகை முறையின்படி, குத்தகைக்காரர் ('உரிமையாளர்' என்பதாய் இவர் அழைக்கப்படுகிறார்) பண்ணை இயக்குநருக்கு ஒப்பான நிலை பெற்றவராவார். பண்ணை உடைமையாளருக்குக் குறிப்பிட்ட தொகையை அவர் செலுத்த வேண்டும். இந்தத் தொகை செலுத்தப்பட்ட பின், பண்ணையிலிருந்து அவருக்குச் சொந்த வருவாயாய்க் கிடைப்பது, அவருடைய முயற்சியையும் திறனையும் பொறுத்ததாகும்.

கொள்ளத்தக்க இல்லத்தைப் பெற்றதும், வயோதிகத் தம்பதிகள் அதில் அமைதியான எளிய வாழ்க்கை நடத்தினர். ஏனை யோருக்காக உழைத்து உடலம் தேய்ந்த அந்தக் கடினமான ஆண்டுகளுக்கு ஈடு செய்யும் வகையில் சாந்தமும் அமைதியும் நிறைந்த வாழ்க்கையைத் தமக்கு வகுத்துக்கொண்டனர். அவர்களுடைய முதல் முயற்சி அவ்வளவு வெற்றிகரமாய் இல்லை. ஆகவே திரும்பவும் முயற்சி செய்ய வேண்டியதாயிற்று. இம்முறை ஓரளவு சிறிய பண்ணையை எடுத்துக்கொண்டனர். உடனடியாகவே இங்கும் அவர்கள் தமக்கே உரிய தனி வாழ்க்கை முறைப்படிதான் வாழ்ந்து வந்தனர். சாமி படத்துக்குரிய மூலையில் வில்லோக் கிளையுடனும் "இடிவிளக்கு"* டனும்கூட சீமாட்டி யஸ்குல்ஸ்கயா பல மூலிகைகளும் வேர்களும் வைத்திருந்தார். இவற்றைக் கொண்டு தன் கணவரின் உடற்கோளாறுகளுக்கும், உதவி நாடி தம்மிடம் வந்த கிராமவாசிகளுக்கும் சிகிச்சை அளித்தார். இந்த மூலிகைகளின் தனிமணம் வீடு பூராவும் நிரம்பியிருந்தது.

எப்பொழுதாவது இவ்வீட்டுக்கு ஒருமுறை வந்து சென்றவர்களுக்கும்கூட, கச்சிதமாகவும் சுத்தமாகவும் அமைதியாகவும் இருந்த இந்தச் சிறு இல்லத்தையும், அங்கு வசித்த வயோதிகத் தம்பதிகளையும், இக்காலத்தில் ஒரு விசித்திரமாகவே கருத வேண்டியுள்ள அவர்களது சாந்தமான வாழ்க்கையையும் நினைக்கும்போதெல்லாம் இந்த மூலிகைகளின் மணமும் தவறாமல் நினைவுக்கு வரும்.

இந்த வயோதிகர்களுடன் கூட அவர்களது ஒரே மகளான சிறுமியும் வசித்து வந்தாள் - வானத்தின் நீல வண்ணமுள்ள கண்களும், சடைபின்னி முதுகிலே தொங்கிய மென்னிறக் கூந்தலுமுடையவள். அவளைக் காண்போரின் பார்வையில் உடனே படும்படியான அடக்கமும் நிதானமும் அவளுடைய சிறு உருவில் குடிகொண்டிருந்தன. பெற்றோரின் வயதுகால இல்லற வாழ்வின் அமைதி மகளிடத்தும் பரிமளித்து, சிறுபிள்ளைக்கு ஒவ்வாத அமரிக்கையாகவும் நடை உடை பாவனையின் இதமான அமைதியாகவும் அவளுடைய நீல விழிகளின் ஆழத்தில் நிலைத்திருந்த சிந்தனைச் சாயலாகவும் வெளிப்படுகிறதோ என்று நினைக்கத் தோன்றிற்று. அவள் அந்நியர்களிடத்தும் கூச்சமோ தயக்கமோ இன்றிப் பழகினாள். ஏனைய சிறுவர் சிறுமியருடன் சேராமல் ஒதுங்கியிருப்பவள் அல்ல அவள் - அவர்களுடைய விளையாட்டுகளில் ஆர்வத்துடன் சேர்ந்து கொண்டாள். ஆயினும் எப்பொழுதும் பெரிய மனுஷிக்குரிய கருணையும் பரிவும் மிக்க பாவனை அவளிடம் இருக்கும். இந்த விளையாட்டுகள் எனக்குத் தேவையில்லை, இருந்தாலும் உங்களுக்காக <u>விளையாடுகிறேன்</u> என்கிற முறையில் நடந்து கொள்வாள். அதுவும்

*இடியும் புயலுமாயுள்ள நேரங்களிலும், மரணப் படுக்கையிலுள்ளோர் பிடித்துக்கொள்ளுவதற்காகவும் ஏற்றப்படும் மெழுகுவர்த்தி.

விளாதிமிர் கொரலேன்கோ | 73

உண்மைதான் - தன்னந் தனியே விடப்படும் போதிலும் அவள் குதூகலமாய் இருக்கக்கூடியவள். வயல்களில் திரிந்து மலர்கள் கொய்வாள், அல்லது தன் பொம்மையுடன் குலாவிக் கொண்டிருப்பாள். ஆர அமர அமைதியாய் அவள் இதைச்செய்வதைப் பார்க்கையில், சிறுமி என்பதைவிட சின்னஞ்சிறு மங்கை என்பதாகவே அவளைக் கருதத்தோன்றும்.

4

சிறுவன் பியோத்தர் தனியே வெளியே வந்து ஆற்றங் கரையில் ஒரு மேட்டின்மேல் உட்கார்ந்திருந்தான். சூரியன் அஸ்தமித்துக்கொண்டிருந்த நேரம். மாலைப்பொழுது அமைதியாய் இருந்தது. தொலைவில் கிராமத்து மாட்டுக் கிடையிலிருந்து வந்த கனைப்பொலியைத் தவிர்த்து வேறு எந்தச் சப்தமும் கேட்கவில்லை. சிறுவன் குழல் ஊதிக் கொண்டிருந்தான். பிறகு கோடைப்பருவ மாலையின் இனிய அயர்வால் கவரப்பட்டுக் குழலை வைத்துவிட்டுப் புல்லிலே சாய்ந்தான். அவன் தூங்கிவிடும் நிலையை நெருங்குகையில், இருந்தாற்போல் நிசப்தம் குலைந்து சிறுபிள்ளையின் மெல்லடி ஓசை கேட்டது. தனது அமைதி குலைக்கப்படுவது கண்டு எரிச்சலடைந்து, முழங்கையை ஊன்றி நிமிர்ந்து, கூர்ந்து கவனித்தான். அவனுடைய மேட்டின் ஓரத்துக்கு வந்ததும் காலடி ஓசை நின்று விட்டது. அவன் அறியாத காலடிகள் அவை.

"சிறுவனே!" கீழிருந்து குழந்தை குரல் ஒன்று அவனைக் கூப்பிட்டது. ஒரு சிறுமியின் குரல். "சற்று நேரத்துக்கு முன்பு இங்குக் குழல் ஊதியது யார் தெரியுமா உனக்கு?" என்று அது வினவிற்று.

தனது தனிமை கலைக்கப்படுவது பியோத்தருக்குப் பிடிக்கவில்லை. அவன் கடுப்பாகவே பதிலளித்தான்:

"நான்தான்..."

கீழே நின்ற சிறுமியிடமிருந்து வியப்பொலி எழுந்தது.

"எவ்வளவு இனிமையாய் இருந்தது!" என்று அவள் வாய்விட்டு வியந்துகொண்டாள்.

பியோத்தர் பேசாமல் இருந்தான். ஆனால் அழையாது வந்த அந்தச் சிறுமி அங்கிருந்து செல்லவில்லை.

அவள் விலகிச் செல்லும் காலடி ஒலிக்காகக் காத்திருந்து பார்த்தான். அது கேட்காததைக் கண்டு, முடிவில் "நீ ஏன் போகாமல் இங்கேயே இருக்கிறாய்?" என்று கேட்டான்.

"என்னை ஏன் போகச் சொல்கிறாய்?" - அவளுடைய தெளிவான குரலில் கபடமில்லா வியப்பும் கலந்தொலிக்க அவனைத் திருப்பிக் கேட்டாள்.

அமைதி தவழும் அவளுடைய கலகலப்பான குரல் கண் தெரியாத சிறுவனின் காதுகளில் இனிமையாய் ஒலித்தது. ஆனால் அவன் முன்பு போலவே கடுப்புடன், "நான் இருக்கும் இடத்துக்கு யாரும் வரக்கூடாது..." என்றான்.

சிறுமி சிரித்துவிட்டாள்.

"அடேயப்பா!... இந்த உலகமே உன்னுடையது போல யாரும் அதில் நடக்கக்கூடாது என்கிறாயே!" என்றாள்.

"இங்கு வந்து என்னைத் தொந்தரவு செய்யக் கூடாதென்று எல்லோரிடமும் அம்மா சொல்லியிருக்காங்க."

"அம்மாவா?" என்று சிறுமி மெள்ளக் கேட்டாள். "ஆனால் என்னுடைய அம்மா நான் ஆற்றங்கரையிலே நடக்கலா மென்று சொல்லியிருக்காங்களே" என்றாள்.

தான் விரும்புகிறபடிச் செய்ய இதன்முன் இவ்வளவு பிடிவாதமாய் யாரும் மறுத்து அறியாதவன் பியோத்தர். எல்லோரும் அவன் விருப்பத்துக்கு இணங்க நடந்து செல்லம் காட்டி அவனைக் கெடுத்திருந்தார்கள். ஆகவே இப்பொழுது கோபத்தால் அவன் முகம் கொதிப்புற்றுவிட்டது. புல்லில் எழுந்து உட்கார்ந்து, ஆவேசமாய்க் கத்தினான்:

"இங்கிருந்து போய்விடு! உடனே போய்விடு!..."

அடுத்தபடி என்ன நடந்திருக்குமெனச் சொல்வதற்கில்லை. ஆனால் அத்தருணத்தில் இயோஹீமுடைய குரல் கேட்டது. தேநீர் அருந்த வருமாறு அவன் பியோத்தரைக் கூப்பிட்டான். உடனே சிறுவன் எழுந்து ஓடிவிட்டான்.

"பொல்லாத முசுடாய் இருக்கிறானே!" - அவனுக்குப் பின்னாலிருந்து ஆத்திரமான குரலில் சிறுமி கூறியது அவன் காதில் விழுந்தது.

5

மறுநாள் திரும்பவும் பியோத்தர் தனது மேட்டில் இருக்கையில் இந்தச் சச்சரவை நினைத்தபோது, அவனுக்குக் கொஞ்சங்கூட கடுப்பு இருக்கவில்லை. அவள் திரும்பவும் வந்தால் நன்றாயிருக்குமே என்றுகூட நினைத்தான் - அந்தச் சிறுமி அவ்வளவு அமைதியான, இனிய குரலில் பேசினாளே. எந்தச் சிறு பிள்ளையும் இதன்முன் இதுபோன்ற குரலில் பேசி அவன் கேட்டதில்லை. அவனுக்குத் தெரிந்த சிறுவர்களும் சிறுமிகளும் எந்நேரமும் கூச்சல் போட்டுக்கொண்டிருந்தனர், அல்லது பலமாய்ச் சிரித்துக்கொண்டும் சண்டை போட்டுக்கொண்டும் அழுது கொண்டுமிருந்தனர். யாரும் அவளைப் போல இனிமை யாய்ப் பேசியதே இல்லை. அவளிடம்போய் சண்டைக்கு நின்றேனே என்று நினைத்தபோது அவனுக்கு வருத்தமா யிருந்தது. இனி அவள் இங்கு வரமாட்டாள் என்றே தோன்றியது அவனுக்கு.

அதுபோலவே அவளும் அங்கு வரவில்லை - மூன்று நாட்கள் பூராவும் தலைகாட்டவே இல்லை. ஆனால் நான்காம் நாளன்று ஆற்றங்கரையிலே அவளுடைய காலடி ஒலிக்கக் கேட்டான். ஏதோ போலந்துப் பாட்டு ஒன்றை வாய்க்குள் பாடிக் கொண்டு மெதுவாய் நடந்து வந்தாள். ஆற்றங்கரையில் அவள் காலுக்கடியில் கூழாங்கற்கள் நறநறத்தன.

மேட்டுக்கு அடியில் அவள் சென்றபோது "யார், நீதானா?" என்று பியோத்தர் அவளை அழைத்தான்.

சிறுமி பதில் சொல்லவில்லை. கூழாங்கற்களின் நறநறப்பு தொடர்ந்து கேட்டது. நிற்காமலே அவள் வேண்டுமென்றே அலட்சியமாய்ப் பாட்டை வாய்க்குள் பாடியபடி நடந்து சென்றாள். முன்பு தனக்கு ஏற்பட்ட அவமதிப்பைச் சிறுமி மறந்துவிடவில்லை என்பதை அவளுடைய இந்த அலட்சிய பாவனை பியோத்தருக்கு உணர்த்திற்று.

ஆயினும் மேட்டைக் கடந்து சில தப்படிகள் நடந்தபின் மேலும் போகாமல் அப்படியே நின்றாள். இரண்டொரு வினாடிக்கு ஓசையே கேட்கவில்லை. அவள் பறித்து வைத்திருந்த மலர்களை அடுக்கிக்கொண்டிருந்தாள். அவளுடைய பதிலுக்காகக் காத்திருந்த பியோத்தர், திடுதிப்பென்று அவள் நடையை நிறுத்தி மௌனமாய் நின்றதில் அவளுடைய ஏளனம் தொனிப்பதை உணர்ந்தான்.

எல்லா மலர்களையும் ஒழுங்காய் அடுக்கிய பிற்பாடுதான் அவள் தலையை மேலே உயர்த்தி, மாண்புமிக்க முறையில், "நான்தான் என்பது உன் கண்ணுக்குத் தெரியவில்லையா?" என்று கேட்டாள்.

இந்தச் சாதாரண கேள்வி கண் தெரியாத சிறுவனின் இதயத்தில் சுறுக்கென குத்துவதாய் இருந்தது. அவன் பதில் சொல்லவில்லை. புல்லுக்கடியில் மறைந்திருந்த அவன் கைகள் மட்டும் வெடுக்கென ஆடின.

இருப்பினும் முதல் தப்படி எடுத்து வைத்தாகிவிட்டது.

சிறுமி அவள் நின்ற இடத்தைவிட்டு நகராமல் மலர்களைக் கொய்தவாறு "இவ்வளவு இனிமையாய்க் குழல் வாசிக்க உனக்குக் கற்றுத் தந்தது யார்?" என்று கேட்டாள்.

"இயோஹீ" என்றான் பியோத்தர்.

"இனிமையிலும் இனிமையாய் இருந்தது! ஆனால் நீ ஏன் இப்படிக் கோபக்காரனாய் இருக்கிறாய்?"

"இல்லையே... உன்மேல் எனக்குக் கோபமில்லையே" என்று பியோத்தர் இதமான குரலில் சொன்னான்.

"சரி, எனக்கும் உன்மேல் கோபமில்லை... இரண்டு பேருமாய் விளையாடலாமா?"

"என்னால் உன்னோடு விளையாட முடியாதே" என்று சொல்லி தலையைக் கவிழ்த்துக்கொண்டான்.

"விளையாட முடியாதா?... ஏனாம்?"

"ஏனென்றால்..."

"ஏன் விளையாட முடியாதென்கிறாய்?"

"ஏனென்றால்..." தலையை இன்னும் கொஞ்சம் கவிழ்த்துக் கொண்டு முணுமுணுக்கும் குரலில் திரும்பவும் ஆரம்பித்து முதற் சொல்லுடன் நின்றுவிட்டான்.

தனக்குக் கண் தெரியாதது பற்றி இவ்வளவு நேரடியாகப் பேசவேண்டிய நிலைமை இதன்முன் அவனுக்கு ஏற்பட்ட தில்லை. அந்தச் சிறுமியின் அறியாத்தனமும் விடாப்பிடியாய் அவள் கேட்ட அந்தக் கேள்வியும் அவன் இதயத்தை மீண்டும் படபடக்கச் செய்தன.

சிறுமி மேட்டின் மீது ஏறி வந்து புல்லில் அவன் அருகே உட்கார்ந்தாள்.

“நீ ரொம்ப வினோதமானவனாய் இருக்கிறாயே” என்று அங்கலாய்த்துக்கொண்டாள். “என்னை உனக்குத் தெரியாது, அதனால்தான் இப்படி இருக்கிறாய் என்று நினைக்கிறேன். நாம் ஒருவரை ஒருவர் நன்றாய்த் தெரிந்து கொண்டால் உன்னுடைய அச்சமெல்லாம் மறைந்துவிடும். நான் அச்சப்படுவதில்லை. யாரிடத்தும் எனக்கு அச்சமில்லை.”

அவளுடைய தெளிவான கலகலப்பான குரல் ஓய்ந்ததும், காம்புகளும் இலைகளும் மெள்ள சலசலப்பது பியோத்தரின் காதுக்கு எட்டிற்று. அவள் தனது மலர்களை மடியிலே போட்டு வைத்திருந்தாள்.

“நீ மலர்கள் பறித்து வந்திருக்கிறாய். அவை எங்கே கிடைத்தன?” என்று கேட்டான்.

“அங்கே” என்று அவள் தலையைத் திருப்பித் திசையைக் காட்டினாள்.

“புல்வெளியிலா?”

“இல்லை-அங்கே.”

“ஓ, தோப்பிலே பறித்து வந்திருக்கிறாய். அவை என்ன மலர்கள்?”

“உனக்குத் தெரியவில்லையா என்ன?... வினோதமான பையன்தான் நீ!...”

பியோத்தர் ஒரு மலரை எடுத்தான். பிறகு இன்னொன்றை எடுத்தான். விரைவாகவும் மென்மையாகவும் அவன் விரல்கள் அந்த இலைகளையும் இதழ்களையும் வருடிப் பார்த்தன.

“இது பொற்குவளை” என்றான். “இது நீலமலர்.”

பிறகு அவனுக்கு, தன்னருகில் இருப்பவளையும் இதே போலத் தெரிந்துகொள்ள வேண்டுமென்ற விருப்பம் உண்டா யிற்று. இடது கையால் அவளுடைய தோளைப் பிடித்துக் கொண்டு வலது கையால் அவள் முடிகளையும் கண்களையும் முக வடிவத்தையும் விரல்களால் தொட்டுப் பார்த்தான். இடையிடையே அவன் விரல்கள் கணப்பொழுதுக்கு அசைவற்றுவிடும். தான் அறியாத அம்முகத்தின் அடையாளங்களைக் கூர்ந்து பரிசீலித்தான்.

இவை யாவும் எதிர்பாராத விதமாய்த் திடுதிப்பென நடைபெற்றதால், சிறுமி எதிர்ப்பு தெரிவிப்பதற்குக்கூட திறனற்றவளாய்த் திகைத்துப்போய்விட்டாள். வாய் பேசாமல் அவனை வெறிக்கப் பார்த்தபடி உட்கார்ந்திருந்தாள். பேந்தப் பேந்த விழித்த அவள் கண்கள் கிலிக்கு ஒப்பான ஓர் உணர்வை வெளியிட்டன. அப்பொழுதுதான் அவள் சிறுவனின் முகபாவம் விசித்திரமாய் இருந்ததைக் கவனித்தாள்.

மென்மையான அவனுடைய வெளிறிய முகத்தில் மிகுந்த பிரயாசையோடு கூர்ந்து கவனிக்கும் பாவனை படிந்திருந்தது. அவனுடைய கண்களின் அசையாத பார்வைக்கு இந்த முகபாவம் ஒவ்வாததாய் இருந்தது. அவன் கண்களின் பார்வை அவனுடைய செய்கையிலே படியாமல் எங்கோ தொலைவில் குத்திட்டு நின்றது. அஸ்தமனச் சூரிய-னுடைய பளபளப்பு அவன் கண்களில் பிரதிபலித்த முறை மிகவும் விபரீதமாய் இருந்தது. இவை யாவும் கணப் பொழுதுக்கு அவளுக்குப் பயங்கரமான கனவு போலத் தோன்றின.

உடனே அவள் தோளை உலுக்கி அவன் பிடியிலிருந்து விலகி, விம்மி அழுதவாறு துள்ளி எழுந்தாள்.

“சனியன் பிடித்தவனே, என்னை ஏன் இப்படி பயமுறுத்து கிறாய்? உனக்கு நான் என்ன தீங்கு செய்தேன்?” என்று கண்ணீருக்கிடையே கோபமாய்க் கூச்சலிட்டாள்.

புல்லில் உட்கார்ந்திருந்த சிறுவன் திகைத்துப் போய் விட்டான். அவனுடைய தலை சாய்ந்து கவிழ்ந்துவிட்டது, அவமானமும் ஏமாற்றமும் கலந்த வேதனை உணர்ச்சி அவன் நெஞ்சில் நிரம்பி வருத்திற்று. உடற் குறைபாடுள்ள வர்களுக்கு அடிக்கடி நேரும் அவமானத்தை முதன்முதலாய் இப்பொழுதுதான் அவன் அனுபவிக்கும்படி ஆகியது: உடற் குறைபாடு பரிதாப உணர்ச்சியுடன் கூட அச்சமும் உண்டாக்கக் கூடியதென்பதை இப்பொழுதுதான் உணர்ந்தான். அவனை வாட்டி வதைத்த வேதனையை அவனால் தெளிவாய்ப் பகுத்துணர முடியவில்லைதான். ஆயினும் அதன் தெளிவின்மையும் புரியாத நிலையும் அவனுடைய உள்ளக் குமுறலையும் துன்பத்தையும் எவ்வகையிலும் குறைத்துவிட வில்லை.

அவன் நெஞ்சைக் கசக்கிப் பிழிந்த துன்பம் பீறிட்டு தொண்டைக்கு எழுந்தது. தாரையாய்க் கண்ணீர் வடித்தபடி புல்லிலே குப்புறச் சாய்ந்துவிட்டான். விம்மல்கள் மேலும் மேலும் கடுமையாய் அவனுடைய குழந்தை உடலை ஆட்டிக் குலுக்கின. பிறவியிலேயே அவனுக்கிருந்த இறுமாப்பினால் எப்படியாவது இந்த விம்மல்களை அடக்கிக்கொண்டுவிட வேண்டுமென்று அவன் பெரு முயற்சி செய்ததைத் தொடர்ந்து, இவை இன்னும் மூர்க்கமாயின.

மேட்டிலிருந்து கீழே இறங்கி ஓடிய சிறுமி அவனுடைய விம்மல்களைக் கேட்டதும் வியப்புற்றுத் திரும்பிப் பார்த்தாள். புல்லில் குப்புற விழுந்து உடல் அதிரும்படி அவன் விம்மியழுதக் காட்சி அவளை உள்ளம் உருகச் செய்துவிட்டது. மெல்ல அவள் திரும்பவும் மேட்டின்மேல் ஏறிச்சென்று அழுதுகொண்டிருந்த சிறுவன் அருகே குனிந்தாள்.

“இதோ பார், நீ ஏன் அழுகிறாய்?” என்று இதமாய்க் கேட்டாள். “யாரிடமாவது சொல்லிவிடுவேனென்று பயப்படு கிறாயா? நான் சொல்லமாட்டேன். யாரிடமும் சொல்லவே மாட்டேன். நீ அழக்கூடாது.”

அன்பு கனிந்த சொற்களும் கொஞ்சும் குரலும் திரும்பவும் அவனிடம் கடுமையான விம்மல்களைக் குமுறியெழச் செய்தன. சிறுமி அவன் பக்கத்தில் மண்டியிட்டு அமர்ந்து சற்றுநேரம் அவனைப் பார்த்திருந்துவிட்டு, அவன் முடிகளை இரண்டொரு முறை வருடிவிட்டாள். பிறகு தான் தண்டித்த குழந்தையை அணைத்து ஆறுதலளிக்க முயலும் தாயின் அன்பு உள்ளத்தோடு, அவனுடைய தலையை உயர்த்தி, கண்ணீரால் நனைந்திருந்த அவன் கண்களைத் தன் கைக்குட்டையால் துடைக்கத் தொடங்கினாள்.

வயதான பெரியவளைப் போல, “அழக்கூடாது, போதும்!” என்று முணுமுணுக்கும் குரலில் சொன்னாள். “இனி உன்மேல் நான் கோபப்படவில்லை. என்னைப் பயமுறுத்தியதற்காக நீ மனம் வருந்துவது எனக்குத் தெரிகிறது...”

விம்மல்களை அடக்குவதற்காக ஆழமாய் மூச்சை உள்ளுக் கிழுத்து “நான் உன்னைப் பயமுறுத்த வேண்டுமென்று நினைக்க வில்லை” என்றான் சிறுவன்.

“அப்படியா? நல்லது, இனி உன்மீது எனக்குக் கோபமில்லை... திரும்பவும் அவ்வாறு செய்யமாட்டாய் என்பது எனக்கு நன்றாய்த் தெரிகிறது.”

அவனை எழுந்து தன் பக்கத்தில் உட்காரச் செய்வதற்காக அவள் அவனுடைய தோள்களை உலுக்கி உயர்த்தினாள்.

அவளுடைய கைகளின் உலுக்கலுக்குக் கீழ்ப்படிந்து அவன் எழுந்தான். முன்பு போலவே அஸ்தமனச் சூரியன் முகத்திலே படும்படி உட்கார்ந்து கொண்டான். செவ்வொளியிலே ஒளிர்ந்த அந்த முகத்தைப் பார்த்துச் சிறுமி அதில் ஏதோ விசித்திரத் தோற்றம் இருக்கக் கண்டாள். சிறுவனின் இமைகளில் இன்னமும் கண்ணீர் பளிச்சிட்டது. ஆனால் இமைகளுக்கு அடியில் தெரிந்த அவன் கண்கள் அசைவற்று நின்றன. அவன் முகம் உணர்ச்சி வயப்பட்ட துடிப்புக்களால் கோணியிருந்தது; அதேபோதில் அதில் சிறு குழந்தையிடம் எதிர்பார்க்க முடியாத உக்கிரமான ஆழ்ந்த துயரம் கவ்வியிருந்தது.

“இருந்தாலும் நீ ரொம்பவும் விசித்திரமாய்த்தான் இருக்கிறாய்.” அவள் குரலில் வியப்பும் அனுதாபமும் தொனித்தன.

"நான் ஒன்றும் விசித்திரமாய் இல்லை" என்று சிறுவன் பதிலளித்தான். அவன் முகம் பரிதாபமாய்த் துடித்தது. "நான் ஒன்றும் விசித்திரமாய் இல்லை. எனக்கு... எனக்குக் கண் தெரியாது."

"கண் தெரியாதா?" அவள் பதறிப்போய்விட்டாள். அவளுடைய குரல் நடுங்கிற்று. மிகவும் மெதுவாய்ச் சிறுவன் அறிவித்த பயங்கர உண்மை, அந்தச் சிறுமியின் பெண் மனத்துள் ஈட்டிபோல் பாய்ந்து ஆறாத புண்ணை உண்டாக்கியது போல, அவள் குரல் கரகரத்து நடுங்கிற்று. "கண் தெரியாதா..." என்றாள் திரும்பவும். அதற்குமேல் பேச முடியாமல் தொண்டை அடைத்துப்போய்விட்டது. அவளுடைய சிறு உடலெங்கும் பாய்ந்து பரவி அவளைத் திணறடித்த பரிதாப உணர்ச்சியின் கொடும் பிடியிலிருந்து தப்ப, அதுவே வழி என்பதாய் முடிவு செய்தவளைப் போல, தன் கரங்களால் கண் தெரியாத சிறுவனின் கழுத்தைக் கட்டிப்பிடித்து, அவனுடைய முகத்தில் தன் முகத்தை வைத்து அழுத்திக்கொண்டாள்.

இந்தப் பயங்கர உண்மையை உணர்ந்ததால் உண்டான அதிர்ச்சி பெரிய மனுஷிக்குரிய அவளுடைய வழக்கமான அமரிக்கையையும் நிதானத்தையும் அடியோடு விரட்டிவிட்டு, அடிபட்டு வலி தாங்காமல் கதறும் குழந்தையாக அவளை மாற்றிவிட்டது. முன்பு அவன் அழுதது போல இப்பொழுது அவள் ஆறாத் துயரத்தை வெளியிட்டு அழத் தொடங்கி விட்டாள்.

6

சில நிமிடங்கள் மௌனத்தில் கழிந்தன.

சிறுமியின் அழுகை நின்றது. ஆயினும் அடக்க முடியாதபடி எப்பொழுதாவது விம்மல் எழுந்து கொண்டுதான் இருந்தது. கண்ணீர்த் திரையினுள்ளிருந்து அவள் அஸ்தமனச் சூரியனை உற்று நோக்கினாள். அடிவானத்தின் கரு வரம்புக்கடியில் மெள்ள அழுந்திக் கொண்டிருந்த சூரியன், அதைச் சுற்றிலும் ஒளிர்ந்த காற்றில் சுற்றிச் சுழல்வதுபோல் தோன்றிற்று. அதன் நெருப்புமுனை இப்பொழுது மீண்டும் பொற்கிரணங்களை அள்ளி வீசிற்று. கடைசிச் சுடர்கள் பாய்ந்தோடின. தொலை விலிருந்த காட்டின் கரிய உருவரை திடீரென நீல வளைகோடாய் மிதந்து முன்னிலைக்கு வந்தது.

ஆற்றிலிருந்து மந்தமாருதம் வீசிற்று. நெருங்கி வரும் அந்திப்பொழுதினுடைய அமைதியின் நிழல் கண் தெரியாத சிறுவனின் முகத்தில் தெரிந்தது. குனிந்த தலை நிமிராது உட்கார்ந்திருந்தான் அவன். அனுதாபப் பெருக்கைக் கண்டு திகைப்புற்றவனாய்த் தோன்றினான்.

"எனக்கு வருத்தம் தாங்க முடியவில்லை..." என்று சிறுமி தனது பலவீனத்துக்கு விளக்கம் கூறினாள். இன்னமும் அவள் நெஞ்சினுள்ளிருந்து எழுந்த விம்மல் அவளைத் திணறடித்துக் கொண்டிருந்தது.

அவளுக்குப் பேச்சு திரும்பி குரல் சரியானதும், இருவரும் உணர்ச்சி வயப்படாமல் பேசக்கூடிய அபாயமற்ற திசையில் பேச்சைத் திருப்ப முயன்றாள்.

"சூரியன் அடிவானத்தில் மறைந்து கொண்டிருக்கிறான்" என்று சாந்தமான குரலில் சொன்னாள்.

"சூரியன் எப்படி இருப்பானென்று எனக்குத் தெரியாது" என்று அவன் வருத்தம் தோய்ந்த குரலில் கூறினான். "நான் அவனை... உணர்ச்சியின் மூலமே அறிய வேண்டியிருக்கிறது..."

"சூரியனைத் தெரியாதா?"

"எப்படி இருப்பானென்று தெரியாது."

"ஆனால்... அப்படீன்னா... உன்னுடைய அம்மாவையும் உனக்குத் தெரியாதா?"

“அம்மாவை எனக்குத் தெரியும். நெடுந்தூரத்தில் அம்மா வரும்போதே நடையைக்கொண்டு சொல்லிவிடுவேன்.”

“ஆம், கண்களைக் கெட்டியாய் மூடிக்கொண்டாலும், அம்மாவைத் தவறாமல் நானும் அடையாளம் தெரிந்து கொண்டு விடுவேன்.”

இப்பொழுது இருவரும் அமைதியாய்ப் பேசிக் கொண்டி ருந்தனர்.

“உணர்வினால் நான் சூரியனைப் பார்க்க முடிகிறது” என்றான் பியோத்தர். “சூரியன் எப்பொழுது அஸ்தமிக்கிறான் என்று தவறாமல் கூறிவிடுவேன்.”

“அது எப்படி முடிகிறது?”

“எப்படியென்றால்... உம்... அதைத் தெளிவாகச் சொல்லத் தெரியவில்லை...”

“அது சரிதான்” என்றாள், அவன் சொன்ன விளக்கத்தைக் கேட்டுத் திருப்தியடைந்த சிறுமி. சில நிமிடங்களுக்கு இருவரும் பேசவில்லை. முடிவில் பியோத்தர்தான் மௌனத்தைக் கலைத்தான்.

“என்னால் படிக்க முடியும்” என்றான். “பேனாவும் மசியும் கொண்டு எழுதுவதற்கும் விரைவில் கற்றுக் கொள்வேன்.”

“அதெப்படி...” என்று ஆரம்பித்த சிறுமி, இந்தப் பேச்சு புண்ணைக் கிளறுவதாயிருக்குமென அஞ்சி வாயை மூடிக் கொண்டாள். அவள் என்ன கேட்க வாயெடுத்தாளென்று பியோத்தர் புரிந்து கொண்டான்.

“ஒரு தனிவகைப் புத்தகத்தில் விரல்களால் படிக்கிறேன்” என்றான்.

“விரல்களாலா? என்னால் ஒரு நாளும் அவ்வாறு படிக்க முடியாது!... கண்களால் படிக்கும்போதே மோசமாய்ப் படிக்கிறேன். பெண்களுக்கும் படிப்புக்கும் ஒத்துவராதென்று அப்பா கூறுகிறார்.”

“பிரெஞ்சும் படிக்கத் தெரியும் எனக்கு.”

“பிரெஞ்சுமா?-... அதையும் விரல்களாலேயே படிக்கிறாயா?... நீ ரொம்பக் கெட்டிக்காரனாய் இருப்பாய் போலிருக்கே!” என்று வியந்து போற்றிக்கொண்டாள். “ஆனால் உனக்குச் சளிப்பு பிடித்துவிடும். ஆற்றிலே மூடுபனி வந்து கொண்டிருக்கிறது.”

“உனக்குப் பிடிக்காதா?”

“எனக்கு அந்த அச்சமில்லை. மூடுபனி எனக்குத் தீங்கு செய்யாது.”

“அப்படியென்றால் நானும் அச்சப்படவில்லை. பெண் பிள்ளைக்குச் சளிப்புப் பிடிக்காதபோது, ஆண்பிள்ளைக்கு மட்டும் எப்படிப் பிடிக்கும்?

ஆண்மகன் எதற்கும் அஞ்சக்கூடாது - சளிப்பு, பசி, இடி, கடும் புயல் எதற்கும் அஞ்சக்கூடாதென்று மக்சீம் மாமா சொல்கிறார்."

"மக்சீம் மாமாவா?-... கவைக்கோல்கள் வைத்துக் கொண்டு நடக்கிறாரே, அவரா?... நான் அவரைப் பார்த்திருக்கிறேன். அவர் ரொம்பப் பொல்லாதவர்!"

"அவர் ஒன்றும் பொல்லாதவரல்ல. அன்பு உள்ளம் கொண்டவர்."

"இல்லை, அவர் பொல்லாதவர்தான்!" என்று உறுதியாய்ச் சொன்னாள். "நீ அவரைப் பார்த்ததில்லை, ஆகவே அவரைப் பற்றி உனக்குத் தெரியாது."

"எனக்குத் தெரியாவிடில் வேறு யாருக்குத்தான் தெரியும். அவரிடம்தான் நான் பாடம் பயிலுகிறேன்."

"நல்லா பூசையும் தருகிறாரல்லவா?"

"இல்லை, அவர் என்னைத் திட்டக்கூட மாட்டார்... இல்லவே இல்லை..."

"கண் தெரியாத சிறுவனைத் திட்டவோ அடிக்கவோ யாருக்குத்தான் மனம் வரும்? பாவமல்லவா, அது."

"அவர் யாருக்குமே தீங்கு செய்யமாட்டாரே" என்றான் பியோத்தர். ஆனால் அவன் கவனம் வேறு எங்கோ இருந்தது. கூர் உணர்வு படைத்த அவன் காதுக்கு இயோஹீமின் காலடி ஒலி நெருங்கி வருவது எட்டிவிட்டது.

மறுகணமே லாயக்காரனுடைய நெட்டை உருவம் பண்ணை வீட்டுக்கும் ஆற்றுக்கும் இடையிலிருந்த உயரம் குறைவான மேட்டுவரையில் தெரிந்தது. பிறகு அந்தியின் அமைதியைக் கலைத்துக்கொண்டு அவன் குரல் கணீரென ஒலித்தது.

"பியோத்தரோ-ஓ-ஓ!"

"உன்னைக் கூப்பிடுகிறார்கள்" என்று கூறியவாறு சிறுமி எழுந்தாள்.

"எனக்குத் தெரியும். ஆனால் இப்பொழுது நான் வீட்டுக்குப் போக விரும்பவில்லை."

"நேரமாகிறது, கிளம்பு. நாளைக்கு உன் வீட்டுக்கு வந்து உன்னைச் சந்திக்கிறேன். வீட்டில் உன்னை எதிர்பார்த்துக் கொண்டிருப்பார்கள். நானும் வீட்டுக்குப் போக வேண்டும்."

7

சிறுமி அவள் சொன்னபடி தவறாமல் அவன் வீட்டுக்கு வந்தாள். பியோத்தர் எதிர்பார்த்ததற்கு முன்னதாகவே வந்தாள். மறுநாள் காலை மக்சீம் மாமாவிடம் பாடம் படித்துக் கொண்டிருந்த பியோத்தர் திடீரென்று தலையை உயர்த்திக் கண நேரத்துக்குக் கூர்ந்து கவனித்தான். பிறகு பரபரப்படைந்த வனாய்ச் சொன்னான்:

“இதோ ஒரு நிமிடம் போய்விட்டு வந்துவிடுகிறேன். அந்தச் சிறுமி வந்திருக்கிறாள்.”

“எந்தச் சிறுமி?” என்று ஆச்சரியத்துடன் கேட்டார் மக்சீம். பியோத்தரைப் பின்தொடர்ந்து அவரும் வெளிக் கதவை நோக்கிச் சென்றார்.

ஆம், முந்திய நாள் அவன் சந்தித்த சிறுமி வீட்டின் வெளி வாயிலுக்குள் வந்து கொண்டிருந்தாள். ஆன்னா மிகையிலொவ்னா அப்பொழுது வெளிமுற்றத்தில் போய்க் கொண்டிருப்பதைப் பார்த்தவள், தயக்கமோ கூச்சமோ இன்றி நேரே அவளிடம் சென்றாள்.

“பாப்பா, உனக்கென்ன வேண்டும்?” யாரோ அவளைத் தன்னிடம் வேலையாய் அனுப்பியிருப்பதாய் நினைத்து ஆன்னா மிகையிலொவ்னா அவளை விசாரித்தாள்.

ஆனால் சிறுமி பெரிய மனுஷி போல அமரிக்கையுடன் கையை நீட்டிக் கை குலுக்கியபடி கேட்டாள்:

“கண் தெரியாத சிறுவன் இருப்பது உங்கள் வீட்டில்தானே?...”

“ஆம், இங்குதான்.” சிறுமியின் நீலக்கண்களின் தெளிவான பார்வையையும் அவளுடைய கூச்சமில்லாத பேச்சையும் கண்டு ஆன்னா மிகையிலொவ்னா வியப்புற்று விட்டாள்.

“அவனை வந்து பார்ப்பதற்கு அம்மா என்னை அனுமதித் திருக்கிறார்கள்... நான் அவனைப் பார்த்துப் பேசலாமா?”

அதே கணத்தில் பியோத்தர் வெளியே ஓடி வந்தான். மக்சீமும் முகப்பு வாயிலை வந்தடைந்தார்.

தன்னைப் பார்க்க வந்தவளை வரவேற்றுவிட்டு “அம்மா, நான் சொல்லிக்கொண்டிருந்தேனே அவள்தான் இது” என்று பியோத்தர் ஆர்வத்துடன் கூறினான். “ஆனால் எனக்கு இது பாடம் படிக்கும் நேரம்” என்றான்.

"அதனால் என்ன - மக்சீம் மாமா இன்று உனக்கு அனுமதி அளித்துவிடுவார்" என்றாள் தாய். "நான் வேண்டுமானால் அவரிடம் சொல்கிறேன்."

ஆனால் சங்கோஜம் இல்லாமல் பெரியவளைப் போல நடந்து கொண்ட சிறுமி, அவர்களை நோக்கி முற்றத்திலே மெதுவாய் வந்து கொண்டிருந்த மக்சீமைச் சந்திப்பதற்காகச் சென்றாள். கை குலுக்குவதற்காக அவரிடம் கையை நீட்டியபடி, பாராட்டும் குரலில் சொன்னாள்:

"கண் தெரியாத சிறுவனை நீங்கள் அடிப்பதோ அதட்டுவதோ இல்லையாமே - அவன் எனக்குச் சொன்னான். உங்களுக்கு என் வாழ்த்துக்கள்."

"அப்படியா? மதிப்புக்குரிய என் இளம் சீமாட்டியே - உனக்கு என் நன்றி!" என்று கிண்டலான பணிவுடன் மக்சீம் அவளுக்கு வணக்கம் தெரிவித்தார். "இனிமையான ஒரு நங்கையின் பாராட்டை எனக்குப் பெற்றுத்தந்த என் மாணவனுக்கு நான் மிகவும் கடமைப்பட்டிருக்கிறேன்."

தான் பிடித்திருந்த பிஞ்சுக் கரத்தைத் தட்டிக் கொடுத்தபடி அவர் ஆனந்தமாய் வாய்விட்டுச் சிரித்தார். சிறுமி நிமிர்ந்து அவருடைய முகத்தைப் பார்த்தவாறு நின்றாள். அவளுடைய வெள்ளை மனத்தைக் காட்டிய நிர்மலமான பார்வை, பெண்குலத்திடம் சிறிதும் பற்றுதலில்லாத அவர் உள்ளத்தைக் கவர்ந்து கொண்டுவிட்டது.

"ஆன்னா, இதைப் பார்த்தாயா?" என்று உதடுகளில் குறும்புச் சிரிப்பு பளிச்சிட அவர் தனது தங்கையின் பக்கம் திரும்பினார். "நமது பியோத்தர் தானாகவே தனக்கு வேண்டிய சகாக்களைத் தேடிக்கொள்ளத் தொடங்கிவிட்டான், பார்த்தாயா? ஆம், கண் தெரியாவிட்டாலும், மிகவும் சிறப்பாய்த் தேடிக்கொண்டு வந்திருக்கிறான்... உன்னால் இதை மறுக்கமுடியுமா?"

"மக்சீம், சூசகமாய் நீ குறிப்பிடுவது என்ன?" முகம் சிவந்து போய் இளம்தாய் கடுமையான குரலில் தன் அண்ணனைக் கேட்டாள்.

"ஒன்றுமில்லை, ஒன்றுமில்லை! சும்மா வேடிக்கைக்காகச் சொன்னேன்" என்று அவர் அவசரமாய்ப் பதிலளித்தார். கவனமின்றி மேம்போக்காய்த் தான் கூறியது புண்பட்ட இடத்தில் பாய்ந்து, வருங்காலப் பிரச்சினைகள் குறித்து தாயின் உள்ளத்தில் மறைவிடத்தில் புதைந்திருந்த கவலையை வெளிப்படச் செய்துவிட்டதை அவர் புரிந்து கொண்டார்.

ஆன்னா மிகையிலொவ்னாவின் முகத்தில் தெரிந்த சிவப்பு இன்னும் கொஞ்சம் அதிகமாயிற்று. உள்ளத்தில் குபீரென எழுந்த கருணையால் உணர்ச்சி வயப்பட்டுவிட்ட அவள் கீழே குனிந்து சிறுமியைக் கட்டிப்

பிடித்துக் கொண்டாள். இந்த ஆவேசமான அரவணைப்பையும் அச்சிறுமி வழக்கமான அவளது நிர்மலமான பார்வையால் ஏற்றுக்கொண்டாள். ஆனால் இம்முறை அவளுடைய பார்வையில் துளியளவு வியப்பும் ஒளிர்ந்தது.

8

இரு பண்ணைகளுக்குமிடையே வளர்ந்த நெருங்கிய நட்புக்கு இதுவே தொடக்கமாகும். அந்தச் சிறுமியின் பெயர் இவெலீனா. தினமும் ஒரு பகுதிப்பொழுதை அவள் இவ்வீட்டில் கழிக்கலானாள். விரைவில் அவளும் மக்சீம் மாமாவிடம் பாடம் பயில ஆரம்பித்தாள். அவளுடைய தந்தை சீமான் யஸ்குல்ஸ்கி யிற்குத் தொடக்கத்தில் இது மகிழ்ச்சி அளிப்பதாய் இல்லைதான். முதற் காரணம் என்னவெனில், பெண்ணாய்ப் பிறந்தவள் சலவைத் துணிகளின் பட்டியல்களையும் வீட்டுச் செலவுக் கணக்கையும் ஒழுங்காய் எழுதி வைக்கும் அளவுக்குப் படித்திருந்தால் போதும் என்பது அவருடைய முடிவான கருத்து. இரண்டாவது என்னவெனில், அவர் பயபக்தி வாய்ந்த கத்தோலிக்கர்; "நமது பிதாவான போப்பாண்டவர்" அவ்வளவு தெளிவாய் வேண்டாமென்று தடையிட்டிருந்தபோது சீமான் மக்சீம் ஆஸ்திரியர்களுக்கு விரோதமாய்ப் போருக்குப் போயிருக்கக் கூடாதென்று கருதியவர். இறுதியாக, தேவலோகத்தில் கடவுள் ஒருவர் இருக்கிறார்; வோல்த்தேரும் எல்லா வோல்த்தேரியர்களும்* நரகத்தின் நெருப்புக் குழியிலே தள்ளப்படுவர் என்பதே அவருடைய அசைக்க முடியாத நம்பிக்கை - கனவான் மக்சீமுக்கும் இதே கதிதான் ஏற்படு மென்று பலரும் நினைத்தனர். ஆயினும் மக்சீமுடன் நெருங்கிப் பழகியதும், முரடர், சண்டைக்காரர், அனாசாரவாதி என்றெல்லாம் பெயரெடுத்த அவர் உண்மையில் இனிய சுபாவமுடையவராகவும் கெட்டிக்காரராகவும் இருக்கக் கண்டார். ஆகவே முடிவில் சமரசம் செய்துகொள்ள ஒத்துக் கொண்டார்.

இருப்பினும் உள்ளுக்குள் சிறிதளவு அவருக்கு மனம் உறுத்தவே செய்தது. எனவே பாடம் படிப்பதற்காக மகளைப் பண்ணை வீட்டுக்கு முதன்முதலாய்க் கொண்டுவந்து விட்டபோது, படிப்பு தொடங்குமுன் புனிதமாகவும் ஓரளவு படாடோபமாகவும் அவளுக்குச் சில புத்திமதிகள் கூறுவது தன் கடமை என்று கருதினார். உண்மையில் இவை தன் மகளின் காதுகளைவிட முக்கியமாய் மக்சீமின் காதுகளில்தான் விழ வேண்டுமென்று விரும்பினார்.

"இதோ பார் இவெலீனா..." என்று தன் மகளின் தோள்மீது கையை வைத்துக்கொண்டு பேச்சை ஆரம்பித்தார். ஆனால் ஓரக்கண்ணால் அவளுடைய ஆசிரியரைப் பார்த்தபடி பேசினார். "தேவலோகத்திலுள்ள

*வோல்த்தேர் - 18ஆம் நூற்றாண்டின் புகழ்பெற்ற பிரெஞ்சு எழுத்தாளரும் தத்துவ ஞானியுமாவார்; கத்தோலிக்க முறைகளை அம்பலமாக்கினார். வோல்த்தேரியர்கள் - வோல்த்தேரின் சீடர்கள்.

நமது கடவுளையும் ரோமிலுள்ள போப்பாண்டவரையும் எந்நேரமும் நீ நினைவில் வைத்திருக்க வேண்டும். யஸ்குல்ஸ்கியான நான் இதை உனக்குச் சொல்கிறேன். நான் உன்னுடைய தந்தையாதலால் நீ என்னைத்தான் நம்ப வேண்டும். இது முதலாவது உண்மை."

முதலாவது உண்மை என்பதை அவர் லத்தீனச் சொற்களில் சொன்னார். அப்பொழுது மக்சீம் மீது படிந்திருந்த சீமான் யஸ்குல்ஸ்கியின் பார்வை பொருட் செறிவுடையதாய்த் தோன்றியது. தானும் நூலறிவுக்கு அந்நியமானவனல்ல, தன்னை ஏமாற்றுவது அவ்வளவு சுலபமல்ல என்பதை உணர்த்த வேண்டுமென்றுதான் இவ்விடத்தில் அவர் லத்தீனச் சொற்களைக் கையாண்டார்.

"இனி இரண்டாவது" என்று திரும்பவும் லத்தீனச் சொல்லை உபயோகித்துத் தொடர்ந்து பேசினார். "நான் உயர் குலத்தவன். நமது குடும்பத்தின் புகழ்மிக்க இலச்சினையில் தானியக் கதிர்க் கட்டு, காகம் இவற்றுடன் நீலத் தளத்தில் புனிதச் சிலுவை ஒன்று இருக்கிறது. யஸ்குல்ஸ்கிய்கள் எப்பொழுதும் தீரமிக்க படைவீரர்களாய் இருந்துள்ளவர்கள். ஆனால் அவர்களில் பலரும் போர்வாளைத் துறந்து திருமுறை ஏட்டை ஏற்றவர்களாதலால், சமயத் துறையிலும் தமது கடமைகளை நன்கறிந்தவர்கள். ஆகவே என்னையே நீ நம்பி நடக்க வேண்டும். பிற விவகாரங்களைப் பொறுத்தவரை, பூவுலக விவகாரங்களைப் பொறுத்தவரை, சீமான் மக்சீம் யத்சேங்கோவின் சொற்படி நடந்து அவருக்கு நீ சிறந்த மாணவியாக இருக்க வேண்டும்."

"சீமான் யஸ்குல்ஸ்கிய், அதெல்லாம் பயப்படாதீர்கள்; கரிபால்டிக்காகப் போராடச் சிறுமிகளை நான் படைதிரட்டப் போவதில்லை" என்று சிரித்தபடி கிழவருக்கு மக்சீம் உறுதிமொழி கூறினார்.

9

சேர்ந்து படித்ததன் மூலம் இரு குழந்தைகளும் பயனடைந்தனர். பியோத்தர் முதல் நிலை வகித்தது உண்மையாயினும், இதனால் அவர்களிடையே நேசப் போட்டிக்கு இடமில்லாமற் போய் விடவில்லை. இதன்றி, இவெலீனாவுக்கு அவள் பாடங்களில் பியோத்தர் நிறைய உதவி செய்து வந்தான். இதே போல அவளும் பல வழிகளில் அவனுக்குத் துணைபுரிந்தாள். கண் தெரியாத குறையால் புரியாதிருந்தவை பலவற்றையும் அவன் புரிந்து கொள்ள உதவினாள். அவள் தன் பக்கத்தில் இருந்ததே பியோத்தருக்குப் படிப்பில் புதிய ஊக்கமும், அவனுடைய செயற்பாட்டை ஊக்குவித்த இனிய சிந்தனைக்கு விறுவிறுப்பும் ஊட்டி வந்தது.

இந்த நட்பு எல்லா விதத்திலும் ஒரு வரப்பிரசாதமாய் அமைந்துவிட்டது. முற்றிலும் தனித்திருப்பதில் பியோத்தருக்கு இருந்த நாட்டம் இப்பொழுது மறையலாயிற்று. வீட்டில் முதியவர்கள் எவ்வளவுதான் அவன்மீது அன்பு சொரிந்த போதிலும், அவர்களால் அளித்திட முடியாமற் போன நெஞ்சோடு நெஞ்சு கலந்து உறவாடும் நெருக்க நிலை இப்பொழுது அவனுக்குக் கிடைத்தது. சில நேரங்களில் அவனை ஆட்கொண்டு சப்த நாடியையும் அடங்கச்செய்த ஆன்மிக நெருக்கடிக்குரிய தருணங்களிலுங்கூட, தனக்கு அவளுடைய துணை இனிமை பயக்கக் கண்டான். சிறுவனும் சிறுமியும் இணை பிரியாதவர்களாகிவிட்டனர். இருவரும் ஒன்றுசேர்ந்து பியோத்தரின் உயர் குன்றுக்குப் போய் வந்தனர், ஆற்றங் கரையிலே அமர்ந்திருந்தனர். பியோத்தர் குழலை எடுத்துக் கொண்டதும், இவெலீனா சிறு பிள்ளைக்குரிய ஆனந்த பரவசத்தோடு கேட்டுக்கொண்டிருப்பாள். அதை அவன் கீழே வைத்ததும், அவள் பேசத் தொடங்குவாள்; அவர்களைச் சுற்றிலும் இருந்தவை குறித்துத் தன் குழந்தை மனத்துள் எழும் பரபரப்பூட்டும் உணர்ச்சிகளை எடுத்துரைப்பாள். கண் தெரியாத தன் தோழனுக்குத் தெளிவாய் விளங்கும்படியான சொற்களில் அவளால் தன்கண்ணுக்குத் தெரிவதை எல்லாம் விவரிக்க முடியாதுதான். என்றாலும் அவள் அளித்த எளிய சித்திரங்களும் மற்றும் அவளுடைய குரலின் தொனியுங்கூட அவனுக்குத் துணைபுரியும்-அவள் எடுத்துரைத்த ஒவ்வொன்றின் சாராம்சமான தனிச்சிறப்பை அவன் புரிந்து கொண்டுவிடுவான். இரவின் இருட்டும் அதன் ஈர நைப்பும் குளிர்ந்த கருமையும் உலகைப் போர்வையிட்டு மூடுவதை அவள் விவரிக்கையில், அவளுடைய குரலில் தொனிக்கும் திகைப்பிலே இந்த இருளின் ஒலி அவன் காதில்

விழுவதாய்த் தோன்றும். சிந்தனையில் ஆழ்ந்த முகத்தை விண்ணோக்கி உயர்த்தி, "அதோ ஒரு மேகம் வருகிறது! எவ்வளவு இருட்டு இது!" என்று அவள் சொல்லும்போது, அவனுக்கு அந்த மேகத்தின் குளுமை தன்மீது படுவது போலிருக்கும்; வானுச்சியிலே ஊர்ந்து அச்சம் தரும் பிரம்மாண்ட உருவாய் அவர்களை நோக்கி முன்னேறி வரும் அம்மேகத்தின் உறுமல் அவளுடைய குரலில் ஒலித்திடக் கேட்டான்.

அத்தியாயம் நான்கு

1

கவலை, துன்பம் இவற்றோடு கைகோத்துச் செல்லும் அன்பின் அடக்கமான வீரத்தை வெளியிட்டு வாழ்வதற்கென்றே பிறந்தவையெனத் தோன்றும் ஆத்மாக்கள் உள்ளன. துர்பாக்கியத்துக்கு ஆளானோருக்கு பணிபுரிவதே தமது கடனென, வாழ்வின் உயிர் மூச்செனக் கொள்ளும் ஆத்மாக்கள் இவை. படாடோபமற்ற இந்த அன்றாட வீரத்தை வெளியிட்டு வாழ்வதற்கு அத்தியாவசியமான அமைதியை, சாந்தத்தை இந்த ஆத்மாக்களுக்கு இயற்கை நிறைய வழங்கியுள்ளது. அவர்களுடைய இதயத்தின் உணர்ச்சித் துடிப்புகளை, ஆர்வக் கனவுகளை, அலைவுகளை அது அருள்கூர்ந்து மிருதுவாக்கி, முற்றிலும் தன்னல வயப்பட்ட எல்லா ஆசைகளையும் அவாக்களையும் இவர்களது தலைமையான இந்தத் தனி இயல்புக்குக் கீழ்ப்படியச் செய்துள்ளது. சுற்றிலும் உள்ளோருக்கு இத்தகையோர் அளவு மீறி உணர்ச்சியடங்கி யோராயும் நிதானமுடையோராயும் பற்றற்றோராயும் தோன்றக்கூடும். இகலோக வாழ்வின் கட்டுக்கடங்காத கவர்ச்சியால் சிறிதும் இழுக்கப்படாமல், தன்னிகரில்லா இன்பத்துக்குரிய பாதையிலே நடைபோடுவது போல, துயரம் தரும் கடமைப் பாதையில் இவர்கள் செல்கின்றனர். பனிமூடிய மலைச் சிகரங்களைப் போல் உணர்ச்சியடங்கி யோராய்த் தோன்றுகின்றனர்; இந்த உயர் சிகரங்களைப் போல் கம்பீரமானோராயும் காட்சி தருகின்றனர். இகலோக வாழ்வுக் குரியவை யாவும், இழியவையாவும் தூசியாய் இவர்களுடைய காலடியில் கிடக்கின்றன. அவதூறும் ஊரார் வம்புப் பேச்சும்கூட அன்னத்தின் சிறகுகளில் படும் சேறு போல இவர்களுடைய தூயமேனியில் ஒட்டாது நழுவிவிடுகின்றன...

பிறவியிலோ, பயிற்சி மூலமோ இந்தப் பண்பு தோன்றுவது அரிதினும் அரிது. பேராற்றல் அல்லது மேதாவிலாசத்தைப் போல இதுவும் இயற்கையால் ஒரு சிலருக்கு மட்டுமேதான் வழங்கப்படுகிறது. சிறு வயதிலேயே இதன் சிறப்பியல்புகள் வெளித்தோன்றி விடுகின்றன. பியோத்தரின் சகாவான சிறுமியிடம் ஏற்கெனவே இவை புலப்பட்டு வந்தன. இந்தப் பிள்ளைப்பருவ நட்பு கண் தெரியாத சிறுவனுக்கு எவ்வளவு பெரிய நற்பேறாய் விளங்கக் கூடுமென்பதைத் தாய் விரைவில் உணர்ந்து கொண்டாள். அவளைப் போலவே மக்சீமும் இதனைக் கண்ணுற்றார். சிறுவனுக்கு இதுவரை கிடைக்காதவை யாவும்

இப்பொழுது கிட்டி விட்டதால், அவனுடைய ஆன்மிக வளர்ச்சி முறையாகவும் ஒழுங்காகவும் நடைபெறுமென்று - தடையின்றியும் இடர்ப்பாடின்றியும் நடைபெறுமென்று - அவர் நினைத்தார்...

ஆனால் இது தவறு - மிகப் பெருந் தவறு.

2

பியோத்தர் சின்னஞ் சிறியவனாய் இருக்கையில் - சில ஆண்டுகளாய் - மக்சீம், சிறுவனின் ஆன்மிக வளர்ச்சி முற்றிலும் தனது கட்டுப்பாட்டில் இருப்பதாய் நினைத்து வந்தார். இந்த வளர்ச்சியின் எல்லாக் கூறுகளுமே அவன் ஆசிரியரின் நேரடியான செல்வாக்கினால் உருவாகின்றவை என்று சொல்வதற்கில்லைதான். ஆனால் எந்தப் புதிய வளர்ச்சியும், ஆன்மிகத் துறையில் புதிதாய் அவனுக்குக் கைவரப்பெறுவது எதுவும் தன் பார்வையிலும் வழிகாட்டலிலும்தான் நடைபெற முடியுமென்று அவர் திடமாய் நம்பி வந்தார். ஆனால் பியோத்தர் வளர்ந்து பிள்ளைப் பருவத்துக்கும் இளமைப் பருவத்துக்கும் இடைப்பட்ட வயதை அடைந்ததும், ஆசிரியரின் இந்தக் கனவுகள் ஆதாரமற்றவை என்பது புலப்படலாயின. புதியதும் பல சந்தர்ப்பங்களில் அதிர்ச்சி தருவதுமான ஏதேனும் ஒன்று நடைபெறாத வாரமே இல்லை. கண் தெரியாத சிறுவனின் மனதில் எழுந்த இந்தப் புதிய கருத்துக்களுக்கும் எண்ணங் களுக்கும் எது ஆதாரமென்று புரியாமல் மக்சீம் திகைப்புற்றார். சிறுவனின் உள்ளத்தில் அடியாழத்தில் இனந்தெரியாத ஏதோ ஒரு சக்தி செயல்பட்டு, சுயேச்சையான ஆன்மிக வளர்ச்சிக்குரிய எதிர்பாராத பிரதிபலிப்புகளை மேல் மட்டத்திற்கு வரச் செய்து வந்தது. அவருடைய போதனை முறைகளில் தலையிடத் தொடங்கிய இந்த மர்மமான நிகழ்ச்சிகளின் முன்பு மலைப்புற்று மக்சீம் தலைவணங்குவதைத் தவிர வேறு எதுவும் செய்வதற்கில்லை. கண் தெரியாதவன் நேரடி அனுபவத்திலிருந்து உருவாக்க இயலாத புதிய கருத்துக்களைச் சிறுவன் மனதில் தோன்றச் செய்த ஏதோ ஒரு விசை, ஞானோதய மார்க்கம் இயற்கையிடம் இருந்ததாய்த் தோன்றியது. இவைபற்றி எல்லாம் சிந்தித்தபோது, வாழ்வின் ஜீவ நிகழ்ச்சிப்போக்குகள் முடிவின்றி முறிவின்றி தொடர்ச்சியாய் நடைபெறுவது போன்ற - அவற்றின் ஆயிரமாயிரம் விவரங்களின் வழிவழியாய்ப் பல தலைமுறைகளை வந்தடைவது போன்ற-ஓர் உணர்வு மக்சீமுக்கு உண்டாயிற்று.

சிறுவனின் மனப்பாங்கு முற்றிலும் தனது வழி காட்டலில் உருவாகவில்லை என்பதையும், தனது சித்தத்தையன்றி சுயேச்சையாகவும் தனது செல்வாக்குக்கு உட்படாமலும் ஏதோ ஒன்று தன் மாணவனிடம் செயல்பட்டது என்பதையும் உணர்ந்தபோது, அவருக்கு அச்சம் உண்டாயிற்று. சிறுவனின் எதிர்காலம் குறித்து அவரை அஞ்சுமாறு செய்தது. கண் தெரியாத சிறுவனிடம் நிறைவேற முடியாத விருப்பங்களையும் இன்னல்களையுமே வளர்த்திடுமென்று அவர் அஞ்சினார். அறிவின்

இந்தப் புதிய ஊற்றுக்கண்களின் ஆதாரங்கள் எவை என்று தேடிப்பிடிக்க முயன்றார். தேடிப்பிடித்து இவற்றைச் செயல்படாதவாறு தடுக்க விரும்பினார்.

திடுதிப்பெனத் தோன்றிய இந்த வியத்தகு ஒளிப் பிழம்புகளைத் தாயும் கண்ணுறத் தவறவில்லை.

ஒருநாள் காலையில் பியோத்தர் அவளிடம் ஓடோடி வந்தான். அவள் என்றும் கண்டிராதபடி பரபரப்படைந்தவனாய்த் தோன்றினான்.

"அம்மா, அம்மா! நான் ஒரு கனவு கண்டேன் அம்மா!" என்று கூவினான்.

"கனவில் நீ கண்டது என்ன?" என்று தாய் அவனைக் கேட்டாள். அவள் மனத்துள் எழுந்த துயரம் தரும் சந்தேகத்தை அவளால் அடக்கிக்கொள்ள முடியவில்லை.

"கனவிலே நான்... உன்னைப் பார்த்தேன், அம்மா! மக்சீம் மாமாவையும் பார்த்தேன்! ஆம்... யாவற்றையும் கண்ணால் கண்ணுற்றேன். அற்புதமாய் இருந்தது, அம்மா!"

"வேறு என்னவெல்லாம் பார்த்தாய்?"

"இப்பொழுது எனக்கு ஞாபகத்துக்கு வரவில்லை."

"என்னைப் பார்த்தது, அந்த உருவம் ஞாபகத்தில் இருக்கிறதா?"

"இல்லை" என்று தயங்கியவாறு சிறுவன் பதிலளித்தான். "இல்லை, ஞாபகத்தில் இல்லை... எதுவுமே ஞாபகத்தில் இல்லை." சிறிது நேரம் மௌனம் நிலவியது. "ஆனால் நிச்சயமாய்ப் பார்த்தேன், மெய்யாகவே பார்த்தேன்..." என்று அவன் கூவினான். அவன் முகம் வாடிவிட்டது. பார்வையில்லா அவன் கண்களில் கண்ணீர்த்துளி பளபளத்தது.

இதுபோல பல தடவை நடைபெற்றது. புதிதாய் ஒவ்வொரு முறை நேரும்போதும், சிறுவன் மேலும் துயருற்றவனாய், மேலும் கலக்கமடைந்தவனாய்க் காணப்பட்டான்.

3

மக்சீம் ஒருநாள் வெளிமுற்றத்தில் போய்க் கொண்டிருக்கையில், பியோத்தர் இசைப் பயிற்சி பெற்றுக் கொண்டிருந்த முன்னறையிலிருந்து வினோத வகை ஒலிகள் மிதந்து வருவதைக் கேட்டார். விபரீதமான இசைப்பயிற்சி தான், இது! இரண்டே இரண்டு சுரங்கள்தான் ஒலித்தன. முதலாவது, உச்ச சுருதியை, மேல் வரிசையைச் சேர்ந்த மிகவும் பிரகாசமான சுரம். தட்டியதும் அதிர்ந்தெழுந்து கிளம்பிற்று - அடுத்தடுத்தும் மிக வேகமாகவும் திரும்பத் திரும்ப எழுந்து அதிர்ந்தது. பிறகு திடீரென தாழ்வான கட்டை ஸ்தாயியில் தவழ்ந்த சுரம் - அதுவும் திரும்பத் திரும்ப இசைக்கப்பட்டது. இது என்ன வேடிக்கையான இசைப் பயிற்சி! மக்சீம் வேகமாய் வீட்டை நோக்கி நடந்தார். அடுத்த வினாடி முன்னறையின் கதவைத் திறந்தவர், உள்ளே தான் கண்ணுற்ற காட்சியால் திகைப்புற்று அப்படியே நின்று விட்டார்.

பியோத்தர் - இப்பொழுது அவனுக்குப் பத்தாவது வயது நடந்து கொண்டிருந்தது - அவன் தாயின் காலடியில் தாழ்வான ஆசனத்தில் உட்கார்ந்திருந்தான். அவனுக்குப் பக்கத்தில் கழுத்தை உயர்த்தி நீட்டிக்கொண்டு, அதன் நீண்ட அலகைப் பரபரப்பாய் இருபுறமும் ஆட்டியபடி ஒரு இளம் நாரை நின்றது. இயோஹீம் அதைப் பழக்கி, சிறுவனிடம் கொடுத்திருந்தான். பியோத்தர் அதற்குத் தன் கையாலேயே உணவளிப்பது வழக்கமாகிவிட்டது. அவனை விட்டுப் பிரியாது எப்பொழுதும் அது அவன் கூடவே சுற்றிக் கொண்டிருந்தது. இப்பொழுது அவன் ஒரு கையால் அதை ஆடாமல் அணைத்துப் பிடித்துக் கொண்டு, இன்னொரு கையால் கழுத்து, முதுகு, இறக்கைகள் இவற்றின் இறகுகளை மெள்ள வருடிவிட்டுக்கொண்டிருந்தான். அவன் கூர்ந்து கவனித்தான் என்பதை அவனுடைய முகம் காட்டிற்று. பியோத்தரின் தாய் பியானோவின் முன்னால் உட்கார்ந்து - உணர்ச்சித் துடிப்பால் முகம் சிவந்தும் வருத்தத்தால் கண்கள் கறுத்தும் தோன்ற - சுருதிக் கட்டைகளில் ஒன்றை வேகமாகவும் திரும்பத் திரும்பவும் அழுத்தி உச்ச ஸ்தாயியில் தொடர்ந்து அதிர்ந்த நாதத்தை எழுப்பிக் கொண்டிருந்தாள். தன் காலடியில் இருந்த சிறுவனின் முகத்தை வேதனையோடு உற்றுநோக்கியவாறு அவள் பியானோ வாசித்தாள். பிறகு நாரையை வருடிவிட்ட சிறுவனின் கை இறகுகளின் தூய வெண்மை திடீரென முடிவுற்று கடுங் கறுப்பாய் மாறிய இறக்கையின் கோடியை வந்தடைந்ததும், தாயின் கை சுருதிக் கட்டைகளின் வரிசையில்

எதிர்முனைக்குத் தாவிச்சென்றது; உடனே தாழ்வான கட்டை ஸ்தாயி சுரம் அறையினுள் தவழ்ந்து நிரம்பிவிட்டது.

இருவரும் தமது இசைச் சோதனையில் கருத்தூன்றி இருந்ததால், மக்சீம் வந்ததை அவர்கள் கவனிக்கவே இல்லை. முடிவில் மக்சீம் தமது திகைப்பிலிருந்து விடுபட்டு, அவர் களுடைய சோதனையில் குறுக்கிட்டு, பலமான குரலில் கேட்டார்:

“ஆன்னா! இதெல்லாம் என்ன?”

அண்ணனின் ஊடுருவும் பார்வையைக் கண்ட ஆன்னா மிகையிலொவ்னா, குறும்பு செய்கையில் ஆசிரியரால் பிடிபட்ட சிறுமியைப் போலத் தலையைத் தொங்கவிட்டுக்கொண்டாள்.

“என்ன ஆயிற்று என்றால்” என்று, சங்கடப்பட்டுக் கொண்டு விளக்கம் கூற முற்பட்டாள். “நாரையின் சிறகுகளில் நிறம் ஒரே மாதிரியாய் இல்லாமல் வேறுபடுவதைத் தான் உணர்வதாய்ப் பியோத்தர் சொல்கிறான். ஆனால் இந்த வேறுபாடு என்ன வென்பதை அவனால் புரிந்துகொள்ள முடியவில்லை... இதைப் பற்றி அவன்தான் என்னிடம் சொன்னான்; ஆம், அவனாகவே தான் சொன்னான். இந்த வேறுபாட்டை மெய்யாகவே அவனால் உணரமுடிகிறதென்று நினைக்கிறேன்...”

“சரி, உணரமுடிந்தால் அதற்கு என்ன?”

“ஒன்றுமில்லை.. ஒலியின் வேறுபாட்டைக் கொண்டு அவன் இந்த நிற வேறுபாட்டை ஓரளவு புரிந்துகொள்ள உதவி செய்து பார்ப்போமே என்று நினைத்தேன்... மக்சீம், நீ என்மீது கோபப்படக்கூடாது. இந்த இரு வேறுபாடுகளும் ஒரே மாதிரியானவை என்றுதான் நான் நினைக்கிறேன்...”

இந்தப் புதிய கருத்தைக் கேட்டு மக்சீம் மிகவும் ஆச்சரிய மடைந்துவிட்டதால், சற்று நேரத்துக்கு அவரால் ஒன்றும் பேசமுடியவில்லை. பிறகு இந்தச் சோதனையைத் திரும்பவும் செய்து காட்டும்படி அவளிடம் சொன்னார். சிறுவன் கூர்ந்து கேட்பதைக் காட்டிய அவன் முகபாவத்தை மௌனமாய்ப் பார்த்திருந்துவிட்டுத் தலையை ஆட்டி ஆட்சேபணை தெரிவித்தார்.

சிறுவன் அறையிலிருந்து வெளியே சென்றதும் அவர் தன் தங்கையிடம் கூறினார்: “ஆன்னா, நான் சொல்வதை நீ புரிந்து கொள்ள வேண்டும். சிறுவனுக்கு முழு திருப்தி உண்டாகும் விதத்தில் உன்னால் விளக்கிச் சொல்ல முடியாத கேள்விகளை அவன் மனத்துள் கிளப்புவது நல்லதல்ல.”

"ஆனால் அவனேதான் இதைக் கிளப்பினான். ஆம், இதை ஆரம்பித்தது அவனேதான்…"

"யார் ஆரம்பித்தால் என்ன? - விளைவு ஒன்றுதானே. கண்தெரியாத குறையை ஏற்றுக்கொண்டு அதற்கேற்ப நடந்து கொள்வதைத் தவிர சிறுவனுக்கு வேறு வழி எதுவுமில்லை. ஒளி என்பதாய் ஒன்று இருப்பதையே அவன் மறந்து விடும்படி செய்வதற்கு நாம் முயன்றாக வேண்டும். பயனற்ற விசாரங்களில் அவனை ஈடுபடச் செய்யக்கூடிய எந்தப் புறத்தூண்டலும் அவனை அணுகவிடாமல் தடுப்பதற்கு என்னால் இயன்ற அனைத்தும் செய்து வருகிறேன். இதுபோன்ற தூண்டலுக்கு அவன் இரையாகாதபடி நாம் தடுத்து வருவோமாயின், அவன் தனது புலனுணர்வுகள் குறைபாடாய் இருப்பதையே உணர வழியில்லாமல் போய்விடும். குறையின்றி ஐம்புலன்களையும் கொண்ட நாம், நமக்குத் தெரியாத ஆறாவது ஒன்றுக்காக எப்படி ஏங்கித் தவிப்பதில்லையோ, அதுபோல அவனும் தவிக்காமல் இருப்பான்."

"நாம் ஏன் தவிப்பதில்லை - தவிக்கவே செய்கிறோம்" என்றாள் அவள், மெதுவாய்.

"ஆன்னா!"

"நிச்சயம் தவிக்கவே செய்கிறோம்…" என்று மீண்டும் அவள் அழுத்தமாகச் சொன்னாள். "முடியாததற்காக ஏங்கவே செய்கிறோம்…"

இருந்தபோதிலும் அவள் தனது அண்ணனின் புத்திமதிக்கு அடிபணிந்தாள். ஆனால் இம்முறை மக்சீமின் வாதம் தவறாகி விட்டது. புறத்தூண்டல்கள் யாவற்றையும் தடுத்துவிட வேண்டுமென்ற ஆவலில் அவர், சிறுவனின் அகத்தினுள் இயற்கையே வித்திட்டிருந்த தூண்டல்களைக் கணக்கில் எடுத்துக் கொள்ளத் தவறிவிட்டார்.

4

கண்களை அகத்தின் முகம் காட்டும் கண்ணாடி என்பதாய்ச் சொல்வார்கள். கண்ணாடி என்பதற்குப் பதில் சன்னல் என்பதாய்ச் சொன்னால் இன்னும் பொருத்தமாயிருக்கும். புற உலகை அதன் கோலாகலமான முழுவண்ணச் செழுமையோடு மனப் பதிவுகளாய் நம் அகத்தை வந்தடைய வழி அளிக்கும் சாளரங்களாகும் நமது கண்கள். நமது அகக் கட்டமைப்பில் எந்தப் பகுதி கட்புலன் மூலம் கிடைக்கும் காட்சிப் பிம்பங்களால் ஆனதென்று யாராலும் கூறமுடியுமா?

அந்தந்த மனிதனும் வாழ்வெனும் முடிவில்லாத ஒரு சங்கிலியில் ஒரேவொரு கண்ணியே ஆவான். அவனுள் உள்ளடங்கிய இந்தச் சங்கிலி மிகப் பழங்காலத்திலிருந்து முடிவில்லாத தொலைதூர எதிர்காலத்துக்கு நீண்டு செல்கிறது. இதுபோன்ற கண்ணிகளில் ஒன்றான கண் தெரியாத சிறுவனிடத்தே விதிவினையின் கொடுமையால் இந்தச் சாளரங்கள் மூடப்பெற்றுவிட்டன. வாழ்வெல்லாம் அவன் இருளிலே இருந்தாக வேண்டும். ஆனால் காட்சிப் பிம்பங்களால் அகத்துள் விளைவுகள் ஏற்படுவதற்குரிய வழிகள் யாவும் திரும்பவும் சரிசெய்ய முடியாதபடி குலைந்து விட்டன என்றா பொருள்? இல்லை! இந்த இருள் சூழ்ந்த வாழ்விலுங்கூட ஒளியால் அகத்துள் விளைவுகள் ஏற்படுவதும், அடுத்துவரும் தலைமுறைகளிடம் அவை ஒப்படைக்கப்படுவதும் தொடர்ந்து நடைபெற்றே ஆக வேண்டும். கண் தெரியாத சிறுவனின் ஆன்மா முறையான மனித ஆன்மாதான், முறையான மனித ஆற்றல்கள் யாவும் பெற்றதுதான். அந்தந்த ஆற்றலும் சித்தி பெற வேண்டுமென்ற ஆவல் பெற்றிருப்பதால், இருளில் அகப்பட்ட இந்த ஆன்மா ஒளிவேண்டுமென்ற தீரா வேட்கையைத் தன்னுள் கொண்டுள்ளது.

மரபுவழி வந்த அளந்தறியாத ஆற்றல்கள் நமக்குத் தெரியாத அடியாழங்களில் எங்கோ இன்னமும் உறக்க நிலையில், விவரம் தெரியாத “உள்ளாற்றலின்” நிலையில், இருந்து கொண்டிருக்கின்றன. முதலாவது ஒளிக்கீற்று தெரிந்ததுமே அவசரமாய் எழுந்து செயல்பட இவை தயாராயிருக்கின்றன. ஆனால் சாளரங்கள் மூடியடைக்கப்பட்டுள்ளன. குழந்தையின் விதி ஏற்கெனவே அவ்வாறு முடிவு செய்யப்பட்டுவிட்டது. அந்த ஒளிக்கீற்றை அவன் எந்நாளும் பார்க்க முடியாது! வாழ்வெல்லாம் அவன் இருளிலேதான் இருந்தாக வேண்டும்...

ஆனால் இந்த இருள் மாயத் தோற்றங்களோடு உயிருடைய இருளாகும்.

சிறுவன் வறுமையில் வாடுபவனாய் இருப்பின், அவன் துன்பத்தில் சூழப்பெற்றிருப்பின், அவன் சிந்தனைகள் துன்பத்தின் இந்தப் புறத் தோற்றுவாய்களால் கவரப்பெற்று அவற்றிலே மூழ்கிவிட நேர்ந்திருக்கலாம். ஆனால் அவன் குடும்பத்தார் அவனுக்குத் துன்பம் தரக்கூடியவை யாவற்றிட மிருந்தும் கவனமாய் அவனை விலக்கித் தனியே வைத்து விட்டனர். அவனுக்கு முழு அமைதியும் நிம்மதியும் கிடைக்கச் செய்துவிட்டனர். ஆகவே, அவன் அகத்தில் குடிகொண்டிருந்த இந்த அமைதி நிலையில், உள்ளூர அவனுக்கிருந்த தேவை பன்மடங்கு பலமாய்ச் செயல்படலாயிற்று. தன்னைச் சூழ்ந்திருந்த நிலையான இருளினிடையே, தீர்க்கப்பட வேண்டுமென்று துடிதுடித்த ஒரு தேவையின் தெளிவற்ற, ஆனால் ஓயாது வருத்திய உணர்ச்சி - அவன் அகத்தின் அடியாழத்தில் பயன் பாடின்றி உறக்க நிலையிலே இருந்த ஆற்றல்களுக்கு உருவ மளித்து உசுப்பிவிட வேண்டுமென்ற அடங்காத உணர்ச்சி - அவனை நச்சரிக்கத் தொடங்கிற்று.

திட்டவட்டமாய் வரையறுக்கப்படாத வினோத வகையான நாட்டங்களையும் தூண்டல்களையும் இவ்வுணர்ச்சி கிளப்பி விட்டு வந்தது. பிள்ளைப் பருவத்தில் - அப்பருவத்துடன் இணைந்த அரிய பல கனவுகளுடன் கூடவே - விண்ணிலே சிறகடித்துப் பறக்கவேண்டுமென்ற ஆசையைப் போன்ற ஒன்றை இவ்வுணர்ச்சி கிளப்பிவிட்டு வந்தது.

இந்த நாட்டத்தின் விளைவாய் உள்ளார்ந்த மனப் பிரயத்தனங்கள் தோன்றி, இப்பிரயத்தனங்கள் கண் தெரியாத சிறுவனின் முகத்திலே படிந்த வருத்தம் தரும் விசாரத்தின் வடிவிலே வெளிப்படலாயின. மரபுவழியில் தோன்றி பயன் பாடின்றி உள்ளடங்கியிருந்த காட்சிப் பிம்பங்கள் "உள்ளாற்றல்கள்" சிறுவனின் மூளையில் விசித்திரமான மாய உருவங்களை உண்டாக்கின. அவனுக்கே விளங்காத எதையோ ஒன்றை எட்டிப் பிடிக்க வேண்டுமென்ற வடிவமில்லாத, இனந்தெரியாத, இருளான, கவனியாது ஒதுக்க முடியாதபடி ஓயாமல் அலைக் கழித்த பிரயாசையைத் தோற்றுவித்தன.

தனிப்பட்ட இந்த "விதிவிலக்கை" எதிர்த்து இயற்கையே இவ்விதம் முரண்டெழுந்து கலகம் புரிந்தது - சர்வ வியாபகமான ஒரு விதி இங்கு மீறப்பட்டுவிட்டதை எதிர்த்து, எப்படியாவது இவ்விதியை நிலைநாட்ட முயன்றது.

5

ஆகவே புறத் தூண்டல்களை எல்லாம் அணுகவிடாமல் தடுக்க எவ்வளவுதான் மக்சீம் பிரயத்தனம் செய்தாலும், உள்ளிருந்தே எழுந்த நிர்ப்பந்தத்தை, பூர்த்தி செய்யப்படாத தேவையால் தோன்றிய நிர்ப்பந்தத்தை அவரால் ஒருபோதும் ஒழித்திட முடியாது. அதிகம் போனால், அவர் எடுத்துக் கொண்ட கவனமும் எச்சரிக்கையும் இந்தத் தேவை விழிப்புற்று எழுவதைத் தாமதப்படுத்துவதில் வேண்டுமானால், கண்தெரியாத சிறுவனின் துன்பம் ஆரம்பப் பருவத்திலேயே கடுமையாகிவிடாதபடி தடுப்பதில் வேண்டுமானால் வெற்றி பெறலாம். ஆனால் எப்படியும், சிறுவனின் சோகமிக்க விதி அதற்குரிய பாதையிலே சென்று, அவனுடைய கண் தெரியாக் குறையின் எல்லாக் கொடிய விளைவுகளையும் தவிர்க்க முடியாதபடி உண்டாக்கவே செய்யும்.

அவனுடைய இந்தத் தலைவிதி, கனத்த இடிமேகம் போல அவனை நெருங்கி வந்து கொண்டிருந்தது. அவனுடன் பிறந்த விறுவிறுப்பும் கலகலப்பும் ஆண்டுகள் செல்லச் செல்ல மேலும் மேலும் அடங்கி வந்தன - ஓதத்தின் இறக்கத்தைப் போல விலகியோடி வந்தன. அவற்றுக்குப் பதில், இன்னமும் தெளிவாய்த் தெரியாவிட்டாலும் ஓயாது நெருங்கி வந்த துயரார்ந்த நிலை மேலும் மேலும் அவன் அகத்துள் பலமாய்க் குமுற முற்பட்டு, அவன் குணநலத்தையும் பாதிக்கத் தொடங்கிற்று. பிள்ளைப் பருவத்தில் கவர்ச்சி வாய்ந்த ஒவ்வொரு புதிய அனுபவத்தோடும் அதிர்ந்தெழுந்த கலகலப்பான சிரிப்பு, இப்பொழுது ஒலிப்பது மேலும் மேலும் அரிதாகி வந்தது. வாழ்வின் சிரிப்பையும் விளையாட்டையும் இன்சுவையையும் அவனால் சொற்ப அளவே உணர முடிந்தது. ஆனால் அவனுடைய தென்திசைத் தாயகத்தின் இயற்கையிலேயேயும், அதன் மக்களுடைய பாடல்களிலும் ஒலித்த இருள் கவிந்த, ஏக்கம் வாய்ந்த சோகத்தை வியக்கத்தக்க நுண்ணுணர்வுடன் அவன் புரிந்து கொண்டான்; "திறந்த வெளியில் வீசும் காற்றையும், அதனுடன் கலந்து ஒலிக்கும் கல்லறையின் முனகலையும்" எடுத்துரைக்கும் பாடலைக் கேட்கையில், அவன் கண்களில் கண்ணீர் ததும்பும். திறந்த வெளிகளில் அலைந்து திரிந்து தானே நேரில் இந்த முனகலைக் கேட்க வேண்டுமென்று விரும்பினான். தனித்திருப்பதில் அவனுக்கு நாட்டம் அதிகமாகி வந்தது. பாடங்கள் முடிவுற்றதும் அவன் தனியே சென்று திரிவான். அப்பொழுது கூடுமானவரை வீட்டில் யாரும் அவனுடைய தனிமை நிலையைக் கலைக்க மாட்டார்கள். ஸ்டெப்பி வெளியிலே எங்காவதுள்ள தொன்னெடுங் காலத்திய

இடுகாட்டு மேடுகளுக்கோ, ஆற்றங்கரையில் அமைந்த அவனுடைய மேட்டுக்கோ, அவன் நன்கறிந்த அந்த உயரமான குன்றுக்கோ சென்று படுத்துக்கொள்வான். அவனைச் சுற்றிலும் ஆளரவமோ சப்தமோ இல்லாத அந்நிலையில் மெள்ள ஒலித்திடும் இலைகளின் சலசலப்பையும், புல்லின் முணு முணுப்பையும், சிலநேரங்களில் ஸ்டெப்பி வெளியில் அரசபுரசலாய்க் கேட்கக்கூடிய காற்றின் பெருமூச்சையும் கூர்ந்து கேட்பான். இவை அவன் அகத்தின் நிலையுடன் மிகவும் சிறப்பான ஏதோவொரு வகையில் இசைந்து பொருந்துவனவாய் இருக்கும். இயற்கையைப் புரிந்துகொள்ள அவனுக்கிருந்த ஆற்றல் இங்குதான் பெரிய அளவுக்கு வெளிப்பட்டது. இங்குதான் இயற்கையை மிகவும் சிறப்பாய்ப் புரிந்து கொண்டான் - முழுநிறைவாக அடியாழம் வரை புரிந்து கொண்டான். இங்கே இயற்கை தீர்வு காணமுடியாத பிரச்சினை களை எழுப்பி அவனைத் தொல்லை செய்யவில்லை. இங்கே காற்று நேரே அவன் அகத்துள் புகுந்தது; புல் அவனுக்கு இதமான அனுதாபச் சொற்களை முணுமுணுப்பது போல் தோன்றியது. அவனுடைய பிஞ்சு மனம் சுற்றிலும் நிலவிய இந்த இன்னரும் இசைவில் திளைத்து, சொக்க வைக்கும் இயற்கையின் கதகதப்பில் சுகம் பெறுகையில், நெஞ்சில் ஏதோ பொங்கியெழுவதை, உடலிலும் உள்ளத்திலும் ஏதோ நிரம்பி வழிவதை உணர்வான். இத்தருணங்களில் அவன் தனது முகத்தை ஈரமுடன் குளுகுளுப்பாயிருக்கும் புல்லில் புதைத்துக்கொண்டு இதமளிக்கும் கண்ணீரை உதிர்ப்பான் - ஆம், அது இதமளிக்கும் கண்ணீர், வேதனை தருவதல்ல. அல்லது சில நேரங்களில் தனது குழலை எடுத்து தன் மனநிலைக்கும் ஸ்டெப்பியின் அமைதி தவழும் இசைவுக்கும் பொருத்தமான ஏக்கம் கலந்த இன்னிசை பொழிந்து உலகையே மறந்துவிடுவான்.

இந்த மனநிலையில் திடீரெனத் தலைகாட்டும் எந்த மனித ஒலியும் அவனுக்குக் கர்ணகடூரமான அசம்பாவிதமாகவே இருக்கும். இதில் வியப்பில்லை. மிகவும் நெருங்கிய, ஒருமித்த உள்ளங்களிடையே மட்டும்தான் இத்தகைய தருணங்களில் கலந்துரையாடல் சாத்தியம். சிறுவன் தனக்கு ஒத்த வயதுள்ள இத்தகைய சகாவைப் பக்கத்துப் பண்ணையின் குத்தகைதாரரது மென்னிற முடியுடைய சிறுமியின் வடிவில் பெற்றிருந்தான்...

அவர்களுடைய நட்பு நாளொரு மேனியாய் வளர்ந்து வலுவடைந்து வந்தது. அது இருவருக்கும் அவசியமான ஒன்றாய் அமைந்துவிட்டது. இவெலீனா தன் நண்பனுக்குத் தனது சாந்தத்தையும் அமைதியான இன்ப மகிழ்ச்சியையும் கொண்டு வந்தாள். கண்தெரியாத அவன் சுற்றுப்புற வாழ்வின் புதுப்புது மேனிகளைக் கண்டுணரத் துணைபுரிந்தாள். அவன் அவளுக்குத் தன் துயர உணர்வைக் கொண்டு வந்தான். அவனுடைய

துயரை முதன்முதல் அவள் தெரிந்து கொண்டபோது அவளுடைய "பெரிய மனுஷியின்" அன்பு உள்ளத்தில் உண்டான ஆழமான கொடிய காயம் என்றும் ஆறாத காயமாய் நிலைத்து விட்டதாய்த் தோன்றியது - கைவாளை அது பாய்ந்து பதித்த காயத்திலிருந்து வெளியே எடுத்தால், உடனே இரத்தம் பெருகி அவள் மாளநேரும் போலிருந்தது. ஆற்றங்கரை மேட்டிலே அன்று முதன் முதலாய் இருவரும் உரையாடியபோது அவள் அனுபவித்த நெஞ்சு பொறுக்கமாட்டாத அனுதாபத்துக்குப் பிற்பாடு, அவனுடைய நட்பு அவளுக்கு நாளுக்கு நாள் மேலும் மேலும் அத்தியாவசிய மானதாகியது. இருவரும் பிரிந்திருக்கையில் காயத்திலிருந்து இரத்தம் பீறிட்டு திரும்பவும் அவள் உள்ளத்தில் வேதனையை நிரப்பும். உடனே அவள் தன் நண்பனிடம் ஓடி வருவாள்; அவன்மீது தனது பரிவை ஓயாது சொரிந்து, தனது உள்ளத் துயரைக் குறைத்துக் கொள்வதற்காக ஓடி வருவாள்.

6

மிதமான இலையுதிர் கால அந்திப்பொழுதில் இரு குடும்பத்தாரும் வீட்டுக்கு முன்னால் புல்தரையில் கூடிப் பேசிக் கொண்டிருந்தனர். கண்சிமிட்டிப் பளிச்சிடும் விண்மீன்கள் சிதறிய வானத்தின் கருநீலத்தினுள் அவர்களுடைய பார்வை அடிக்கடி திரும்பிற்று. கண் தெரியாத சிறுவன் எப்பொழுதும் போல் அவன் தாயின் பக்கத்தில் அமர்ந்திருந்தான். அவனருகே இவெலீனா இருந்தாள்.

சிறிது நேரத்துக்கு அவர்களுடைய பேச்சு அடங்கிற்று. அந்திப்பொழுது அமைதியாய் இருந்தது. இடையிடையே இலைகள் மட்டும்தான் இருந்தாற்போல் இருந்து சடசடத்து ஏதோ முணுமுணுக்கும்; பிறகு திரும்பவும் அமைதியாகி விடும்.

அந்த மோன நேரத்தில் கருநீல வானுச்சியில் எங்கிருந்தோ சுடரொளி விட்டு ஒரு விண்மீன் விழுந்து, வானத்தின் குறுக்கே வளைவான ஒளிக்கோட்டில் ஓடி, ஒளிரும் சுவட்டைத் தன் பின்னால் விட்டுச் சென்றது. கொஞ்சம் கொஞ்சமாய் மங்கிய இந்தச் சுவடு விண்மீன் மறைந்த பிறகும் சிறிது நேரம் ஒளிர்ந்து கொண்டிருந்தது. அங்கே கூடியிருந்தோர் வாய் பேசாமல் இதைப் பார்த்துக் கொண்டிருந்தனர். ஆன்னா மிகையிலொவ்னாவின் கை பியோத்தரின் கரத்தின்மீது இருந்தது. அவன் திடுமெனத் துணுக்குற்று ஆடியதை அவள் உணர முடிந்தது.

“என்ன, அம்மா... அது என்ன?” என்று அவன் பரபரப்போடு அவள் பக்கம் திரும்பிக் கேட்டான்.

“மகனே, விண்மீன் விழுந்தது.”

“விண்மீன்தானே? ஆம், விண்மீனாய்த்தான் இருக்கும் என்று தெரியும் எனக்கு.”

“அது எப்படி உனக்குத் தெரிந்தது, பியோத்தர்?” துயரச் சாயல் படிந்த சந்தேகம் தொனித்தது தாயின் குரலில்.

“பியோத்தருக்குத் தெரியும், அவன் சொல்வது உண்மைதான்” என்றாள் இவெலீனா. “அவனுக்குப் பலவும் தெரியும்... எப்படியோ தெரிந்து கொண்டுவிடுகிறான்...”

புற உலகை அறிந்து கொள்வதில் இருந்த இந்த நுண்ணுணர்வு நாளுக்கு நாள் அதிகரித்து வந்தது. இளம் பருவத்துக்கும் இளமைக்கும் இடைப்பட்ட மாறுநிலையின் வயதைச் சிறுவன் விரைவாய் நெருங்கி

வருவதையே இது குறித்தது. ஆயினும் இதுவரை பியோத்தரின் வளர்ச்சி அமைதியான முறையிலேதான் நடந்தேறியது. அவன் தனது விதிக்கு அடிபணிந்து அதை ஏற்றுக்கொண்டுவிட்டதாய்க்கூட தோன்றிற்று. சோக மனப்பாங்கு மறையாது நிலைத்திருந்தது என்றாலும், அதிக அளவுக்கு முற்றாமலேதான் இருந்தது. அவனுக்கு வழக்கமானதாகிவிட்ட இந்த மனப்பாங்கு இப்பொழுது சற்றுக் குறைந்துவிட்டது போலத் தோன்றிற்று. ஆயினும் இது தற்காலிகமான தணிவுதான். இயற்கை நமக்கு அளித்திடும் ஓய்வு இடைநேரங்களில் - இளம் உயிர் புதிய புயலையும் சோதனையையும் தாக்குப் பிடிக்கத் தனது பலத்தைத் திரட்டித் தன்னைத் தயார் படுத்திக் கொள்ளும் பொருட்டு வேண்டுமென்றே இயற்கை அளித்திடும் இந்த ஓய்வு இடைநேரங்களில் - ஒன்றுதான் இது. இந்த இடை நேரங்களில் கண்ணில் படாமலே புதிய பிரச்சினைகள் ஒன்று குவிந்து சிறுகச்சிறுக முதிர்ச்சியடைகின்றன. மெள்ளத் தொட்டாலே போதும் - அகத்தின் அமைதி நிலை திடுமென எழும் புயலுக்கு உட்பட்ட கடலைப் போல அடியோடு அதிர்ந்து குழப்பமடைந்து விடுகிறது.

அத்தியாயம் ஐந்து

1

இன்னும் சில ஆண்டுகள் சென்றன.

அமைதியான பண்ணை வீட்டில் மாறுதல் எதுவும் இல்லை. புங்கமரங்கள் தோட்டத்தில் ஆடி சலசலத்துக் கொண்டுதான் இருந்தன; அவற்றின் தழைகள் மட்டும் முன்னிலும் இப்பொழுது சற்று அடர்த்தியாகவும் கருமையாகவும் இருப்பதாய்த் தோன்றின. வெண்ணிற வீடு எப்பொழுதும் போல இனிய தோற்றமுடன் காட்சியளித்தது; அதன் சுவர்கள்தான் கொஞ்சம் தரையில் கீழே இறங்கிச் சிறிதே சாய்ந்துவிட்டாற்போல் தோன்றின. குதிரை லாயத்தின் கூரைமுனைகள் எப்பொழுதும் போல முகம் சுளித்துக் கவிழ்ந்திருந்தன. இன்னமும் பிடிவாதமான பிரமச்சாரியாகவே வாழ்ந்து வந்த இயோஹீமும் முன்பு போலவே குதிரைகளைப் பராமரித்து வந்தான். குழலோசையுங்கூட அந்தி வேளைகளில் லாயத்திலிருந்து இன்னமும் ஒலித்துக்கொண்டு தானிருந்தது. ஒரேவொரு மாற்றம் என்னவெனில், இப்பொழுது வாசிப்பதைவிட கேட்பதிலே இயோஹீம் அதிக விருப்பமுடையவனாகி விட்டான்.

மக்சீமின் தலையில் முன்னிலும் நரை அதிகமாயிருந்தது. பொப்பேல்ஸ்கிய் தம்பதிக்கு மேற்கொண்டு குழந்தைகள் இல்லை. கண் தெரியாத் தலைச்சன்தான் எப்பொழுதும் போல பண்ணை வீட்டின் வாழ்வுக்கு நடு மையமாய் விளங்கி வந்தான். அவனுக்காக வேண்டி பண்ணை வீடு தனது குறுகிய வட்டத்தினுள் தன்னை அடைத்துக் கொண்டு தனித்து ஒதுங்கிய அமைதியான வாழ்வே போதுமென்று வெளித் தொடர்பின்றி வாழ்ந்து வந்தது. அதற்கிருந்த வெளியுறவு அதைப் போலவே அமைதி குலையாது வாழ்ந்த குத்தகையாளரின் சிறிய இல்லத்துடன் இருந்த இணைப்பு மட்டும்தான். இவ்வாறு சிறுவன் - இப்பொழுது அவன் இளைஞனாகி விட்டான் - தொலைவிலுள்ள வெளிவுலகிலிருந்து ஏற்படக் கூடிய கடுமையான எந்தப் பாதிப்பிலிருந்தும் பாதுகாக்கப் பட்டு சேமப் பண்ணையின் கதகதப்பிலே வளரும் செடியைப் போல வளர்ந்து பெரியவனாகி இருந்தான்.

எப்பொழுதும் போல் அவன் விரிந்து பரந்த ஓர் இருள் உலகின் மையத்தில் வாழ்ந்து வந்தான் - அவன் தலைக்கு மேல் இருள், சுற்றிலும் நாற்புறத்தும் இருள், வரம்பின்றி எங்குமே இருள். நுண்ணுணர்வு கொண்ட அவன் இந்த இருளில் ஒவ்வொரு புதிய அனுபவத்தையும்

எதிர்பார்த்து எந்நேரமும் தளராத தயார் நிலையிலே இருந்தான். ஒவ்வொரு ஒலிக்கும் ஆவலுடன் உடனே பதில் ஒலி எழுப்பத் தயார் நிலையில் மூட்டி வைக்கப்பட்டு விறைப்பாய் இருக்கும் இசைக் கருவியின் நரம்பு போல இருந்தான் அவன். ஆவலுடன் எதிர்பார்த்துத் தயாராயிருந்த இந்தத் தளராத விறைப்பு நிலை அவன் மனநிலையையும் வெகுவாய்ப் பாதித்து வந்தது. இன்னும் ஒரு கணம் - ஒரேவொரு கணம் - என்பதாய்த் தோன்றியது; பிறகு இருள் கண்ணுக்குத் தெரியாத தன் கரங்களை நீட்டி அவனுள் ஓர் இசை நரம்பை மீட்டிவிடும், அலுப்பூட்டும் நெடுநேர உறக்கத்தில் ஆழ்ந்து காத்துக்கொண்டும் தன்னைத் தட்டி எழுப்புவார் யாரும் இல்லையா என்று ஏங்கிக்கொண்டும் இருக்கும் நரம்பை மீட்டிவிட்டு நாதம் எழுப்புமென்பதாய்த் தோன்றியது.

ஆனால் பண்ணை வீட்டின் பழகிப்போன இருள் மிகுந்த பரிவுடையதாய், பரபரப்புக்குரிய நிகழ்ச்சி ஏதுமில்லாததாய் இருந்தது. இந்த இருள் காத்திருந்த அவனுடைய உணர்வு களுக்குப் பழைய தோட்டத்து மரங்களின் முத்தமிடும் இதமான முணுமுணுப்பைத்தான், அவன் உள்ளத்தை மெள்ள வருடிவிட்டு உறங்க வைக்கும் முணுமுணுப்பைத்தான் கொண்டு வந்தது. தொலைவிலுள்ள உலகைப் பற்றி அவன் பாட்டுகள், புத்தகங்கள், வரலாறு ஆகிய இவற்றின் மூலம் மட்டுமே அறிந்திருந்தான். எங்கோ நெடுந்தொலைவிலிருந்த வெளியுலக வாழ்க்கையின் புயல்களையும் உணர்ச்சிப் பெருக்கு களையும் பற்றி அவன் அறிந்தவை யாவும், தோட்டத்தின் துயரம் தொனிக்கும் முணுமுணுப்பிற்கிடையில், பண்ணை வீட்டின் சாந்தத்திற்கிடையில் செவியாறல் மூலம் தெரிய வந்தவைதான். பாடலையோ கதையையோ வீர காவியத்தையோ கேட்டு மனத்துள் ஓவியங்கள் தீட்டிக்கொள்வது போல அவன் தான் கேட்டுத் தெரிந்து கொண்டவற்றை இன்ப மயக்கம் தரும் மாயப்புகையினூடே கற்பனை செய்து கொண்டான்.

யாவும் இனிது நடைபெறுவதாகவே தோன்றின. இவற்றைக் கவனித்துவந்த தாய் உயர் மதில்களையுடைய அரணுள் பாதுகாப்புடன் இருந்த தன் மகனின் உள்ளம் மந்திரத்தால் கட்டுண்டு அரைத் தூக்கத்திலே ஆழ்ந்திருப்பதைக் கண்டாள். இது செயற்கையான நிலைமைதான் என்றாலும் எப்படியும் அமைதி வாய்ந்ததாகவே இருந்தது. இந்த அமைதி குலைக்கப் படுவதை அவள் விரும்பவில்லை. இதைக் குலைக்கக்கூடியது எதையும் அவள் அச்சத்துடன் நோக்கினாள்.

வெளியே தெரியாமல் சிறுகச் சிறுக இவெலீனாவும் வளர்ந்து விட்டாள். அவளுடைய தெளிவான நிர்மலமான கண்கள் இந்த மாய அமைதியை உற்று நோக்குகையில், சில நேரங்களில் அவற்றில் ஒருவகைத் திகைப்பும், வருங்கால வாழ்க்கை எப்படி இருக்குமோ

என்ற கேள்விக்குறியும் தெரிந்தது உண்மையே; ஆயினும் அவற்றில் பொறுமையின்மைக்குரிய குறி கடுகளவும் தென்படவில்லை. சீமான் பொப்பேல்ஸ்கிய் இந்த ஆண்டுகளில் தனது பண்ணையை முன்னுதாரணமாய்த் திகழும் பண்ணையாக்கி விட்டார். ஆனால் கண் தெரியாத தன் மகனின் எதிர்காலத்தைப் பற்றிய பிரச்சினையை அந்த இனிய மனிதர் தனக்குரிய விவகாரமாய்க் கருதவில்லை. அதெல்லாம் தன்னிடமிருந்து எந்த முயற்சியும் இல்லாமலே எப்படியோ ஒழுங்காய்க் கவனித்துக்கொள்ளப்படும் என்று இருந்தார் அவர். மக்சீம் மட்டும்தான் - அவர் அப்படிப்பட்டவராய் இருந்த காரணத்தால் - இந்தச் சந்தடியில்லா அமைதி நிலையைப் பொறுக்கமாட்டாதவராய்க் கஷ்டப்பட்டார். ஆனால் இந்த நிலை தற்காலிகமானதே, தனது மாணவனுக்குத் தான் வகுத்திருந்த திட்டங்களில் அவசியமான ஒரு கட்டமே என்பதை அவர் அறிந்திருந்தார். இளமைப் பருவ உள்ளம், அது நிலைபெறவும் உரமடையவும் போதிய அவகாசம் அளிக்க வேண்டும், அப்பொழுதுதான் வாழ்க்கையுடன் நேரடித் தொடர்பு கொள்ளும்போது ஏற்படும் இன்னல்களை அது தாக்குப்பிடிக்க வல்லதாக முடியும் என்று அவர் நினைத்தார்.

ஆனால் மாய அமைதி அரசோச்சிய இந்த வட்டத்துக்கு வெளியே, இக்காலமெல்லாம் வாழ்வு கொதித்துக் கொப்பளித்து, பொங்கிப் புகைந்து, பீறிட்டுப் பாய்ந்து கொண்டுதான் இருந்தது. இந்நிலையில் கண் தெரியாச் சிறுவனின் முதுபெரும் ஆசிரியர் இனி இவ்வட்டத்தை உடைத்து, சேமப் பண்ணையின் கதவுகளை விரியத் திறந்து, வெளியிலிருந்து புதுக்காற்றை உள்ளே வீச விடலாமென முடிவு செய்த தருணம் வந்தது.

2

துவக்க முயற்சியாக அவர் சுமார் எழுபது கிலோமீட்டர் தொலைவில் ஒரு பண்ணையில் வசித்த தமது பழைய நண்பர் ஒருவரை வீட்டுக்கு வரவழைத்தார். கிழவர் ஸ்தவ்ருச்சேங்கோவை அவ்வப்பொழுது மக்சீம் போய்ப் பார்த்துவிட்டு வருவது வழக்கம். இப்பொழுது இளைஞர்கள் சிலர் அவருடன் தங்கியிருப்பது தெரிந்ததும், அவர்கள் எல்லோரையும் பண்ணை வீட்டுக்கு வருமாறு அழைத்துக் கடிதம் எழுதினார். கிழவர் பல்லாண்டு கால நட்பால் தாம் மக்சீமுடன் இணைக்கப் பட்டிருந்ததாலும், இளைஞர்கள் மக்சீம் யத்சேங்கோவின் பெயருக்கு இன்னும் இருந்து வந்த மகிமையாலும் புகழாலும் கவரப்பட்டதாலும் இந்த அழைப்பை அவர்கள் எல்லோருமே மகிழ்ச்சியுடன் ஏற்றுக்கொண்டனர். இளைஞர்களில் இருவர் ஸ்தவ்ருச்சேங்கோவின் புதல்வர்கள்: இளையவன் கீவ் பல்கலைக்கழக மாணவன், அக்காலத்திய மோஸ்தரின்படி மொழியியலில் தனித் தேர்ச்சி பெற்று வந்தான்; மூத்தவன் செயின்ட் பீட்டர்ஸ்பர்கில் இசைக் கல்லூரியில் பயின்று வந்த ஓர் இசைஞன். மூன்றாமவன் ஓர் இளம் இராணுவக் கல்லூரி மாணவன், அண்டையில் வசித்த நிலக்கிழார் ஒருவரின் மகன்.

ஸ்தவ்ருச்சேங்கோ தலை முற்றிலும் நரைத்துவிட்ட கிழவர் என்றாலும் திடகாத்திரமானவர். கோசாக்குப் பாணியில் நீளமாய்க் கவிந்து வளர்ந்த மீசை வைத்திருந்தார்; பெரிய கோசாக்குக் கால்சட்டையை இழுத்துப் பிடித்திருந்த வாரில் தமது புகைக் குழாயையும் புகையிலைப் பையையும் கட்டி விட்டிருந்தார். அவர் உக்ரேனியனைத் தவிர வேறு எம்மொழியும் பேசாதவர். நீண்ட வெண்ணிற உக்ரேனியக் கோட்டும் பூ பின்னிய உக்ரேனியச் சட்டையும் அணிந்த தமது இரு புதல்வர்களுக்கும் இடையே நின்றபோது பார்வைக்கு அவர் கோகலின் தராஸ் பூல்பா* மாதிரி இருந்தார். ஆனால் பூல்பாவின் வீரகாவிய எழுச்சிப் பண்புகள் எவையும் அவரிடம் இல்லை. ஸ்தவ்ருச்சேங்கோ ஒரு நிலக்கிழார், காரிய நோக்கும் தகுதியும் வாய்ந்தவர். வாழ்வெல்லாம் திறம்பட சமாளித்து வந்துள்ளவர்-முன்பு பண்ணையடிமைக் காலத்திய பிரபுத்துவ நிலைமைகளின் மட்டுமல்ல, பண்ணையடிமை முறை ஒழிந்தபின் இப்பொழுது தோன்றிய புதிய நிலைமைகளிலும் இதேபோலத் திறம்பட தகவமைத்துக் கொண்டவர். கிராம நிலக்கிழார்கள் தெரிந்து வைத்திருந்தது

*19ஆம் நூற்றாண்டு மாபெரும் ருஷ்ய எழுத்தாளரான கோகலின் "தராஸ் பூல்பா" என்னும் வசன காவியம், தராஸ் பூல்பாவையும் அவரது இரு மகன்களையும் பற்றிய கதையாகும்.

போல அவர் விவசாயிகளை நன்கு தெரிந்தவர்: கிராமத்தில் தமக்குச் சொந்தமான சாகுபடியாளனையும் அவன் கொல்லையிலிருந்த ஒவ்வொரு பசுவையும் அவன் பணப் பையிலிருந்த ஒவ்வொரு ரூபிளையும்கூட அவர் நன்கறிந்தவர்.

அவர்களுடன் கைச்சண்டை போட்டதில்லை என்றாலும் கிழவர் ஸ்தவ்ருச்சேங்கோவுக்கும் அவர் மகன்களுக்கும் இடை யிலான உறவுகளில் பூல்பாவின் சாயல் மிகுதியாய் இருந்தது. காலம், இடம் இவை குறித்துச் சிறிதும் கவலைப்படாமல் அவர்கள் இடையறாது சண்டை போட்டுக்கொண்டனர், அதுவும் ஆவேசமாய்ச் சண்டை போட்டுக்கொண்டனர். எங்கிருப்பினும், யாருடன் இருப்பினும், ஒரு சிறு சொல் கிடைத்தாலும் போதும், முடிவில்லாத சர்ச்சைகள் கிளம்பிவிடும். பெரும்பாலும் கிழவர்தான் தன் மகன்களை "இலட்சியவாதப் பிரபுக் குலக் கொழுந்துகள்" என்பதாய் ஏளனம் செய்து தொடக்கி வைப்பார். இளைஞர்கள் கொதித்தெழுவார்கள், கிழவருக்கும் சூடேறிவிடும். இதன் விளைவாய்ப் பெரிய ரகளையாகி, இரு தரப்பாரும் எதிர்த்தரப்பிலிருந்து கவுரவக் குறைவான பலவும் கேட்கும்படி நேரும்.

"தந்தையரும் தனயரும்" என்னும் அந்தப் பிரபல முரண் பாட்டின் ஒரு வெளியீடே, இவையெல்லாம் - அந்தத் தொடர் குறிப்பிடுவதைக்காட்டிலும் பன்மடங்கு கடுமை குறைவான வெளியீடு. அன்றைய இளைஞர்கள் பிள்ளைப் பிராயம் முதலாய் ஊரைவிட்டுச் சென்று வெளியே பள்ளிக்கூடத்திலே இருந்துவிட்டுச் சொற்பக் கால விடுமுறைகளின் போதே கிராமப் பகுதிகளில் தங்கியதால், ஆண்டாண்டுக் காலமாய் பண்ணைகளிலேயே வசித்துவந்த தமது தந்தையரைப் போல் அல்லாது, விவசாயி மக்களைப் பற்றி நடைமுறை அறிவு அதிகமில்லா தோராய் இருந்தனர். "மக்கள் நேயப்" பேரலை நமது சமுதாயத்தில் எழுந்தபோது - ஸ்தவ்ருச்சேங்கோ புதல்வர்கள் இருவரும் அப்பொழுது உயர்நிலைப்பள்ளி முடிவுறும் நிலையில் இருந்தனர் - அவர்களும் "மக்களை அறியும் ஆராய்ச்சிகளைத்" தொடக்கினர். ஆனால் அவர்கள் இந்த ஆராய்ச்சியைப் புத்தகங்களிலிருந்து தொடக்கினர். இதற்குப் பிற்பாடு அவர்கள் இரண்டாவது கட்டத்துக்கு முன்னேறி வந்தனர் - அதாவது நாட்டுக் கலையில் வெளியாகும் "மக்களின் அகவுணர்வை" நேரடியாகக் கண்டறிய முற்பட்டனர். "மக்கள் மத்தியில் செல்லுதல்" - எழிலார்ந்த உக்ரேனியக் கோட்டுகளும் பூ பின்னிய சட்டைகளும் உடுத்தியே புறப்பட்டனர் - அக்காலத்தில் தென்மேற்குப் பிராந்தியத்தில் சொத்துடைய வர்க்கங்களைச் சேர்ந்த இளைஞர்களிடையே சகஜமா-யிருந்தது. மக்களுடைய வாழ்க்கையின் பொருளாதார நிலைமைகளில் இந்த இளைஞர்கள் அதிக அக்கறை காட்டவில்லை. கிராமங்களுக்குச் சென்று சுற்றிய இவர்கள் நாட்டுப் பாடல்களின் சொற்களையும்

பண்களையும் பதிவு செய்வதிலும், கதைகளைக் குறித்துக் கொள்வதிலும், எழுதப்பெற்ற வரலாற்றைக் கடந்த காலத்தைப் பற்றிய நாட்டுக் கதைகளில் பிரதிபலிக்கும் வரலாற்றுடன் ஒப்பிட்டுப் பார்ப்பதிலும் - சுருக்கமாய்ச் சொன்னால் புத்தார்வ தேசியவாதக் கவித்துவ கண் கொண்டு விவசாயி மக்களைக் "காண்பதில்" - அவர்கள் ஈடுபட்டு வந்தனர். இறுதியில் குறிக்கப் பட்டது முதிய தலைமுறையினரும் ஈடுபட்டு வந்ததென்பது மெய்தான். ஆயினும் முதியோரும் இளைஞரும் ஒன்றுபட்ட கருத்துடையோராவது இயலாத காரியமாகவே தோன்றியது.

மாணவனான மகன் முகம் சிவக்க, கண்களில் பொறி பறக்க வாதாடுகையில் கிழவர் ஸ்தவ்ருச்சேங்கோ குறும்பாய் முழங்கையால் மக்சீமின் விலாவில் குத்தியபடி "அவன் பேசுவதைப் பாருங்களேன்!" என்பார். "திருட்டு நாய்ப் பயல் - புத்தகம் படிப்பது போலவே பேசுகிறான் பாருங்கள்! உலக அறிவு நிரம்ப இருப்பதாய்க் காட்டிக்கொள்கிறாயா? மெத்தப் படித்த மேதாவியே, என்று நெச்சீபர் உன் முகத்திலே கரி பூசியக் கதையை முதலில் சொல்லேன் பார்ப்போம்!"

கிழவர் தமது மீசையைச் சுண்டிவிட்டு ஓவெனச் சிரித்து மெய்யான உக்ரேனிய நகைச்சுவையோடு தன் மகன்களையும் நெச்சீபரையும் பற்றிய கதையைச் சொன்னார். இளைஞர்களின் முகத்தில் சிவப்பேறியது, ஆனால் அவர்கள் இதற்குப் பதில் சொல்ல முடியாமல் திண்டாடவில்லை. "தனிப்பட்ட ஒரு நெச்சீபரையோ, பெத்கோவையோ தமக்குத் தெரியாமல் போகலாம், குறிப்பிட்ட ஒரு கிராமம் குறித்துத் தமக்குத் தெரியாது இருக்கலாம் என்று அவர்கள் பதிலளித்தனர். அவர்கள் ஆராய்ந்தது இந்த ஆளோ அந்த ஊரோ அல்ல; மக்கள் அனைவரையும் பொதுவாகவும் மொத்தத்திலும் ஆராய்வ திலேதான் அவர்கள் ஈடுபட்டிருந்தனர். வாழ்க்கையை அவர்கள் உச்ச நிலையிலிருந்து உற்று நோக்கினர்; முடிவுகளை வந்தடைய வேண்டுமாயின், விரிவான பொது உண்மைகளைக் கண்டறிய வேண்டுமாயின் இந்த உச்சநிலை நோக்கு ஒன்றால்தான் முடியும். ஒரே பார்வையில் பெரும் பரப்புகள் உள்ளடங்கும்படி நோக்கும் நிலையே அவர்களுடைய நிலை. ஆனால் அவர்களுடைய காரியவாத முதியோர் சிலர் பழங்கால வறட்டு மாமூலில் இறுகிப்போய், மரங்களை மட்டுமே பார்த்து விட்டு அம்மரங்களாலான காட்டைப் பார்க்கத் தவறிவிடுகிறார்கள், தனி மரங்கள் தம் பார்வையை மறைத்துவிடச் செய்கிறார்கள்."

கிழவருக்குத் தமது புதல்வர்கள் மெத்தப் படித்தவர்களாய் வாதாடியதைக் கேட்பதற்கு உள்ளுக்குள் மகிழ்ச்சிதான்.

"படித்தவர்கள் என்பது தெரிகிறதல்லவா?" என்றார், பெருமிதத்துடன் சுற்றிலும் பார்த்தபடி. பிறகு திரும்பவும் தமது புதல்வர்கள் பக்கம்

திரும்பி, "எவ்வளவுதான் பேசிப் பாருங்களேன், ஆனால் என்னுடைய பெத்கோ உங்கள் இருவரையும் கன்றுக்குட்டிகளை இழுத்துச் செல்வது மாதிரி நினைத்த இடத்துக்கு இழுத்துச் சென்றுவிடுவான் - அவனிடம் உங்கள் பாட்சா பலிக்காது!... ஆனால் இதே தடியன் பெத்கோவின் கொட்டத்தை நான் நொடிப் பொழுதில் அடக்கி விடுவேன். என்னைப் போன்ற கிழவனுடன் ஒப்பிடுகையில் நீங்கள் எல்லாம் உலகம் தெரியாத கத்துக்குட்டிகள்தான்."

3

இந்த வாக்குவாதங்களில் ஒன்று இப்பொழுதுதான் ஓய்ந்தது. பெரியவர்கள் எழுந்து வீட்டுக்குள் போய்விட்டனர். ஸ்தவ்ருச்சேங்கோவின் குரல் திறந்த சன்னல்கள் வழியே வெளியே கேட்டது. தமாஷான பல நிகழ்ச்சிகளைக் கூறி உள்ளே எல்லோரையும் அவர் ஆனந்தமாய்ச் சிரிக்க வைத்துக் கொண்டிருந்தார்.

சிறிசுகள் மட்டும் வெளியே தோட்டத்திலேயே இருந்தனர். மாணவன் புல்லின்மீது தன் கோட்டை விரித்து வேண்டு மென்றே சற்று அலட்சியமாய் அதில் உடலைச் சாய்த்துக் கொண்டான். அவனுடைய அண்ணனான இசைஞன் வீட்டைச் சுற்றிலும் சென்ற மேடையில் இவெலீனாவின் பக்கத்தில் உட்கார்ந்திருந்தான். இராணுவப் பள்ளியின் மாணவன் கழுத்துவரை பொத்தான் போட்ட உடுப்புடன் அவனுக்கு அடுத்தாற் போல் அமர்ந்திருந்தான். பியோத்தரும் இதே மேடையில்தான் ஏனையோரிடமிருந்து சற்று ஒதுங்கி, சன்னல் கட்டையில் சாய்ந்து தலையைக் கவிழ்த்துக்கொண்டு உட்கார்ந்திருந்தான். சிறிது நேரத்துக்குமுன் நடைபெற்ற வாக்குவாதம் அவன் சிந்தனையைக் கிளர்த்திவிட்டிருந்தது. இப்பொழுது அதைப் பற்றிதான் அவன் சிந்தித்துக் கொண்டிருந்தான்.

மூத்த சகோதரன் இவெலீனாவைப் பார்த்து "இவ்வளவு பேச்சு அடிபட்டது, நீ வாய் திறக்காமலே இருந்துவிட்டாயே. இதுபற்றி உன் கருத்து என்ன?" என்று கேட்டான்.

"ஓ, ரொம்ப நல்லாயிருந்தது - நீ உன் தந்தையிடம் சொன்னது எனக்குப் பிடித்திருந்தது. ஆனால்..."

"ஆனால் என்ன?..."

இவெலீனா உடனே பதில் சொல்லவில்லை. தான் பூ பின்னிக்கொண்டிருந்த துணியை மடியில் வைத்துச் சுருக்கங் களைச் சரிசெய்து சிந்தனையில் ஆழ்ந்தவளாய் அதைப் பார்த்த படி உட்கார்ந்திருந்தாள். அவள் எதைப் பற்றிச் சிந்தித்தாள் - தாய் பின்னிய பூ வேலைக்கு வேறொரு வடிவமைப்பைத் தேர்ந்தெடுத்திருக்க வேண்டுமென நினைத்தாளா, அல்லது தன்னிடம் கேட்கப்பட்ட கேள்விக்கு என்ன பதில் சொல்ல லாமென ஆலோசித்தாளா என்று சொல்வது கடினம்.

இளைஞர்கள் எல்லோரும் அவளுடைய பதிலை எதிர்பார்த்து ஆவலாய்க் காத்திருந்தனர். மாணவன் முழங்கையை ஊன்றி எழுந்து,

முகத்தில் ஆவல் துடிக்க அவள் பக்கம் திரும்பிப் பார்த்துக்கொண்டிருந்தான். இசைஞன் சாந்தமாய் வினவும் பார்வையால் அவளை உற்றுக் கவனித்துக்கொண்டிருந்தான். பியோத்தருங்கூட நெஞ்சு படபடக்க சட்டென தலையை உயர்த்தினான் - ஆனால் அடுத்தகணமே முகத்தை எதிர்ப்பக்கம் திருப்பிக் கொண்டான்.

மடியிலிருந்த பின்னல் துணியைத் தடவியபடி இவெலீனா மெள்ள பேச ஆரம்பித்தாள்: "ஆனால் வாழ்க்கையில் எல்லோருமே ஒரே பாதையில் செல்வது சாத்தியமல்ல. அவர வருக்கும் தனிப்பட்ட ஓர் எதிர்காலம் இருக்கிறது."

"கடவுளே!" என்று மாணவன் வியப்புடன் கூவினான். "முதிர்ந்த ஞானியைப் போலல்லவா பேசுகிறாய் நீ! ஆமாம், இவெலீனா உனக்கு என்ன வயதாகிறது?"

"பதினேழு" என்றாள் - ஆனால் உடனே அவளுடைய வெள்ளை மனம் வெளிப்படும்படி வெற்றிக் குரலில் "நான் ரொம்பப் பெரியவள் என்று நினைத்திருந்தாய், இல்லையா?" என்று கேட்டாள்.

சகோதரர்கள் இருவரும் சிரித்தனர்.

"உன் வயதை ஊகித்துச் சொல்லும்படி என்னைக் கேட்டி ருந்தால், பதிமூன்றெனச் சொல்வதா, இருபத்து மூன்றெனச் சொல்வதா என்று தெரியாமல் விழித்திருப்பேன்" என்று இசைஞன் கூறினான். "ஒரு நேரம் நீ சிறு குழந்தை போல இருக்கிறாய்; இன்னொரு நேரம் முதிர்ந்த அனுபவமுள்ள மூதாட்டி போல ஆழ்ந்த ஆலோசனையுடன் பேசுகிறாய்."

"ஆமாம், முக்கியமான விவகாரங்களில் நன்கு ஆலோசித்து தான் பேச வேண்டும்" என்று பெரிய மனுஷியின் தோரணையில் சொல்லிவிட்டு, அவள் தனது பூவேலையைக் கையில் எடுத்துக் கொண்டாள்.

எல்லோரும் மௌனமாகிவிட்டனர். இவெலீனாவின் ஊசி திரும்பவும் தைக்க முற்பட்டுவிட்டது. சிறியவளேயாயினும் மிகவும் அமரிக்கையான சீமாட்டி போல நடந்து கொண்ட இவளை விருந்தினர்கள் வியப்பும் திகைப்பும் கலந்த பார்வை கொண்டு திரும்பித் திரும்பிப் பார்த்துக்கொண்டனர்.

4

முதன்முதலாய்ப் பியோத்தரைச் சந்தித்த காலத்துக்குப் பிற்பாடு இவெலீனா எவ்வளவோ வளர்ந்து விட்டாள். என்றாலும், ஸ்தவ்ருச்சேங்கோவின் இளைய மகன் சொன்னது முற்றிலும் உண்மைதான். முதல் பார்வைக்கு அவளுடைய மெல்லிய உருவம் அவளை ஒரு சிறுபிள்ளை என்பதாகவே நினைக்கச் செய்தது. ஆனால் அவளுடைய நிதானப் போக்கும் அமரிக்கையான சுபாவமும் சில நேரங்களில் அவளுக்கு ஒரு மூதாட்டிக்குரிய பவ்வியத்தை அளித்திட்டன. அவளுடைய முகமும் கூட இதேபோன்ற எண்ணத்தையே காண்போர் மனத்துள் பதித்தது. இதுபோன்ற முகங்களை ஸ்லாவ்களிடையே மட்டும்தான் பார்க்க முடியுமென நினைக்கிறேன். குளுமை வாய்ந்த வழவழப்பான வளைவரைகளையுடைய நேர்த்தியான சாயல்களும், அமைதியும் நிறைவும் குடிகொண்ட நீலநிறக் கண்களும், சிவப்பின் கொந்தளிப்பை அதிகம் அறியாத வெண்ணிறக் கன்னங்களும் - எடுத்ததற்கெல்லாம் உணர்ச்சிக் கொதிப்பால் செக்கச் சிவந்துவிடக் கூடிய வெளிறிய நிறமல்ல, வெண்பனியின் குளுமை ஒளிரும் வெண்மை அது - கொண்டது அவளுடைய முகம். பளிங்கு போன்ற அவள் நெற்றிப் பொட்டுகளில் மெல்லிய நிழலுரு பதித்த நீண்ட மென்னிறக் கூந்தலை அள்ளிச் சேர்த்துச் சடையாகப் பின்னிவிட்டிருந்தாள்; அவள் நடக்கையில் அவள் தலையை அது பின்பக்கமாய் இழுப்பது போலத் தோன்றிற்று.

பியோத்தருங்கூட பெரியவனாய் வளர்ந்து முதிர்ச்சியுற்ற வனாய்த் தோன்றினான். ஏனைய இளம் மக்களிடமிருந்து கொஞ்சம் ஒதுங்கி, வெளிறிய முகத்தோடு மிகவும் உணர்ச்சி வயப்பட்டவனாய்த் தனியே இப்பொழுது அவன் உட்கார்ந்திருப்பதைக் காண்பவர் எவரும் அவனுடைய எழில் முகத்தால் வெகுவாய்க் கவரப்படவே செய்வர். பாவனையில் அம்முகம் ஏனைய முகங்களிலிருந்து முற்றிலும் வேறுபட்டதாகும். அகத்தின் ஒவ்வொரு அலைவுக்கும் ஏற்ப அது வெகுவாய் மாறிக் கொண்டிருந்தது. எடுப்பான நெற்றியில் - ஏற்கெனவே அதில் மெல்லிய சுருக்கங்கள் விழத் தலைப்பட்டுவிட்டன - அவனுடைய கரிய முடிகள் ஒய்யாரமான அலை போலத் தவழ்ந்தன. அவன் கன்னங்கள் ஒருநேரம் சட்டெனச் சிவந்து ஒளிர்ந்தன; பிறகு அதேபோலச் சட்டென நிறமிழந்து வெளிறிப்போய் மங்கலாகிவிட்டன. சிற்சில நேரங்களில் அவனுடைய கீழ் உதடு உணர்ச்சியால் துடிக்கும்; அவன் புருவங்கள் ஓய்ந்திருக்க மறுத்து எந்நேரமும் ஆடியதிர்ந்து கொண்டிருந்தன. ஆனால் அவனுடைய எழிலார்ந்த கண்கள் மட்டும் சிறிதும் அசைவின்றி எங்கோ உற்றுப்

பார்த்துக்கொண்டிருந்தன. இந்தப் பார்வை அவன் முகத்துக்கு விபரீதமான ஒரு சோகச்சாயலை அளித்தது.

சில நிமிடங்களாய் அங்கு நிலவிய மௌனத்தைக் கலைத்து அம்மாணவன் சொன்னான்:

"ஆகவே நாம் பேசிக்கொண்டிருந்த இவை எல்லாம் பெண் மனத்தின் சக்திகளுக்கு அப்பாற்பட்டவை; பெண்களின் வாழ்க்கை சமையல், குழந்தை வளர்ப்பு என்னும் குறுகிய வரம்புக்கு உட்பட்டது என்பதுதான் இவெலீனாவின் கருத்து, இல்லையா?"

இளைஞனின் குரலில் ஒருவகைச் சுயமனத்திருப்தியும் இளக்காரமும் தொனித்தன (அக்காலத்தில் இக்கருத்துக்கள் புத்தம் புதியனவாய் இருந்ததே இதற்குக் காரணம்). திரும்பவும் சில வினாடிகளுக்கும் மௌனம் நிலவிற்று. இவெலீனாவின் முகம் சிவந்துவிட்டது.

"அவசரப்பட்டு நீங்கள் முடிவு கட்டிவிடுகிறீர்கள்" என்று இறுதியில் அவள் பதிலளித்தாள். "இங்கே பேசிய பேச்சுக் களை நான் நன்றாகப் புரிந்து கொள்ளவே செய்தேன் - ஆகவே இவையெல்லாம் பெண் மனத்தின் சக்திகளுக்கு அப்பாற்பட்டவை என்பதாய்ச் சொல்வது சரியல்ல. எதிர்காலங் குறித்து நான் சொன்னது என்னுடைய தனிப்பட்ட சொந்த வாழ்க்கை சம்பந்தமாய்க் கூறியதாகும்."

அதற்கு மேல் அவள் ஒன்றும் பேசாமல் முழுக் கவனத் தையும் தனது பூவேலையில் செலுத்தலானாள். இதைக் கண்டதும் இளைஞனின் உறுதி தளர்ந்துவிட்டது.

"நீ பேசுவது விபரீதமாய் இருக்கிறது" என்றான், கலவரமடைந்த அவன். "உன் வாழ்க்கை பூராவையும் கடைசி நாள் வரைக்கும் ஏற்கெனவே தீர்மானமாய்த் திட்டமிட்டுக் கொண்டுவிட்டது போலல்லவா பேசுகிறாய்."

"அதில் விபரீதம் என்ன இருக்கிறதாம்?" என்று இவெலீனா அமைதியான குரலில் கேட்டாள். "ஏன், இலியா இவானவிச்சுங் கூட" - இராணுவப் பள்ளி மாணவன் - "ஏற்கெனவே தன் வாழ்க்கையைத் திட்டமிட்டு வகுத்துக் கொண்டுவிடவில்லையா? வயதில் அவன் என்னைவிட இளையவனல்லவா?"

"ஆம், அது முற்றிலும் உண்மையே" என்று இந்தப் பேச்சில் தானும் இழுக்கப்படுவது குறித்து மகிழ்ச்சியுற்ற இராணுவப் பள்ளி மாணவன் கூறினான், "சில காலத்துக்கு முன்பு நான் நீ-யின் வாழ்க்கை வரலாறு படித்தேன். அவர் முற்றிலும் திட்டப்படி வாழ்ந்தவர். இருபதாவது வயதில் மணம்புரிந்து கொண்டார், முப்பத்தைந்தாவது வயதில் படைத் தலைமை பெற்றார்."

மாணவன் ஏளனமாய்ச் சிரித்துக்கொண்டான். திரும்பவும் இவெலீனாவின் கன்னங்களில் இளஞ்சிவப்பு தோன்றியது.

"நானும் அதைத்தான் சொல்கிறேன்" என்று சற்று நேரத்துக்குப் பிற்பாடு அவள் நிதானக் குரலில் சொன்னாள். "அவரவருக்கும் தனிப்பட்ட எதிர்காலம் ஒன்று இருக்கிறது."

மேற்கொண்டு இதைப்பற்றி வாக்குவாதம் செய்ய யாரும் முயற்சிக்கவில்லை. அங்குக் கூடியிருந்த இளம் மக்களிடையே சங்கடமான மௌனம் நிலவிற்று - புரியாத ஒரு கலவர உணர்வு இந்த மௌனத்தில் மறைந்திருப்பதை உணர முடிந்தது. தம்மை அறியாமலே தமது பேச்சு இக்கட்டான சொந்த விசாரங்களைக் கிளறிவிட்டிருக்க வேண்டுமென்பதை அவர்கள் உணர்ந்து கொண்டுவிட்டனர். இவெலீனாவின் சாதாரணமான பேச்சில் மூட்டிவிடப் பெற்ற இசைக் கம்பியின் அதிர்வு மறைந்திருப்பதை அவர்கள் கண்டனர்...

அந்த அமைதியில் மரங்களின் சலசலப்பைத் தவிர்த்து வேறு ஓசை எதுவும் எழவில்லை. இருட்டாகி வந்தது, அந்தத் தோட்டம் ஏனோ கலகலப்பின்றி கடுப்பாய் இருப்பது போலத் தோன்றியது.

5

இந்தப் பேச்சுகளும் வாக்குவாதங்களும் - இளமையின் ஆர்வத் துடிப்புகள், நாட்டங்கள், கருத்துக்கள், ஆவல்கள் ஆகியவற்றின் இந்தக் கொந்தளிப்புகள் - கண் தெரியாத இளைஞன் மீது திடுமென்று எழும் புயலாய் அடித்து மோதின. தொடக்கத்தில் அவன் ஊக்கமாய் காது கொடுத்துக் கேட்டான், வியப்பும் விந்தையும் அவன் முகத்தில் பிரகாசித்தன. ஆனால் சிறிது நேரத்துக்கெல்லாம் இந்தப் புயல் தன்னையும் அடித்துச் செல்ல முயலாததை, தன்னிடம் சிறிதும் கருத்து செலுத்தாமல் ஒதுங்கிச் சென்றதைக் கவனித்தான். யாரும் அவனிடம் எந்தக் கேள்வியையும் கேட்கவில்லை. எதைப்பற்றியும் கருத்துக் கூறுமாறு சொல்லவில்லை. அவன் விலக்கி வைக்கப் பட்டிருந்தான். சோகம் தரும் தனிமை நிலையில் இருத்தப் பட்டிருந்தான். பண்ணை வீட்டில் பேச்சும் பரபரப்பும் பொங்கி எழ எழ அவனுடைய சோக மனோபாவமும் மேலும் மேலும் கடுமையாகி வந்தது.

ஆயினும் அவன் இந்தப் பேச்சைக் கவனமாய்க் கேட்டுக் கொண்டிருந்தான். அது அவனுக்குப் புதுமையாகவும் வினோதமாகவும் இருந்தது. கேட்கக் கேட்க அவனுடைய புருவங்கள் மேலும் மேலும் நெருங்கி வந்து சுளித்துக் கொண்டன, அவனுடைய வெளிறிய முகத்தில் ஆவலின் முழுச் சுமையும் பிரதிபலித்தது. ஆனால் இந்த ஆவல் வருத்தம் தருவதாய் இருந்தது, நெஞ்சை வாட்டிய சோகச் சிந்தனைகளையே அது எழுப்பிற்று.

கலங்கிய கண்களால் தாய் தன் மகனைக் கவனித்து வந்தாள். இவெலீனாவின் கண்களில் அனுதாபமும் பீதியும் ததும்பின. மக்சீம் மட்டும்தான் விருந்தினர்களுடைய உற்சாகமான பேச்சுக்களால் தமது மாணவன் எப்படிப் பாதிக்கப்பட்டான் என்பதைச் சிறிதும் கவனியாதவர் போல நடந்து கொண்டார். மிகுந்த பரிவோடு அவர் விருந்தினர்களைத் திரும்பவும் வரும்படி, அடிக்கடி வந்து செல்லும்படி வற்புறுத்தி அழைத்தார். அவர்களுக்காகச் சுவையான மக்களின் வரலாற்று விவரங்கள் பலவும் சேகரித்து வைத்திருப்பதாய் வாக்களித்தார்.

திரும்பவும் வருவதாய்ச் சொல்லி அவர்கள் விடை பெற்றுக் கொண்டனர். புறப்படும்போது அவர்கள் கதகதப்பான நேசத்துடன் பியோத்தரின் கையைப் பிடித்துக் குலுக்கினர். அவனும் அதேபோல உணர்ச்சித் துடிப்புடன் கைகுலுக்கி அவர்களை வழியனுப்பி வைத்தான். வண்டி புறப்பட்டுச் சென்றபின் நெடுநேரம் அங்கேயே நின்று தொலைவில் மறைந்து கொண்டிருந்த சக்கரங்களின் ஓசையைக் கவனமாய்க் கேட்டான் - பிறகு அவசரமாய்த் திரும்பி தோட்டத்தினுள் மறைந்து விட்டான்.

அவர்கள் சென்றபின் பண்ணை வீட்டில் யாவும் திரும்பவும் சந்தடியற்றுவிட்டன. ஆனால் இப்பொழுது ஏற்பட்ட அமைதி வேறு விதமாய் இருப்பதை பியோத்தர் உணர்ந்தான் - அது வினோதமான, அசாதாரணமான அமைதியாய் இருந்தது. இப்பொழுது நிலவிய நிசப்தத்தில், இங்கே ஏதோ ஒன்று, மிகமிக முக்கியமான ஒன்று நடைபெற்றுவிட்டதென்ற அறிவிப்பும் அவன் காதில் விழுவது போலிருந்தது. சாந்த மாயிருந்த பாதைகளில் புங்க மரங்கள், லிலாச் செடிகள் இவற்றின் சலசலப்பைத் தவிர வேறு ஓசை இல்லையென்றாலும், அண்மையில் அடிபட்ட பேச்சுக்களின் எதிரொலி கேட்பது போல அவனுக்குத் தோன்றிற்று. அது மட்டுமல்ல, வீட்டினுள் முன்னறையில் ஏதோ விவாதம் நடைபெறுவதும் திறந்த சன்னல்கள் வழியே சில நேரங்களில் அவன் காதில் விழுந்தது. அவனுடைய தாயின் வேதனையும் வேண்டுதல் மிகுந்த குரலும், இவெலீனாவின் கோபத்தால் அதிர்ந்த குரலும் வெளியே மிதந்து வரும் - இருவருடைய குரல்களும் மக்சீமை எதிர்த்து எழுப்பப்பட்டவை என்பது நன்கு விளங்கிற்று. இவர்களுடைய தாக்குதல்களுக்கு மக்சீம், சற்று பரபரப்பு தொனிப்பதாய் இருப்பினும், உறுதியான குரலில் பதிலளிப்பதாய் அவனுக்குப்பட்டது. பியோத்தர் அவர்களிடம் வந்ததும் இந்த விவாதங்கள் திடுதிப்பென்று ஓய்ந்துவிட்டன.

வேண்டுமென்றேதான் மக்சீம் கண் தெரியாத தனது மாணவனின் உலகை இத்தனை காலமாய் சூழ்ந்துநின்ற தடை மதிலில் இப்படிக் கல்நெஞ்சத்துடன் இந்த முதலாவது உடைப்பை உண்டாக்கியிருந்தார். இப்பொழுது இந்த உடைப்பின் வழியே பெருங் கலவரத்தை ஏற்படுத்திய முதலாவது பேரலை மிக வேகமாய்ச் சீறி உள்ளே பாய்ந்தது; அதன் தாக்குதல் சிறுவனுடைய அகத்தின் அமைதியைக் குலைத்துவிட்டது.

இப்பொழுது அவனுக்கு மாய அமைதி நிலவிய தனது வட்டம் தன்னை நெரிப்பது போலிருந்தது. வீட்டின் சாந்த சொரூபமும், அதன் பழைய தோட்டத்தின் தூக்க மயக்கமூட்டும் சலசலப்புகளும் முணுமுணுப்புகளும், அவனுடைய இளம் உள்ளம் ஆழ்த்தப்பட்டிருந்த உறக்கத்தின் அயர்வும் இப்பொழுது அவனை ஒடுக்க முற்பட்டுவிட்டன. இருளானது அவன் காதில் புதிய குரல்களை ஒலிக்கச் செய்தது - இவை அவனை வசியப்படுத்தி 'வா வா'வென்று வெளியே அழைத்தன. இந்த இருள் உயிர்ப்புடையதாகி உசுப்பிவிட்ட தெளிவற்ற, முழு உருவம் பெறாத கருத்துக்கள் அவன் மூளையில் அடித்து மோதிப் புகுந்து அவனை இருப்புக் கொள்ளாதபடி ஏங்கித் தவிக்கச் செய்தன.

இப்பொழுது இருள் அவனை ஓயாமல் கூப்பிட்டது, எங்கோ வரும்படி அழைத்தது. இதுகாறும் அவனுள் உறங்கிக் கொண்டிருந்த தேவைகளைத் துயிலெழச் செய்தது. இந்த ஆரம்பக் காலத் தூண்டுதல்களுங்கூட

அவனிடம் ஆழமான முத்திரைகளைப் பதித்துச் சென்றன. அவன் முகம் முன்னிலும் வெளிறிப்போய்விட்டது. ஓயாத, இனம் தெரியாத ஒரு வலி அவன் இதயத்தைப் பிடுங்கித் தின்று கொண்டிருந்தது.

அவனுடைய கலவரத்தின் அறிகுறிகளை அவன் தாயும் இவெலீனாவும் உடனே கண்டுகொண்டு விட்டனர். கட்புலனுள்ள நாம் ஏனையோரின் முகங்களில் அவர்களுடைய சிந்தனைகள், உணர்ச்சிகளின் நிழல் தெரிவதைக் கண்ணுற்று, நம்முடைய சொந்த உணர்ச்சிகள் வெளியே தெரியாதபடி அவற்றை மூடி மறைப்பதற்கு விரைவில் கற்றுக்கொண்டு விடுகிறோம். ஆனால் கண் தெரியாதவர்களால் இவ்வாறு செய்ய முடியவில்லை. பூட்டிவைக்கப்படாமல் மறந்துபோய் முன்னறையில் விட்டுச் செல்லப்பட்ட நாட்குறிப்புகளைப் போல, பியோத்தரின் வெளுத்த முகத்தைச் சிரமமின்றி படித்துத் தெரிந்துகொள்ள முடிந்தது... அவன் உள்ளத்தை வதைக்க கலவரத்தை அவன் முகம் அப்படியே படம்பிடித்துக் காட்டிற்று. தம்மைப் போலவே மக்சீமும் இவை யாவற்றையும் கவனித்து வந்தார் என்பதை அவர்கள் இருவரும் கண்ணுற்றனர். மக்சீமும் இதைக் கவனித்ததோடு, தாம் வகுத்திருந்த ஏதோவொரு திட்டத்துக்கு ஏற்பவே இவை யாவும் நடைபெறுவது போல நடந்து கொண்டதையும் அவர்கள் கண்ணுற்றனர். இது கொடுமையிலும் கொடுமை என்றே இருவரும் நினைத்தனர். தாய் தன்னால் முடிந்திருக்குமானால் தன் உடலைக் கொண்டே தன் மகனை அணைத்துத் தடைமதில் எழுப்பிப் பாதுகாத்திருப்பாள். "புறத் தொடர்பற்ற சேமப் பண்ணை" என்றா மக்சீம் கூறினார்? "இருக்கட்டுமே, அதனால் என்ன? இவ்வளவு காலமாய்த் தன் மகன் இந்தச் சேமப் பண்ணையில் இன்பமாகத்தானே இருந்து வந்தான்?... எப்பொழுதுமே அவன் வாழ்க்கை இப்படியே கலக்கமின்றி அமைதியாகவும் சாந்தமாகவும் இருந்தால் என்னவாம்?..." இவெலீனா இவ்வளவு வெளிப்படையாகப் பேசவில்லை; தன் சிந்தனைகளில் பெரும்பகுதியை வெளிக்காட்டாமல் தன்னுள்ளே அடக்கிக் கொண்டாள் என்பதாய்த் தோன்றியது. ஆனால் மக்சீமின்பால் அவள் நடந்து கொண்ட விதம் மாறி விட்டது. அவருடைய ஆலோசனைகள் பலவற்றுக்கும், சில நேரங்களில் அற்ப விவகாரங்களிலும்கூட இப்பொழுது அவள் ஆட்சேபணை தெரிவித்தாள். இதன்முன் அவர் என்றும் அவளிடம் கண்டிராத கடுமையும் எதிர்ப்பும் காட்டினாள்.

புருவங்களை நெளித்து ஊடுருவும் பார்வையால் அவளை உற்றுநோக்கிய அவர், அவளுடைய கண்களில் கோபாக்கினி பொங்கக் காண்பார். இதுபோன்ற தருணங்களில் அவர் யாருக்கும் விளங்காதவாறு என்னமோ முணுமுணுத்து விட்டுத் தலையை ஆட்டுவார்; பிறகு வழக்கத்தைவிட அதிகமான புகையிலைப் புகை மூட்டம் தன்னைச் சூழ்ந்து நிற்குமாறு செய்வார் - அவர் ஆழ்ந்த சிந்தனையில் மூழ்குவதன் அறிகுறி இது. ஆனால் கொஞ்சமும் விட்டுக் கொடுக்காமல் தமது திட்டத்தைச்

செயல்படுத்திவந்தார். இடையில் அவ்வப்பொழுது பெண் குலம் காட்டும் அன்பின் அசட்டுத் தனத்தையும், பெண் குலத்தின் தர்க்கவாதத் திறனின் குறைபாடுகளையும் பற்றி - குறிப்பாய் யாரையும் சுட்டிக் காட்டாத முறையில் - கடுகடுப்பான கருத்துரைகள் கூறிவந்தார். பெண் மூளை கணப்பொழுதுக்குரிய துன்பம் அல்லது ஆனந்தத்துக்கு அப்பால் காணும் திறனின்றி கிட்டத்துப் பார்வையுடையது என்பது உலகறிந்த உண்மையாயிற்றே என்பார். பியோத்தருக்கு அவர் விரும்பியது கிடைத்தற்கரிய முழு நிறைவான வாழ்க்கையே அன்றி, சாந்தமான வாழ்க்கையல்ல. ஒவ்வொரு ஆசிரியரும் தன் மாணவனைத் தன்னை ஒத்தவனாக்கிவிட வேண்டுமென்றே விரும்புவாரெனச் சொல்வார்கள். தான் அனுபவித்துச் சடுதியில் இழக்க நேர்ந்தது - அதாவது, போராட்டத்துக்குரிய, ஆக்ரோஷமான மோதலுக்குரிய வாழ்க்கை - கிட்ட வேண்டுமென்று அவர் விரும்பினார். இது எந்த வடிவத்தில் இருக்கவேண்டுமென்று குறித்து இன்னும் அவரால் கூற முடியவில்லை. ஆனால் கண் தெரியாத சிறுவன் புறவுலகங் குறித்துக் கொண்டிருந்த மனப் பதிவுகளை விரிவுபடச் செய்வதற்காக எல்லா வழிகளிலும் முனைந்து பாடுபட்டார். இதனால் அதிர்ச்சியும் ஆன்மிகக் கொந்தளிப்பும் ஏற்படுவதாயினும் பரவாயில்லை என்று நினைத்தார். இது அவர் தங்கையும் இவெலீனாவும் விரும்பியதிலிருந்து முற்றிலும் வேறானதென்பது அவருக்குத் தெரியும்.

சில சமயங்களில் கவைக்கோல்களைக் கோபமாய்த் தரையில் தட்டி அறையில் மேலும் கீழுமாய் நொண்டியபடி "எல்லாம் கண்மூடித்தனமான தாய் மனமேயன்றி வேறல்ல!" என்று இரைவார்... இதுபோலக் கோபம் மூண்டெழும் தருணங்கள் அரிதாகவே இருந்தன. சாதாரணமாய் அவர் தமது தங்கையின் வாதங்களுக்கு நயமான முறையில் பதில் கூறி விளங்கவைப்பது, அன்பு கனிந்த அனுதாபம் தெரிவிப்பது ஆகிய முறைகளையே கையாண்டுவந்தார். தனக்குப் பக்க பலமாய் நின்று ஆதரவளிக்க இவெலீனா இல்லாதபோது மக்சீமின் நயமான புத்திமதிகளுக்கு அடி பணிவது வழக்கமாயிருந்தது. ஆயினும் சிறிது காலத்துக்குள் திரும்பவும் அவள் இதே பிரச்சினையைக் கிளப்புவதற்கும் இது தடையாய் இராதென்பதையும் இங்குக் குறிப்பிட வேண்டும். ஆனால் இவெலீனா அங்கு இருக்கையில் எதிர்ப்பு மிகவும் கடுமையாகி விடும். இத்தகைய நேரங்களில் கிழவர் மௌன விரதம் பூண்டு நிலைமையைச் சமாளிக்க முயன்றார். இரு தரப்பாருக்கும் இவ்வாறு ஒரு வகை இழுபறிப் போட்டி நடைபெற்றுவந்தது - அந்தந்த தரப்பும் தனது எண்ணங்களை வெளிக்காட்டாமல் மறைத்துக் கொண்டு, எதிர்த்தரப்பின் நிலையை ஆராயும் கட்டத்திலேயே இன்னமும் இருந்துவந்த ஒரு போராட்டம் நடந்தேறி வந்தது.

6

இரு வாரங்களுக்குப் பின் விருந்தினர்கள் திரும்பி வந்ததும், இவெலீனா வேண்டாவிருப்புடன் அவர்களை வரவேற்றாள். ஆனால் அவர்களுடைய இளமைத் துடிப்பும் பரபரப்பும் அவளால் எளிதில் உதாசீனம் செய்யமுடியாத கவர்ச்சி கொண்டிருந்தன. நாள் தவறாமல் இளைஞர்கள் கிராமத்திலே சுற்றித் திரிந்தனர், அல்லது துப்பாக்கி எடுத்துக்கொண்டு காடுகளில் வேட்டையாடச் சென்றனர், அல்லது வயல்களுக்குச் சென்று அறுப்பு அறுப்போர் பாடும் பாட்டுகளைப் பதிவு செய்து கொண்டனர். தோட்டத்தில் வீட்டைச் சுற்றிலுமிருந்த மேடையில் அந்தி வேளைகளில் கூடிப்பேசத் தொடங்குவார்கள்.

ஓர் அந்திப்பொழுதில், இவெலீனா என்ன நடைபெறுகிறதென்று உணர்வதற்குள், பேச்சு வேதனை தரும் விவகாரங்களின் பக்கம் திரும்பிவிட்டது. இது எப்படி நேர்ந்தது, யார் இதைத் தொடங்கியது என்று அவளாலும் சொல்லியிருக்க முடியாது, அவர்களாலும் சொல்லி-யிருக்க முடியாது. சூரியன் அடிவானத்தில் மூழ்கும்போது திகழொளி எப்பொழுது மறைந்து தோட்டத்தில் அந்தி ஒளி படர்ந்தது என்றோ, நிழல் கவிந்த புதர்களிடையே குயில் எத்தருணத்தில் அதன் கீதத்தைத் தொடங்கிற்று என்றோ எப்படி அவர்களால் கூற முடிந்திருக் காதோ அதேபோல இதையும் அவர்களால் கூறமுடிந்திருக்காது.

பாதை தெரியாத எதிர்காலத்தை எதிர்கொண்டழைக்க அச்சமின்றி, எந்தத் திட்டமுமின்றி, அளவிலா ஆவலுடன் முன்னேறிச் செல்லும் இளமையின் உணர்ச்சித் துடிப்பின் முழு பலத்தையும் மாணவன் தனது சொற்களில் இருத்திப் பேசிக்கொண்டிருந்தான். எதிர்காலங் குறித்து, அதனால் விளையக்கூடிய விந்தைகள் குறித்து அவன் பேசியதில் ததும்பிய நம்பிக்கையின் ஆர்வத்தில் கேட்போரை வயப்படுத்தும் கவர்ச்சியும் அசைக்கமுடியாத மன உறுதியின் வெல்லற்கரிய சக்தியும் நிறைய இருந்தன...

இவெலீனாவின் கன்னங்களில் இரத்தம் பொங்கியெழுந்து விட்டது. இன்று இந்தச் சவால் - திட்ட மிடப்பட்டதாய் இல்லாமலிருக்கலாம் என்றாலும் - நேரே தனக்கு விடுக்கப் பட்டதாகும் என்பதை அவள் உணர்ந்து கொண்டாள்.

அவள் பூ தைத்த துணியின்மீது குனிந்து கொண்டு தொடர்ந்து வேலை செய்தாள். அவள் கண்களில் ஒளி பளிச்சிட்டது, கன்னங்கள் செக்கச் சிவந்துவிட்டன, நெஞ்சு படபடத்தது... ஆனால் சில கன்னங்களில்

அந்தப் பிரகாச ஒளி அவள் கண்களிலிருந்தும், சென்னிறம் அவள் கன்னங்களிலிருந்தும் மறைந்தன - ஆனால் அதேபோதில் அவள் நெஞ்சு மட்டும் முன்னிலும் கடுமையாய்ப் படபடத்தது. திடீரென அவள் உதடுகளை இறுக அழுத்திக் கொண்டாள்; வெளிறிவிட்ட அவள் முகத்தில் பீதியின் முத்திரை பதிந்து விட்டது.

அவள் கண்கள் முன்னால் கருஞ்சுவர் ஒன்று இரண்டாய்ப் பிளப்பது போல் தோன்றியதே அவளுடைய பீதிக்குக் காரணம். சுவரின் பிளவு வழியே வேறொரு உலகின் - விறுவிறுப்பான வாழ்வும் செயல்களும் மிகுந்த பரபரப்பான ஒரு அதிசய உலகின் - கண்ணைப் பறிக்கும் பரவலான தொலைதூரக் காட்சி தெரிந்தது.

ஆம், பல காலமாய் அவளை அழைத்துக் கொண்டிருந்த ஓர் உலகம் அது. இதுவரை அவள் இதை உணரத் தவறி விட்டாள். எனினும் நிழல் கனிந்த பழைய தோட்டத்தில் ஒதுக்குப்புறமாய் ஒரு பலகையில் அப்படி அவள் மணிக் கணக்காய்த் தனியே அமர்ந்து அதிவினோதக் கனவுகள் கண்டிருந்தாள். எங்கோ நெடுந்தொலைவுகளில் இருந்த இடங்களைப் பற்றிய நெஞ்சை அள்ளும் கனவுகள் அவை. அவளுடைய இந்தச் சொப்பனக் காட்சிகளில் கண் தெரியாத பியோத்தர் இடம்பெறவில்லை...

இந்த உலகம் இப்பொழுது திடீரென அவளுக்கு மிகவும் அருகே வந்துவிட்டது - அது அவளை அழைப்பதோடு மட்டும் நிற்காமல், அவள் மீது ஒரு வகை உரிமையும் கொண்டாடு வதாய்த் தெரிந்தது.

வேகமாய்த் திரும்பி பியோத்தரின் பக்கம் பார்த்தாள். அவள் இதயத்தில் பகீரென்றது. ஆழ்ந்த சிந்தனையில் மூழ்கிய வனாய் அவன் ஆடாமல் அசையாமல் அமர்ந்திருந்தான். அவள் பல காலத்துக்கு மறக்கமுடியாத ஒரு பெருஞ்சோர்வு அவன் தோற்றத்தில் தெரிந்தது. "அவன் புரிந்துகொண்டு விட்டான் - ஆம், யாவற்றையும் புரிந்து கொண்டுவிட்டான்!" இந்த எண்ணம் இவெலீனாவின் மனத்துள் பளிச்சிட்டுப் பாய்ந்தபோது அவள் இதயம் திடுமென வெடித்துவிடும் போலிருந்தது. இரத்தம் அவள் இதயத்தினுள் பீறிட்டுப் பாய்ந்ததால் அவள் முகம் அவளுக்கே தெரியும்படி வெள்ளை வெளேரென்று வெளுத்துப் போய்விட்டது. நெடுந்தொலைவிலுள்ள பிரகாசமான அந்த உலகத்துக்குத் தான் ஓடிச் சென்றுவிட்டது போலவும், பியோத்தர் குனிந்த தலை நிமிராது இங்கே தனியே உட்கார்ந்திருப்பது போலவும் அவள் கண்ணெதிரே கணநேரத்துக்கு ஒரு காட்சி தெரிந்தது... இல்லை, இங்கில்லை; ஆற்றங்கரையிலே அந்த மேட்டின் மீது, நீண்ட காலத்துக்கு முன்பு அந்திப் பொழுதில் அவள் சந்தித்த கண் தெரியாத சிறுவனுக்காகக் கதறி அழுதாளே அவ்விடத்தில் அவன் தனியே உட்கார்ந்தான்...

அவள் பீதியடைந்து விட்டாள், அவளுடைய பழைய காயத்திலிருந்து கைவாளை யாராவது வெளியே இழுத்து விடுவார்களோ என்று பீதியடைந்து விட்டாள்.

சில காலமாய் மக்சீம் அடிக்கடி அவளை உற்றுநோக்கிய அந்தப் பார்வையை இப்பொழுது அவள் நினைத்துக் கொண்டாள். மௌனமான அந்த நெடுநேரப் பார்வையின் பொருள் இதுதானோ! தன்னைக் காட்டிலும் தெளிவாய் அவர் தன்னுடைய மனநிலையை ஊகித்துக் கொண்டு விட்டார். இன்னும் தன் உள்ளம் போராடி வெற்றி கொள்ளத்தக்க நிலையில்தான், தேர்வு செய்துகொள்ளும் நிலையில்தான் இருக்கிறதென்பதையும், உறுதியான முடிவுக்கு இன்னும் வந்துவிடவில்லை என்பதையும் அவர் ஊகித்துக்கொண்டு விட்டார்... ஆனால் அவருடைய நினைப்பு சரியல்ல! ஆம், தான் அடியெடுத்து வைக்க வேண்டிய முதற்படி என்ன வென்பதை அவள் நன்கு அறிவாள். அந்தப் படியில் அடியெடுத்து வைத்தபின், வாழ்க்கையுடன் மல்லுக்கு நின்று தான் சாதிக்க வேண்டியவற்றை நிச்சயம் சாதித்துக்கொள்வாள்...

கடினமான பிரயாசைக்குப் பிற்பாடு செய்வதுபோல ஆழமான பெருமூச்சு விட்டபடி சுற்றிலும் பார்த்தாள். இவ்வாறு மௌனமாய் எவ்வளவு நேரமாய்த் தான் அங்கு உட்கார்ந்திருந்தோம், மேற்கொண்டு அம்மாணவன் ஏதாவது சொன்னானா, என்ன சொன்னான், எப்பொழுது பேச்சை நிறுத்தினான் என்பதெல்லாம் அவளுக்குத் தெரியவில்லை... பியோத்தர் அமர்ந்திருந்த பக்கம் திரும்பிப் பார்த்தாள்...

அவன் அங்கு இல்லை.

7

"நீங்கள் என்னை மன்னிக்க வேண்டும்" என்று சொல்லி தான் பூ தைத்துக்கொண்டிருந்த துணியை மெள்ள மடித்தாள். "சிறிது நேரத்துக்கு நான் உங்களைத் தனியே விட்டுவிட்டுப் போக வேண்டியிருக்கிறது."

இவ்வாறு கூறிவிட்டு அவள் நிழல் படிந்த தோட்டப் பாதையில் நடந்தாள்.

இந்த அந்திப்பொழுதுகள் இப்படி கவலைக்கும் மனப் புழுக்கத்துக்குமுரிய நேரமாயிருந்தது இவெலீனாவுக்கு மட்டுமல்ல. பாதையில் ஒரு திருப்பத்தை அவள் கடந்து செல்கையில், சற்று முன்னால் மரங்களுக்கு அடியிலிருந்த பெஞ்சிலிருந்து பேச்சுக் குரல்கள் கேட்பதைக் கவனித்தாள். மக்சீமும் ஆன்னா மிகையிலொவ்னாவும் அங்கே உட்கார்ந்து பேசிக்கொண்டிருந்தனர். இருவர் குரலிலும் தொனித்தது.

"ஆம், தான் கவலைப்படுவது பையனைப் பற்றி மட்டுமல்ல, பெண்ணைப் பற்றியும்தான்" என்று மக்சீம் கடுமையான குரலில் சொன்னார். "ஒரு கணம் நீயே யோசித்துப் பார். அவள் அறியாக் குழந்தை. வாழ்க்கையைப் பற்றி ஒன்றுமே தெரியாதவள்! அவளுடைய இந்தப் பேதைமையை தாம் பயன்படுத்திக்கொள்வது சரியா? ஒரு நாளும் அவ்வாறு செய்ய விரும்பமாட்டாய்."

அழாக் குரலில் தாய் இதற்குப் பதிலளித்தாள்.

"அது சரி மக்சீம், ஆனால்... ஆனால் அவளே... பாவம் என் சிறுவனின் கதி என்னாவது?"

"நடக்கிறபடி நடக்கட்டும், பார்த்துக்கொள்ளலாம்! அம்மாதிரி ஒரு நேரம் வருகிறபோது நம்மால் ஆனதைச் செய்வோம்" என்றார், முதுபெரும் படைவீரர். அவர் குரலில் துயரம் தோய்ந் திருந்ததென்றாலும், அது உறுதியை வெளியிட்டது. "ஆனால் என்ன நடந்தாலும், அவன் தனக்காக ஒரு வாழ்க்கை வீணாகி விட்டதென்ற எண்ணத்தால் அலைக்கழிக்கப்படும் நிலைமை ஏற்படக் கூடாது... ஆம், ஆன்னா, உனக்கும் எனக்கும் மனசாட்சி இல்லையா, என்ன?... அதைப் பற்றியும் நீ ஆலோசிக்க வேண்டும்."

அவருடைய குரல் நயமாகிவிட்டது. தன் தங்கையின் கையை உயர்த்திப் பாசத்துடன் அதை முத்தமிட்டார். ஆன்னா மிகையிலொவ்னா தலையைக் கவிழ்த்துக் கொண்டாள்.

"பாவம், என் அருமை மகன்!... அவளை அவன் பார்க்க நேர்ந்திராவிடில் நன்றாய் இருந்திருக்கும் போலிருக்கிறதே..." என்று அவள் முனகினாள்.

அவளுடைய சொற்களை இவெலீனா கேட்டாள் என்பதைவிட ஊகித்தறிந்துகொண்டாள் என்பதே பொருத்த மாயிருக்கும் - தாயின் குரல் அவ்வளவு மெதுவாய் ஈனசுரத்தில் இருந்தது.

முகம் சிவக்க வேதனையோடு இவெலீனா சற்று நேரம் தயங்கி அங்கேயே நின்றுவிட்டாள்... இப்பொழுது அவள் அவர்களைக் கடந்துசென்றால், நிச்சயம் தமது இரகசியப் பேச்சு அவள் காதில் விழுந்திருக்கும் என்பதை அவர்கள் தெரிந்து கொண்டுவிடுவார்கள்...

ஆனால் அவள் கம்பீரமாய்த் தலையை உயர்த்திக் கொண்டாள். அவள் ஒட்டுக்கேட்க நினைத்து இங்கு வரவில்லை. எப்படியும் அவள் தனக்கு வகுத்துக்கொண்ட பாதையிலிருந்து பொய்யான வெட்க உணர்ச்சி காரணமாய் விலகிச் செல்லப் போவதில்லை. தவிரவும் மக்சீம் மாமா இல்லாத பொறுப்புக்களை எல்லாம் ஏன் தம்மீது சுமத்திக் கொள்கிறார்? அவளுடைய வாழ்க்கை அவளுக்கே உரியது, அதை அவள் தனக்கு எது சரியென்று படுகிறதோ அவ்விதம் அமைத்துக்கொள்வாள்.

தலையை உயர்த்தி நேரே நிமிர்ந்து பாதை வழியே நடந்தாள்; அவர்கள் உட்கார்ந்திருந்த பெஞ்சைக் கடந்து மெதுவாய்ச் சென்றாள். மக்சீம் அவசரமாய், அவள் பாதை யிலிருந்த தமது கவைக்கோலை இழுத்துக் கொண்டார். ஆன்னா மிகையிலொவ்னா பரிதாபத்துக்குரிய கண்களால் அன்பைச் சொரிந்து ஏறத்தாழ ஆராதனை செய்து போற்றும் முறையிலும், அதே போதில் அச்சத்தோடும், அவளைப் பார்த்தாள்.

கோபங்கொண்டு சவால்விடும் தோரணையில் தம்மைக் கடந்து கம்பீரமாய் நடந்து செல்லும் இந்த எழில் மடந்தை தான் தனது மகனுடைய எதிர்கால வாழ்க்கை இன்பமாயிருக்குமா, அல்லது சோகமயமானதாகிவிடுமா என்பதை நிர்ணயிக்கப் போகிறாளென்பதை உணர்ந்த தாயின் உள்ளத்தைக் காட்டுவதாய் இருந்தது அந்தப் பார்வை.

8

பண்ணை வீட்டுத் தோட்டத்தின் கோடியில் பாழடைந்த பழைய நீரியக்க மாவு ஆலை ஒன்று இருந்தது. அதன் சக்கரங்கள் ஓய்ந்து நின்று நெடுங்காலமாகிவிட்டது; அதன் அச்சுகளில் அடையாய்ப் பாசி பிடித்திருந்தது. ஓட்டையாகி விட்ட அதன் கண்மாய்களிலிருந்து தண்ணீர் பல சிற்றோடை களாய்க் கசிந்து ஓடிக்கொண்டிருந்தது. கண் தெரியாத இளைஞனுக்கு இது மிகவும் பிடித்த ஒதுக்கிடமாகும். இங்கு, மதகின்மீது அவன் மணிக்கணக்காய் உட்கார்ந்திருப்பது வழக்கம். சலசலத்து ஓடும் தண்ணீரின் கிணுகிணுப்பைக் கேட்டுக்கொண்டு உட்கார்ந்திருப்பான். பிற்பாடு வீட்டுக்குச் சென்று பியானோவில் இதே கிணுகிணுப்பு ஒலியை எழுப்பிப் பார்ப்பான். ஆனால் இன்று அவனுக்குத் தண்ணீரின் கிணுகிணுப்பில் நாட்டமில்லை... நடைபாதையில் மேலும் கீழுமாய் நடந்து கொண்டிருந்தான். அவன் இதயம் வேதனையால் விம்மியது, அவன் முகம் அவனுள் நிரம்பியிருந்த வலியால் துடித்தது.

இவெலீனாவினுடைய மெல்லடிகளின் ஓசை கேட்டு அவன் நடையை நிறுத்திவிட்டு நின்றான். அவள் அவனிடம் வந்து அவன் தோளில் கையைப் போட்டுக் கொண்டாள்.

"என்ன நேர்ந்தது, பியோத்தர்? உன்னை வருத்துவது என்ன? அதை என்னிடம் சொல்லு!" என்று உருக்கமாய்க் கேட்டாள்.

அவன் சட்டெனத் திரும்பிப் பாதை வழியே மறுபடியும் நடக்கலானான். இவெலீனாவும் அவனை விட்டகலாது அவன் பக்கத்திலே நடந்தாள்.

ஏன் மௌனமாய் இருக்கிறான், ஏன் வெடுக்கென திரும்பினான் என்பதை அவள் புரிந்துகொண்டாள், தலையைத் தொங்கப்போட்டுக்கொண்டு நடந்தாள். வீட்டிலே யாரோ பாடுவது கேட்டது:

> பாறை முகடுகள் மீதே - கேளீர்
> கூர்க் கண் கழுகுகள் கூவுதலை,
> வட்டமிட்டு இரை தேடியே - அவை
> வெட்டிப் பாய்ந்து சரிவது பாரீர்...

வலிவும் வனப்புமுள்ள இளைஞன் குரல் அது. தொலை வினால் சற்று மெலிந்து ஒலித்தது. காதல், இன்பம், திறந்த வெளிகள் இவற்றைப் பற்றிப் பாடிற்று - அந்தி வேளையின் அமைதியிலே மிதந்து வந்த அது தோட்டத்தின் தூக்கம் தரும் முணுமுணுப்புகளை அடங்கச் செய்தது...

இந்த இளைஞர்கள் மகிழ்ச்சி மிக்கவர்கள். துடிப்பும் பரபரப்பும் நிறைந்த பூரணமான வாழ்க்கை குறித்து அவர்கள் பேசுகிறார்கள். அவளுங்கூட சில நிமிடங்களுக்கு முன்பு அவர்களுடன் இருந்தாள், அந்த ஒளி மிகுந்த வாழ்க்கை பற்றிய கனவினால் மயங்கிப்போய் அங்கு இருந்தாள். அந்த வாழ்க்கையில் இவனுக்கு இடம் இருக்கவில்லை. இவன் அங்கிருந்து எழுந்து வந்ததைக் கவனியாமலே இருந்துவிட்டாள் - துயரம் நிறைந்த இத்தருணம் ஒவ்வொன்றும் இவனுடைய தனிமை நிலையில் ஒரு யுகமாய்த் தோன்றியிருக்குமே!...

பியோத்தரின் பக்கத்தில் பாதை வழியே நடந்தபோது அவள் மனத்திரையில் இந்த எண்ணங்கள் நிழலாடின. இதன்முன் என்றுமே அவள் அவனுடன் பேசுவதற்கு, அவனுடைய மனநிலையை மாற்றுவதற்கு இவ்வளவு சிரமப் பட்டதில்லை. ஏன் இப்பொழுதுங்கூட தான் அருகில் இருப்பதானது அவனுடைய சோக நிலையைச் சிறிது சிறிதாய்த் தணித்து வந்ததை அவளால் உணர முடிந்தது.

விரைவில் அவனுடைய நடையின் வேகம் குறைந்து, அவன் முகமும் தெளிவு பெறலாயிற்று, இவெலீனா அவன் பக்கத்தில் இருந்ததால், அவனுடைய நெஞ்சை வருத்திய வலி குறைந்துவிட்டது. அதனிடத்தில் வேறொரு உணர்ச்சி, இதமான ஓர் உணர்ச்சி தோன்றியது - அது அவன் நன்கறிந்த உணர்ச்சியே என்றாலும் அதை இன்னதென்று அவனால் குறிப்பிட்டுச் சொல்லமுடியவில்லை. ஆனால் ஆறுதலளித்த அதன் அரவணைப்புக்கு அவன் மனமுவந்து தன்னை உட்படுத்திக்கொண்டான்.

"என்னவென்று சொல்லேன்" என்று இவெலீனா திரும்பவும் கேட்டாள்.

அவன் மனத்துள் இருந்த கசப்பு அவன் குரலிலும் தொனிக்க, "குறிப்பிட்டுக் கூறத்தக்கதாய் ஒன்றுமில்லை" என்றான். "இந்த உலகில் நான் சிறிதும் வேண்டப்படாதவனாய், தேவையற்றவனாய் இருப்பதை உணர்கிறேன் - அவ்வளவுதான்."

வீட்டிலிருந்து கேட்ட பாட்டு நின்றுவிட்டது. நிசப்தமாய் இருந்தது, பிறகு ஒரு புதிய பாட்டு அவர்கள் காதில் விழுந்தது, அரசபுரசலாய்க் கேட்கும் அளவுக்கே விழுந்தது. பண்டைய உக்ரைனிய தும்கா பாடல்களில் ஒன்று - பண்டைய பண்டூராக்காரர்களின் பாணியில் மெள்ள இதமான குரலில் பாடப்பட்டது. சில நேரங்களில் பாடகரின் குரல் முற்றிலும் மறைந்தேவிட்டது; கேட்போரின் மனத்தில் தெளிவற்ற, உருவில்லாத கனவை விட்டு வைத்துவிட்டு மறைந்தே விட்டது. பிறகு திரும்பவும் அந்தக் குரல் மரங்களின் சலசலப்புக் கிடையே மெள்ள அவர்கள் காதில் விழத்தொடங்கிற்று...

பியோத்தர் தன்னை அறியாமலே நின்று அதைக் காது கொடுத்துக் கேட்டான்.

பிறகு வருத்தம் தோய்ந்த குரலில் சொன்னான்: "வ்யதான வர்கள் சொல்வார்கள், உலகம் வாழ்வதற்கு மேலும் மேலும் மோசமாகி வருகிறதென்று - இது எனக்கு உண்மை என்றே படுகிறது. கண் தெரியாதவர்களுக்குங்கூட பழங்காலமே நல்லதாகத் தோன்றுகிறது. அக்காலத்தில் நான் வாழ்ந்திருந்தால், பியானோவுக்குப் பதிலாய் பண்டூரா வாசித்திருப்பேன்; நாடெங்கிலும் நகரங்களிலும் கிராமங்களிலும் சுற்றித் திரிந்திருப்பேன்... என் பாட்டைக் கேட்க மக்கள் கூடியிருப்பார்கள். அவர்களுடைய தந்தையரின் அருஞ்செயல்களையும் வீரத்தையும் பெரும் புகழையும் பற்றி அவர்களுக்கு நான் பாடியிருப்பேன். கண் தெரியாவிடிலும் வாழ்க்கையில் எனக்கு ஓர் இடம் இருந்திருக்கும். ஆனால் இப்பொழுது? ஏன், அந்தச் சின்னஞ் சிறுவன், இராணுவப் பள்ளி மாணவன், கீச்சுக் குரலில் பேசும் அவனுங்கூட அவனுக்குரிய பாதையைத் தயாராய் வகுத்து வைத்திருக்கிறான். அவன் சொன்னதைக் கேட்டாயா நீ? எப்பொழுது மணம்புரிந்துகொள்ள வேண்டும், எப்பொழுது படைத் தலைமை பெறவேண்டும் என்றெல்லாம் தீர்மானித்து வைத்திருக்கிறான். ஏனையோர் அவனைப் பார்த்துச் சிரித்தார்கள். ஆனால் என்னைப் பொறுத்தவரை - எனக்கு அதுவுங்கூட எட்டாத தொலை விலுள்ள ஒன்று."

இவெலீனாவின் நீலநிறக் கண்கள் திகிலால் விரியத் திறந்து கொண்டுவிட்டன, அந்திநேர நிழல்களில் கண்ணீர் பளிச்சிட்டது.

"இளம் மாணவன் பேசியதை நீ கேட்டுக்கொண்டிருந்திருக்கிறாய்" என்று அவள் மேம்போக்காய்ப் பேசித் தன் திகிலை மறைக்க முயன்றாள்.

"ஆம், கேட்டுக் கொண்டுதான் இருந்தேன்" என்று பியோத்தர் மெதுவாய்ச் சொன்னான் "அவன் குரல் இனிமையாய் இருக்கிறது. பார்ப்பதற்கும் நன்றாய் இருக்கிறானா?"

"நன்றாய்த்தான் இருக்கிறான்" என்று இவெலீனா சிந்தனையுடன் ஆரம்பித்தாள் - ஆனால் மறுகணமே நிறுத்தி விட்டு தன்மீதே கோபங்கொண்டவளாய்க் கடுகடுப்புடன் "இல்லை, அவன் ஒன்றும் நன்றாய் இல்லை, எனக்குக் கொஞ்சம்கூட பிடிக்கவில்லை! ஆணவம் மிக்கவன்! அவன் குரலுங்கூட நன்றாயில்லை, ஒரே கத்தலாய் இருக்கிறது."

பியோத்தர் ஒன்றும் சொல்லவில்லை. இந்தத் திடீர் கோபம் அவனைத் திடுக்கிடச் செய்துவிட்டது.

"சகிக்க முடியவில்லை, எல்லாம் அசட்டுத்தனம்!" காலைத் தட்டியவாறு இவெலீனா பொரிந்து தள்ளினாள். "எல்லாம் மக்சீம் செய்த வேலை, எனக்குத் தெரியும். கிழவர் மக்சீம்! அவர்மீது எனக்குப் பொல்லாத கோபம் வருகிறது!"

"இவெலீனா, என்ன சொல்கிறாய் நீ?" என்று பியோத்தர் இடைமறித்துக் கேட்டான். "அதெப்படி அவர் செய்த வேலை என்கிறாய்?"

"ஆமாம், அவர் செய்த வேலைதான், அவரேதான்! அவரை எப்படி வெறுக்கிறேன், தெரியுமா?" என்று பிடிவாதமாய்த் திரும்பவும் சொன்னாள். "அவர்தான் இதற்கெல்லாம் திட்டமிட்டு ஏற்பாடு செய்தவர். அவரிடம் கொஞ்ச நஞ்சம் இருந்த அன்பையும் மனிதாபிமானத்தையும் மாய்த்துக்கொண்டு விட்டார்... அவர்களைப் பற்றி இனிமேல் என்னிடம் நீ ஒன்றும் சொல்லாதே!... பிறத்தியார் வாழ்க்கையில் தலையிட யார் அவர்களுக்கு உரிமை அளித்தது?"

திடீரென நிறுத்தி தனது மெல்லிய கைகளை இறுக மூடி நெட்டியெடுக்கும்படி நெரித்துவிட்டு, சிறு குழந்தையைப் போல அழத் தொடங்கினாள்.

வியப்பும் கவலையும் கொண்டவனாய் பியோத்தர் அவளுடைய கைகளைப் பற்றிக்கொண்டான். இந்தத் திடீர் ஆவேசத்தை அவனால் புரிந்துகொள்ள முடியவில்லை. இவெலீனா எப்பொழுதும் சாந்தமாய் இருக்கக் கூடியவளல்ல! அவளது விம்மல்களையும் அவை தனது உள்ளத்தில் எழுப்பிய எதிரொலிகளையும் காது கொடுத்துக் கேட்டபடி நின்றான். பழைய நினைவுகள் அவன் உள்ளத்தில் கிளர்ந்தெழுந்தன- ஆற்றங்கரை மேட்டில் இன்றுபோலவே சோகமுற்று அமர்ந்திருந்த தன்னையும், இன்றுபோலவே தனக்காக அழுத சிறுமியையும் பற்றிய நினைவு கிளர்ந்தெழுந்தது...

ஆனால் இருந்தாற்போல் இருந்து அவள் தன் கைகளை அவன் பிடியிலிருந்து இழுத்துக்கொண்டாள். திரும்பவும் அவன் திகைப்புற்று நின்றான் - ஏனெனில் இப்பொழுது அவள் சிரித்துக்கொண்டிருந்தாள்.

"எவ்வளவு பெரிய அசடு நான்! எதற்காக இப்படி அழுதேன்?"

அவள் தன் கண்களைத் துடைத்துக்கொண்டு தனது தவறுக்காக வருத்தம் தெரிவிக்கும் குரலில் தொடர்ந்து பேசினாள்:

"நான் அவர்களைக் கடிந்து கொண்டது நியாயமல்ல. அவர்கள் மெய்யாகவே நல்லவர்கள் - இரண்டு பேரும் நல்லவர்கள்தான். அம்மாணவன் சொன்ன கருத்துக்களும் போற்றத் தக்கவையே. ஆனால் அவை எல்லோருக்கும் பொருந்துபவையல்ல."

“அவற்றைச் செயல்படுத்தக்கூடியவர்களுக்குப் பொருந்துபவையே அவை” என்றான் பியோத்தர்.

“கிண்டல் பேச்செல்லாம் வேண்டாம்!” என்று அவள் கூறியதில் சிரிப்புடன் கூட சிறிது நேரத்துக்கு முன்பு அவள் வடித்த கண்ணீரின் குறிகளும் சேர்ந்திருந்தன. “ஏன் மக்சீமையேகூட எடுத்துக்கொள்வேன் - முடிந்தவரை போராடினார்; இப்பொழுது அவரால் இயலவில்லை, ஆகவே வாழ்க்கையை அதன் போக்கிலேயே விட்டுச் சமாளித்துக் கொள்கிறார். அதுபோல நாமும்...”

“நாமும் என்று பன்மையில் பேசாதே! உன்னைப் பொறுத்த வரை நிலைமை வேறு...”

“இல்லை, இல்லை.”

“ஏன் இல்லை என்கிறாய்?”

“ஏனென்றால்... ஏனென்றால் நீ என்னை மணந்து கொள்ளப் போகிறாய் அல்லவா? நமது இருவரின் வாழ்க்கையும் ஒரே மாதிரிதானே இருக்கும்.”

“உன்னை நான் மணந்துகொள்ளப் போகிறேனா?... என்ன சொல்கிறாய்? நீ... நீ என்னை... மணந்துகொள்ளப் போவதாய்ச் சொல்கிறாயா?” என்று வியப்போடு பியோத்தர் நிறுத்தினான்.

“ஆமாம், இது என்ன கேள்வி கேட்கிறாய்?” பரபரப்பின் அவசரத்தில் அவளுக்கு நாக்கு குளறிற்று. “சரியான அசடுதான் நீ! இதுபற்றி நீ நினைத்தே பார்க்கவில்லையா? அப்பட்டமாய்த் தெரியும் ஒன்றைப் பற்றிக் கேள்வி கேட்கிறாயே! என்னை யன்றி நீ வேறு யாரை மணந்து கொள்ளப் போகிறாயாம்?”

“ஆம், உன்னையன்றி வேறு யாரையுமல்ல” என்று அவன் தனக்கு வழக்கமில்லாத தன்னலத் துடிப்போடு ஒத்துக்கொண்டான். ஆனால் தான் சொல்வதன் பொருளைத் திடீரென உணர்ந்து, அவளுடைய கையைப் பற்றிக்கொண்டு அவசரமாய்த் தொடர்ந்து பேசினான்:

“இல்லை, இவெலீனா! நான் சொல்வதைக் கேள். அங்கே அவர்கள் பேசியதை எல்லாம் நீயும் கேட்டுக் கொண்டு தானே இருந்தாய். நகரங்களில் பெண்கள் படிக்க முடியும். கற்றுத் தேர்ச்சி பெறலாம், அங்கே உனக்கும் மகத்தான வாய்ப்பு களுக்கு வழி இருக்கும். ஆனால் எனக்கு...”

“உனக்கு மட்டும் என்னவாம்?”

"எனக்கு... எனக்குக் கண் தெரியாதே!" என்று சிறிதும் தர்க்கவாதப் பொருத்தமின்றிக் கூறி முடித்தான்.

திரும்பவும் அவன் பிள்ளைப் பருவ நினைவுகள் அவனுடைய மனத்தில் எழுந்தன. ஆறு, கரைகளிலே மெள்ள மோதித் தாளம்போடும் அதன் வெள்ளம், இவெலீனாவை அவன் முதன்முதல் சந்தித்தது, தனக்குக் கண் தெரியாததை அவளிடம் சொன்னபோது அவள் கதறியழுதது முதலான யாவும் அவன் மனத் திரையிலே தெரிந்தன. முன்பு தான் கூறிய சொற்கள் அவள் உள்ளத்தைப் புண்படுத்தியது போலவே இப்பொழுதும் புண்படுத்தவே செய்யுமென்ற உள்ளுணர்வால் தூண்டப்பட்டு, அவன் மேற்கொண்டு பேசாமல் நிறுத்திக் கொண்டுவிட்டான். சற்று நேரத்துக்கு அங்கு கண்மாய்களில் நீரின் மெல்லிய கணகணப்பைத் தவிர வேறு ஓசை கேட்கவில்லை. இவெலீனா அங்கிருந்தே மறைந்துவிட்டது போல ஓசையற்றவளாகிவிட்டாள். அந்த இரண்டொரு வினாடிகளில் ஊமை வலியால் அவள் முகம் கோணிவிட்டது. ஆனால் உடனே அவள் தன்னைச் சமாளித்துக் கொண்டு விட்டாள். மறுபடியும் அவள் பேசிய போது அவள் குரல் கலகலப்பாகவும் கவலையற்றதாகவும் இருந்தது.

"கண் தெரியாவிட்டால் என்ன?" என்று கேட்டாள். "கண் தெரியாத இளைஞன்மீது ஒரு பெண் காதல் கொண்டுவிடும் போது, அவள் என்ன செய்ய முடியும்? அவனை மணந்து கொள்வதைத் தவிர வேறு என்ன செய்வாள் அவள்?... அதுதான் இயற்கை, உனக்குத் தெரியாதா இது? ஆகவே - நாம் வேறு என்ன செய்ய முடியும்?"

"ஒரு பெண் காதல் கொண்டு விடும்போது..." என்று அவளுடைய சொற்களையே மெள்ள அவன் திருப்பிக் கூறினான். அவன் நன்கு அறிந்த இந்தச் சொற்கள், புத்தம் புதிய பொருட் செறிவுடன் அவன் உணர்விலே ஆழப் பதிந்தன. அவன் புருவங்கள் ஒன்றையொன்று நெருங்கிச் சேர்ந்து, அவன் கருத்தூன்றி சிந்திப்பதை அறிவித்தன. "அவள் காதல் கொண்டுவிட்டாளா?" உணர்ச்சி வயப்பட்ட கேள்வி இம்முறை ஒளிவுமறைவின்றி கணீரென ஒலித்தது...

"ஆமாம்! அதில் சந்தேகம் என்ன? நீயும் நானும் - நாமிருவரும் காதல் கொண்டுள்ளோம்... அசட்டுப் பையனாய் இருக்கிறாயே! ஏன், நீயே கொஞ்சம் நினைத்துப் பாரேன்: நான் உன்னை விட்டுச் சென்றுவிட்டால், உன்னால் இங்கே தனியே வாழமுடியுமா?..."

அவன் முகம் வெளுத்துவிட்டது, பார்வையில்லாத அவன் கண்கள் விரியத் திறந்து விழித்தன.

ஒரே நிசப்தம். தண்ணீர் மட்டும்தான் எப்பொழுதும் போல ஓயாமல் கணகணத்தது. அதுவுங்கூட சில தருணங்களில் அடங்கி அனேகமாய் மறைந்து விடுவதாய் இருந்தது; ஆனால் தவறாமல் திரும்பவும் உயிர் பெற்றுச் சலங்கைக் குரலில் தன் கதையைத் தொடர்ந்து சொல்லிற்று. புதர்களின் கருந் தழைகள் சன்னக் குரலில் தொணதொணத்தன. பாட்டு நின்றுவிட்டது. ஆலைக் குளத்தின் கரையில் குயில் ஒன்று பாடத் தொடங்கிற்று...

"நான் செத்துத்தான் போவேன்" என்று தொண்டை கரகரக்கக் கூறினான் பியோத்தர்.

முதன்முதல் அவர்கள் சந்தித்துப் பேசிய நாளன்று அவள் உதடுகள் நடுங்கியது போல இப்பொழுதும் நடுங்கின.

அவள் பெருமுயற்சி செய்து சமாளித்துக்கொண்டு, திடுமென மெலிந்து குழந்தைக் குரலாகிவிட்ட குரலில் "நானும்... செத்துத்தான் போவேன்" என்றாள். "நானும் சாக வேண்டியே வரும் - நீ இல்லாமல் இருக்க முடியாதவளாய் எங்கோ தொலைவிலே தனிமையில் செத்துப்போவேன்..."

அவளுடைய மெல்லிய விரல்களை அவன் கை அழுத்திற்று. பதிலுக்கு இலேசாய் அவள் அழுத்தியது இதன்முன் எப்பொழுதும் இருந்தது போலல்லாமல் முற்றிலும் வேறுவிதமாய் இருந்தது! இப்பொழுது அவளுடைய விரல்களின் அந்த அசைவு நேரே அவன் இதயத்தின் அடியாழத்தைத் தொடுவதாய் இருந்தது. இவெலீனாவுங்கூட அவனுக்கு வேறு விதமானவளாய்த் தோன்றினாள். பிள்ளைப் பருவம் முதலாய் அவனுக்குப் பழக்கமான சகாவாய் மட்டுமின்றி, வேறொரு புதுவகையானவளாகவும் மாறிவிட்டாள். பியோத்தருக்கு இப்பொழுதுதான் வலிவும் ஆண்மையும் மிக்கவனாகி விட்டதாகவும், இவெலீனா கண்ணீரும் கம்பலையுமாய் பலமற்று நிற்பவளாய் மாறிவிட்டதாகவும் தோன்றிற்று. நெஞ்சு நெக்குருகி அவன் உணர்ச்சி வயப்பட்டு அவளைத் தன்னருகே இழுத்து அணைத்து அவளுடைய பட்டு போன்ற கேசத்தைத் தடவிக்கொடுத்தான்.

அவன் இதயத்தில் நிறைந்திருந்த துன்பமெல்லாம் கரைந்து விட்டதாகவும், இனி அவனுக்கு வேண்டியது ஒன்றுமில்லை என்பதாகவும், அவன் வாழ்வில் இந்தத் தருணத்தைத் தவிர வேறு எதுவும் இல்லாதது போலவும் நினைத்தான்.

குளக்கரையில் குயில் இப்பொழுது முழு மனநிறைவு கொண்டு கானமழை பொழிந்து, அமைதியான தோட்டத்தில் உணர்ச்சி ததும்பும் இசை வெள்ளம் பெருகியோடச் செய்தது. இவெலீனா துணுக்குற்றவளாய்ப் பியோத்தரின் கையைக் கூச்சத்துடன் மெள்ள விலக்கினாள்.

உடனே அவன் தன் அணைப்பைத் தளர்த்தினான். கூந்தலை அவள் ஒதுக்கிச் சரிசெய்து கொள்வதைக் காதால் கூர்ந்து கேட்டுக்கொண்டு நின்றான். அவனுடைய மூச்சு தங்குதடையின்றி முழு வீச்சில் வெளி வந்தது; இதயம் பலமாய், ஆனால் அவசரமின்றி நிதானமாய் அடித்துக் கொண்டது; அவன் உடலினுள் அது கதகதப்பான இரத்தத்தைப் பாய்ந்தோடச் செய்து அவனுக்கு புதுத் தெம்பும் ஊக்கமும் அளித்தது. பிறகு அவள் "இனி நாம் நமது விருந்தினர்களிடம் திரும்பியாக வேண்டும்" என்று சொன்னபோது, விந்தை உணர்வோடு அவன் உற்றுக் கேட்டான். அவனுக்கு உயிருக்கு உயிரான அந்தக் குரலில் சொற்களைக் காட்டிலும் புத்தம் புதிய நாதங்கள் பலவும் எடுப்பாய் ஒலிக்கக் கேட்டான்.

9

எல்லோரும் வீட்டின் சிறிய முன்னறையில் கூடியிருந்தனர். பியோத்தரும் இவெலீனாவும் மட்டும்தான் அங்கில்லை. கிழவர் ஸ்தவ்ருச்சேங்கோவுடன் மக்சீம் பேசிக்கொண்டு உட்கார்ந்திருந்தார். ஆனால் திறந்த சன்னல்களின் பக்கத்தில் சாய்ந்து கொண்டிருந்த இளைஞர்கள் வாய்திறவாது மௌன மாயிருந்தனர். சப்தங்கள் அடங்கி ஓய்ந்து அறையினுள் யாவரும் ஒரு விபரீத வகை மனநிலையால் பீடிக்கப்பட்டிருந்தனர் - எல்லோராலும் முழுமையாகப் புரிந்து கொள்ளப்படாவிடிலும் எல்லோராலும் நன்கு உணரப்படும் உணர்ச்சிகரமான நெருக்கடித் தருணங்களில் தோன்றும் மனநிலை அது. பியோத்தரும் இவெலீனாவும் அங்கு இல்லாததை எக்காரணத்தாலோ எல்லோரும் எடுப்பாய் உணருவதாய்த் தோன்றியது. மக்சீம் பேச்சை நிறுத்திவிட்டு, திறந்த கதவுகளின் பக்கம் அவசரமாகவும் ஆவலோடும் பார்வையைத் திருப்பிய வண்ணமிருந்தார். ஆன்னா மிகையிலொவ்னா வாட்டமுற்றவளாய்த் தோன்றினாள். அவளுடைய உள்ளத்தின் பதைப்பு முகத்திலே தெரிந்தது. நிலைமையைச் சமாளித்து விருந்தினர்களை அன்பாய் உபசரிப்பதில் கவனம் செலுத்த அவள் பெருமுயற்சி செய்து கொண்டிருந்தாள். சீமான் பொப்பேல்ஸ்கிய் மட்டும்தான் கலக்கமோ கவலையோ அற்றவராய் எப்பொழுதும் போல இருந்தார். ஆண்டுக்காண்டு ஊதிப் பருத்துச்சென்ற அவர் இரவு சாப்பாட்டை எதிர்பார்த்து நாற்காலியில் தூங்கி விழும் நிலையில் அமர்ந்திருந்தார்.

தாழ்வாரத்தில் சந்தடி கேட்டு எல்லோருடைய பார்வையும் இப்பக்கம் திரும்பிற்று. தாழ்வாரக் கதவின் இருள் கவிந்த வாயிலில் இவெலீனா தோன்றினாள். அவளுக்குப் பின்னால் பியோத்தர் மெள்ளப் படிகளில் ஏறி வந்தான்.

எல்லோருடைய பார்வையும் தன்மீது பதிந்திருப்பதை இவெலீனா உணர்ந்தாள். ஆயினும் அவளிடம் எவ்விதத் தயக்கமும் தென்படவில்லை. தடுமாற்றம் சிறிதுமின்றி எப்பொழுதும் போல நேராய் நடந்து அறைக்குள் வந்தாள். ஒரேவொரு தரம் அவள் மக்சீமினுடைய பார்வையை நோக்கியபோது மட்டும் அவள் உதடுகளில் இலேசான குறுநகை நெளிந்தது, சவால் விடும் தோரணையில் அவள் கண்களில் குறும்பு பளிச்சிட்டது. ஆன்னா மிகையிலொவ்னா வைத்தகண் வாங்காமல் தன் மகனையே பார்த்துக் கொண்டிருந்தாள்.

இவெலீனாவின் பின்னால் மெதுவாய் வந்த பியோத்தர் எங்கிருக்கிறோம் என்ற உணர்வே இல்லாதவனைப் போல நடந்தான். வாயிலை வந்தடைந்ததும் அந்தப் பிரகாச வெளிச்சத்தில் கணநேரம் அப்படியே நின்றான்; அவனுடைய வெளிறிய முகமும் மெல்லிய உருவமும் இருட்டின் பின்னணியிலே வரைவுருவாய்ப் பளிச்சிட்டன. ஆனால் மறுகணமே உள்ளே நுழைந்து - ஏதோ நினைவில் ஆழ்ந்த வினோதப் பார்வை இன்னும் அவன் முகத்தை விட்டு மறையாமல் - அறையின் குறுக்கே நடந்து பியானோவிடம் சென்றான்.

பண்ணை வீட்டின் அமைதியான வாழ்வில் இசை சர்வசாதாரணமான அன்றாட நியதியேயானாலும், வெளி உலகத்துடன் பகிர்ந்து கொள்ளப்படாமல் குடும்பத்துக்கு மட்டும் உரித்தானதாகவே இருந்து வந்தது. இளம் விருந்தினர்களின் பேச்சுகளும் பாட்டுகளும் முழங்கி வீடே அதிர்ந்து கொண்டிருந்த இந்நாட்களில் பியோத்தர் பியானோவின் பக்கமே செல்ல வில்லை. ஸ்தவ் ருச்சேங்கோவின் மூத்த மகனாகிய இசைக் கல்லூரி மாணவன் மட்டும் தான் சிற்சில நேரங்களில் வாசிப்பது வழக்கமாயிருந்தது. பியோத்தர் இவ்வாறு விலகி ஒதுங்கி இருந்ததானது, கலகலப்பான இந்த இளம் மக்களிடையே அவன் பின்னிலையில் தள்ளப்பட்டதற்கு ஒரு முக்கிய காரணமாகும். எல்லோரும் குதூகலமாய் இருக்கையில் அவன் மட்டும் இருக்கும் இடமே தெரியாதபடி அடங்கி இருந்ததைக் கண்டு அவன் தாய் உள்ளம் குமுறி வந்தாள். ஆனால் இப்பொழுது முதன்முதலாய் பியோத்தர் சிறிதும் தயக்கமின்றி நேரே அவனுக்குரிய இடத்துக்குச் சென்றான்... உண்மையில் அவன் என்ன செய்கிறோம் என்னும் உணர்வில்லாதவனாய்த் தோன்றினான்; அறையில் பலரும் இருப்பதை அவன் கவனித்ததாகவே காட்டிக் கொள்ளவில்லை. அவனும் இவெலீனாவும் அறைக்குள் வந்ததும், அங்கு யாரும் இல்லை என்பதாகவே அவன் நினைத்துவிடும் அளவுக்கு எல்லோரும் வாயடைத்துப் போய் மௌனமாகி விட்டனர்...

பியானோவைத் திறந்து கட்டைகளின் மேல் இதமாய் விரல்களை வைத்து விரைவான சில மெல்லிய சுரங்களைப் - பூர்வாங்கமாகவும் வினவும் பாவனையிலும் - இசைத்தான். ஏதோ கேள்வி கேட்பவனைப் போல - கட்டைகளை அழுத்து கையில் பியானோவை ஏதோ கேட்பவனைப் போல, அல்லது தனது இதயத்தையும் மனநிலையையும் வினவுகிறவனைப் போலத் தோன்றினான்.

சுரங்கள் கரைந்து மறைந்துவிட்டன. ஆடாமல் அசையாமல் சிந்தனையில் மூழ்கியவனாய் - கைகள் கட்டைகள் மீது செயலற்றுப் பரவிக் கிடக்க - உட்கார்ந்திருந்தான். முன்னறையில் நிலவிய நிசப்தம் மேலும் கடுமையாகியது.

திறந்த சன்னல்கள் மூலம் இரவு எட்டிப் பார்த்தது. வீட்டின் வெளிச்சத்தினால் இங்குமங்கும் இருளிலிருந்து விடுவிக்கப்பட்ட தழைகளையுடைய மரக்கிளைகள் ஆவலோடு அறைக்குள் உற்று நோக்குவது போல் தோன்றின. பியோத்தரின் பீடிகையால் உள்ளங்கவரப்பட்டு, அவனுடைய வெளிறிய முகத்திலிருந்து வீசியதாய்த் தோன்றிய விந்தைமிகு உள்ளார்வத்தால் கட்டுண்டு விருந்தினர்கள் மௌனமாய் எதிர்பார்த்துக் காத்துக் கொண்டு உட்கார்ந்திருந்தனர்.

இன்னும் பியோத்தரின் கைகள் கட்டைகள் மீது செயலற்று தான் ஓய்ந்திருந்தன. பார்வையில்லாத கண்கள் மேல்நோக்கிப் பார்க்க, எதையோ கூர்ந்து கேட்பவனைப் போல அவன் உட்கார்ந்திருந்தான். அவனுள் உணர்ச்சிகள் அடித்து மோதிக் கொண்டு கிளர்ந்தெழுந்தன. கடலோர மணலில் பல காலமாய் அமைதியாய் உறங்கிய தோணியை ஓங்கியெழுந்து பாயும் அலைகள் பிடித்திழுத்துச் செல்வதுபோல அவன் அறியாத, அனுபவிக்காத வாழ்க்கையின் துடிப்பு அவனைப் பிடித்து உலுக்கிற்று... அவன் முகம் வியப்பையும் வினாவையும் வெளியிட்டது - அது மட்டுமல்ல, வேறொன்றையும், அவனுக்குப் பழக்கமில்லாத கிளர்ச்சியூட்டும் உற்சாகம் தோன்றித் தோன்றி ஒளியும் நிழலுமான அதிவேக மாற்றங்களாய்ப் பொங்கிச் சென்றதையும் வெளியிட்டது. பார்வையில்லாத அவன் கண்களில் ஆழமும் கருமையும் ஒளிர்ந்தன.

அவனுடைய உணர்ச்சிகளின் இந்தக் கொந்தளிப்பில் ஏனைய யாவற்றுக்கும் மேலாய் அவன் ஆவலாய்த் தேடியதை அடையாளங் கண்டு தனியே பிரித்திட முடியாதவனைப் போலக் கணப்பொழுதுக்குத் தோன்றினான். ஆனால் மறுகணமே - வியப்பையும் விந்தையையும் எதையோ எதிர்பார்ப்பதையும் காட்டிய அவன் முகபாவனை இன்னும் மாறாமல் அப்படியேதான் இருந்ததென்றாலும் - இசைக் கட்டைகளின் மீது கையை உயர்த்தி அவன் வாசிக்கத் தொடங்கிவிட்டான்; உணர்ச்சியின் புதிய அலையால் மேலே உயர்த்தப்பட்டு, வழிந்து பெருகியோடும் இசை வெள்ளத்தால் அடித்துச் செல்லப்பட்டுவிட்டான்...

10

வரைக் குறியீடுகளைக்கொண்டு வாசிப்பது கண் தெரியா தோருக்கு மிகவும் கடினமாகும். வரைக் குறியீடுகள் புடைப்பு களாய் அமைந்துள்ளன: சுரங்கள் தனித் தனிக் குறியீடுகளால் புத்தகத்திலுள்ள எழுத்துக்களைப் போல வரிசைகளில் கோக்கப்பட்டிருக்கின்றன. சேர்ந்து வாசிக்கப்பட வேண்டிய சுரங்களுக்கிடையே ஆச்சரியப் புள்ளிகள் குறிக்கப்பட்டு இச்சுரங்களுக்குள்ள தொடர்பு சுட்டிக்காட்டப்படுகிறது. கண் தெரியாதவர் தன் விரல்களால் குறியீடுகளைத் தடவித் தெரிந்து கொண்டு ஒவ்வொரு இசைத் தொகுப்பையும் மனப்பாடம் செய்து கொண்டாக வேண்டும், அந்தந்த கையாலும் வாசிக்க வேண்டியதைத் தனித்தனியே மனப்பாடம் செய்து கொண்டாக வேண்டும் - அதன் பிறகுதான் அவர் அவ்விசையை வாசிக்க இயல முடியும். இதற்கு மிகுந்த பிரயாசையும் மிக நெடுநேரமும் வேண்டியதாகிவிடுகின்றன. ஆனால் பியோத்தர் இசையின் கூறுகளில் எப்பொழுதுமே ஈடுபாடு கொண்டவன். ஒவ்வொரு கைக்குமான சில தொகுதிகளை மனப்பாடம் செய்து கொண்டு அவன் வாசிக்கத் தொடங்கி, புடைப்பு வரிவடிவங்கள் திடீரென இன்னிசையாக மாறும் தருணங்களில் அவனுக்கு மகிழ்ச்சியும் ஊக்கமும் உண்டாகும். இவை அவன் உள்ளங் கவர்வனவாய் இருக்கும். ஆகவே இவ்விசையைப் பயில அவன் செய்யவேண்டியிருந்த கடும் பயிற்சி அவனுக்கு அலுப்பூட்டுவதற்குப் பதிலாய் உண்மையிலே உள்ளத்தைக் கொள்ளை கொள்வதாயிருக்கும்.

இருப்பினும் புத்தகத்தின் புடைப்புக் குறியீடுகளுக்கும் அவற்றின் ஒலி வடிவுக்கும் இடையில் நடைபெற வேண்டிய பணிகள் ஏராளம் இருந்தன. ஒவ்வொரு வரிவடிவமும் இசையாகுமுன் விரல்களின் மூலம் மூளைக்குச் சென்று அங்கு நினைவில் பதிவு பெற்றாக வேண்டும், பிறகு மூளையிலிருந்து இசைக் கட்டைகளை அழுத்தும் விரல் நுனிகளுக்குத் திரும்பி வந்தாக வேண்டும். பிள்ளைப் பருவத்திலிருந்தே மிக உயர்ந்த வளர்ச்சி பெற்றிருந்த பியோத்தரின் இசைக் கற்பனைத்திறன் இக்குறியீடுகள் மனப்பாடம் செய்யப்படுவதன் நிகழ்ச்சிப் போக்கில் தலையிட்டு வந்தது. ஆகவே இசையைப் புனைந்த ஆசிரியர் யாராயிருப்பினும், வாசிக்கப்படும்போது கண் தெரியாத வாசிப்பாளனின் குணச் சிறப்புகளும் அதில் பதிந்து விடுகின்றன. இசையின் நாதம் முதன்முதல் பியோத்தரின் உள்ளத்தை வந்தடைந்த அதே வடிவில், பிற்பாடு அவன் தாய் வாசித்த பியானோ இசையில் இந்நாதம் பெருகியோடிய அதே வடிவில் அவனுடைய இசைவுணர்வு

விளாதிமிர் கொரலேன்கோ | 139

உருவாகியிருந்தது. அவன் பிறந்து வளர்ந்த தாயகத்தின் நாட்டு இசைதான் எப்பொழுதும் இதயத்தில் முழங்கிக்கொண்டிருந்தது. இந்த இசையின் மூலமே அவன் ஆன்மா இயற்கையுடன் கலந்து உறவாடியது.

இதயம் விம்மியெழுந்து அவன் ஆன்மா பொங்கி வழிந்தோடும் நிலையில் இப்பொழுது அவன் வாசிக்க முற்பட்ட இத்தாலிய இசைக் கோவையின் தொடக்க நாதங்களிலேயே அவனுடைய பாணியில் அதியற்புதமான ஏதோ ஒன்று ஒலிக்கக் கேட்டு, விருந்தினர்கள் வியந்து போற்றும் முறையில் ஒருவரையொருவர் பார்த்துக் கொண்டனர். ஆனால் அவன் தொடர்ந்து வாசித்துச் சென்றபோது, எல்லோரும் மாயாவினோதக் கவர்ச்சியால் கட்டுண்டு மெய்மறக்கலாயினர். இளம் ஸ்தவ்ருச்சேங்கோ புதல்வர்களில் இசைஞனான மூத்தவன் மட்டும்தான் தான் அறிந்த இந்த இசைக்கோவையை இன்னதென்று இனம் காணவும், அது வாசிக்கப்படும் பாணியைப் பகுத்தாராயவும் முயற்சி செய்தான்.

இசை வெள்ளம் அறையை நிரப்பி அமைதியான தோட்டத்திலும் பெருகியோடிற்று... விந்தையும் உணர்ச்சிமிக்க ஆவலும் மிக்கவர்களாகிக் கண்கள் பளிச்சிட இளம் மக்கள் எல்லோரும் கேட்டுக்கொண்டிருந்தனர். கிழவர் ஸ்தவ்ருச்சேங்கோ முதலில் அமைதியாய்ச் சிந்தனையில் ஆழ்ந்தவராய்த் தலையைக் குனிந்து கொண்டு உட்கார்ந்திருந்தவர், விரைவில் தமது உள்ளத்தில் கிளர்ந்தெழுந்த பரபரப்பை வெளிக்காட்டத் தொடங்கினார்.

“வாசித்தால் இப்படியல்லவா வாசிக்க வேண்டும்!...” என்று திடீரென அவர் முழங்கையால் மக்சீமை உந்திவிட்டு முணுமுணுக்கும் குரலில் சொன்னார். “பிரமாதமாயிருக்கிறது - இல்லையா?”

இசை மேலும் மேலும் வலுப்பெற்று ஓங்கியதும் அவர் பழைய நினைவுகளால் உலுக்கி விடப்பட்டார். அவருடைய இளமைப் பருவ நினைவுகளாகத்தான் இருக்கும் - ஏனெனில் அவர் தோள்கள் விம்மிப் புடைத்தன, கன்னங்களில் சிவப்பேறியது, கண்கள் ஒளிபெற்றுப் பளிச்சிட்டன. விரல்களை இறுக மடித்து முட்டியை மேலே உயர்த்தினார்; மேஜை மீது ஓங்கிக் குத்த விரும்பினார்; ஆனால் தன்னைக் கட்டுப்படுத்திக் கொண்டு ஓசையின்றி கீழே வந்துவிட்டார்.

“கிழவனை ஒதுக்கவா நினைக்கிறார்கள்?... முடியுமா - முயற்சி செய்து பார்க்கட்டுமே!...” என்று தன் புதல்வர்கள் பக்கம் திரும்பிப் பார்த்துவிட்டு மக்சீமின் காதுக்குள் மெள்ளக் கூறினார். “நீயும் நானும், அக்காலத்தில்... ஏன், இன்றுங் கூடத்தான்... என்ன, நான் சொல்வது சரிதானே?” நீண்ட மீசையைத் தடவிக்கொண்டார்.

மக்சீம் சாதாரணமாய் இசையில் கருத்து செலுத்தாதவர். ஆனால் இன்று அவர் தனது மாணவன் வாசித்ததில் முற்றிலும் புதியது ஒன்று ஒலிப்பதை உணர்ந்தார். கவனமாய்க் கேட்டுக்கொண்டு உட்கார்ந்திருந்தார் - சுற்றிலும் அவரைத் திரையிட்டிருந்த புகையிலைப் புகை மூட்டத்துக்குள்ளிருந்து இடையிடையே தலையை ஆட்டிக் கொண்டார்; மாறிமாறி பியோத்தரையும் இவெலீனாவையும் உற்று நோக்கினார். திரும்பவும் வாழ்க்கை அவர் சிறிதும் திட்டமிடாத முறையில் அவருடைய ஏற்பாடுகளில் தலையிட்டு வந்தது... ஆன்னா மிகையிலொவ்னாவும் அடிக்கடி இவெலீனாவை உற்றுப் பார்த்துக்கொண்டிருந்தாள்: பியோத்தரின் இசையில் ஒலித்தது வருத்தமா, ஆனந்தமா என்பதைத் தெரிந்துகொள்ள அவள் முயற்சித்தாள்... இவெலீனா விளக்கு வெளிச்சம் முகத்தில் படாத ஒரு மூலையில் அமர்ந்திருந்தாள். விரியத் திறந்து பகற்பொழுதில் இருப்பதைக் காட்டிலும் கருமையாய்த் தோன்றிய அவள் கண்கள் மட்டும்தான் அந்த நிழலிலிருந்து ஒளிர்ந்து கொண்டிருந்தன. பியோத்தரின் இசையை அவள் தனக்குரிய தனி முறையில் புரிந்து கொண்டாள்: இதில் அவள் பழுதாகிக் கிடந்த பழைய ஆலையின் கண்மாய்களில் நீர் கசிந்தோடிக் கணகணப்பதையும், நிழல் கனிந்த தோட்டத்தில் புதர்கள் முணுமுணுப்பதையும் கேட்டாள்.

11

இசையின் பண் நெடுநேரத்துக்கு முன்பே மாறிவிட்டது. தான் வாசித்த இத்தாலிய இசைக் கோவையை விட்டுவிட்டு பியோத்தர் தனது சொந்த கற்பனைகளை உயர்ந்தெழுந்து முழங்கச் செய்துவிட்டான். நினைவுகளில் மூழ்கிக் கைகளைச் செயலற்று பியானோ இசைக் கட்டைகள் மீது பதித்து அவன் அமைதியாய் அமர்ந்திருந்த அத்தருணங்களில் அவன் சிந்தையில் குமுமி நின்ற கற்பனைகளைச் சிறகடித்துப் பறக்கச் செய்துவிட்டான். இயற்கையின் குரல்கள் அவனுடைய பியானோ இசையில் நிறைந்திருந்தன. காற்றின் மூச்சொலி, காட்டின் சலசலப்பு, ஆற்றின் தத்தளிப்பு, தொலைவில் அதிர்ந்தாடி மறையும் இனந்தெரியாத முணுமுணுப்பு ஆகிய யாவும், இவை யாவற்றின் பின்னால் இயற்கையுடன் கலந்து உறவாடுகையில் இதயத்துள் எழும் இன்னதென்று வரையறுத்துக் கூற இயலாத, நெஞ்சு விம்மிப் புடைத்திடும் அந்த ஆழமான உணர்வுக் கிளர்ச்சியும் அதில் கலந்து ஒலித்தன. இந்த உணர்வுக் கிளர்ச்சியை ஏக்கம் எனலாமா?... அப்படியானால் ஏன் அது அவ்வளவு இனிமை யாய் இருக்கிறது?... இன்ப வெள்ளமாய் இருக்குமோ? பிறகு ஏன் அது அவ்வளவு ஆழ்ந்த, அளவு கடந்த வருத்தத்துடன் ஒலிக்கிறது?

சில நேரங்களில் அவனுடைய இசை வலிவுமிக்கதாகி பலமாய் ஒலித்தது. கண் தெரியாத இளைஞனின் முகபாவத்தில் இத்தருணங்களில் ஒரு வினோத வகைக் கடுமை தோன்றிவிடும் - அவனுடைய இசை வெளியிடும் புதிய சக்தியைக் கண்டு அவனே வியப்புற்று இனி தொடர்ந்து என்னவெல்லாம் வரப்போகிறதென்று அடங்காத ஆவலோடு பதைப்பவனைப் போலத் தோன்றினான்... இசையைக் கேட்பவர்கள் இத்தருணங்களில் பேச்சு மூச்சின்றி எதிர்பார்த்துக் காத்துக் கொண்டிருந்தனர். மேலும் சில நாதக் கோவைகள் கிளர்ந்தெழுந்தன. மகத்தான இன்னரும் இசைவாய் இனி யாவும் ஒருங்கிணைந்து விடுமென எண்ணத் தோன்றியது. ஆனால் மறுகணமே, இசை மீண்டும் தாழ்ந்து கரைந்துருகி முறையிடும் விபரீதமான முனகலாகிவிட்டது - அலை சரிந்து விழுந்து நொங்கும் நுரையுமாய்ச் சிதறுவது போலாகிவிட்டது. பிறகு நீண்ட பல தருணங்களுக்குச் சஞ்சல வினாக்களும் திகைப்பும் கொண்டு சோகமுடன் ஒலித்தது.

பாய்ந்து பறந்த கைகள் இதன்பின் - ஒரு நொடிப் பொழுதுக்கு மேலிருக்காது - ஓய்ந்து நிற்கும். அறையில் மறுபடியும் நிசப்தம் குடிகொண்டு வெளியே தோட்டத்தில் மரங்களுடைய முணுமுணுப்பைத்

தவிர வேறு ஓசையின்றி உலகே அடங்கிவிட்டது போலாகிவிடும். அறையில் இருந்தோரை ஆட்கொண்டு அமைதியான இந்தப் பண்ணை வீட்டிலிருந்து எங்கோ நெடுந்தொலைவுக்குத் தூக்கிச்சென்ற அந்த மாயா வினோதக் கவர்ச்சி கலைந்துவிடும். முன்னறையின் சுவர்கள் தம்மைச் சுற்றிலும் இருப்பதையும், இரவின் கருமை திறந்த சன்னல்கள் வழியே உள்ளே எட்டிப் பார்ப்பதையும் அவர்கள் உணர்வார்கள் - ஆனால் திரும்பவும் இசைஞன் இசைக் கட்டைகள்மீது கைகளை உயர்த்தி வாசிக்கத் தொடங்கும் வரையில்தான் இந்த நிலை நீடிக்கும்.

மறுபடியும் இசை விம்மியெழுந்து வலுப்பெறும்; மறுபடியும் தேடியும் வினவியும் மேலும் மேலும் உன்னத உயரங்களை எட்டிப்பிடிக்கும். முட்டி மோதிக்கொண்டும் ஓயாது மாறிய வண்ணமுமுள்ள நாத வரிசைகளிடையே, நாட்டுப் பண்கள் துள்ளியெழும் - சோகக் காதல் கதைகளும் இன்னலும் புகழும் மிக்க கடந்த காலங்களின் நினைவுகளும் இளைஞர் களின் ஆனந்தக் களிக்கூத்துகளும் ஆர்வங்களுமான பண்கள் அவை; கண் தெரியாத இசைஞன் தன் உள்ளத்து உணர்ச்சிகளை இவ்வாறு வழக்கமான இசை வடிவங்களில் வெளியிட மேற்கொள்ளும் முயற்சிகள் அவை.

ஆனால் இந்தப் பண்களும் மெள்ள அடங்கித் திரும்பவும் கேள்வியையும் தீராத பிரச்சினையையும் எழுப்பி முறையிடும் நாதங்கள் அந்தச் சிறிய முன்னறையின் நிசப்தத்தில் அதிர்ந்து சிலிர்க்கும்.

12

இறுதியில் எழுந்த சில நாதங்கள் சொல்ல இயலாத முறையீடாய் ஒலித்தன. இவை மறைந்ததும், வைத்த கண் வாங்காது தன் மகனைப் பார்த்துக்கொண்டிருந்த ஆன்னா மிகையிலொவ்னா தன் நினைவில் ஆழப் பதிந்திருந்த முகபாவம் அவனிடம் தோன்றக் கண்டாள். கதிரவன் ஒளியுடன் திகழ்ந்த வசந்த பருவ நாள் ஒன்று அவள் நினைவில் எழுந்தது. புதுக்கோலம் பூண்டெழுந்த இயற்கை எழுப்பிய நெஞ்சை அள்ளும் உணர்ச்சிகளால் திக்குமுக்காடிச் சிறுவன் பியோத்தர் ஆற்றங்கரையின் புல்லில் சாய்ந்து கிடந்ததை மனக் கண்ணால் அவள் கண்ணுற்றாள்.

ஆனால் ஏனையோர் யாரும் பியோத்தரின் முகபாவத்தில் தெரிந்த அதிர்ச்சியின் சாயலைக் கவனிக்கவில்லை. அறையினுள் பேச்சும் சப்தமும் அலைமோதின. கிழவர் ஸ்தவ்ருச்சேங்கோ மக்சீமிடம் பலத்த குரலில் ஏதோ சொல்லிக்கொண்டிருந்தார். இளைஞர்கள் புளகாங்கிதமடைந்து பரபரப்புற்று பியோத்தரின் கைகளைப் பிடித்துக் குலுக்கி இசைஞனாய்ப் பெருவெற்றி கண்டு பெயரும் புகழும் பெறப்போவது உறுதியென்று கூறிப் பாராட்டிக் கொண்டிருந்தார்கள்.

“அதில் சந்தேகமே இல்லை!” என்று மூத்த சகோதரன் அடித்துப் பேசினான். “அதிசயத்திலும் அதிசயம்! நம்முடைய நாட்டுப்பாடல்களின் இசையின் சாரப்பொருளை நீ அப்படியே புரிந்துகொண்டு அதில் அதியற்புத ஞானமுடையவனாகி விட்டாய். தொடக்கத்தில் நீ வாசித்தாயே அதன் பெயர் என்ன, சொல்லேன்?”

பியோத்தர் அந்த இத்தாலிய இசைக் கோவையின் பெயரைச் சொன்னான்.

“அப்படித்தான் நினைத்தேன்” என்று இளைஞன் கூறினான். “அதைப்பற்றி எனக்குக் கொஞ்சம் தெரியும்... ஆனால் நீ அதை இசைத்த முறை இருக்கிறதே அது முற்றிலும் உனக்கே உரிய தனி முறையாகும்... இதைவிட நன்றாய் வாசிப்பவர்கள் பலரும் இருக்கலாம், ஆனால் நீ வாசித்துக் காட்டிய பாணியில் இதுவரையில் யாருமே அதை வாசித்ததில்லை... இத்தாலிய இசை மொழியிலிருந்து உக்ரேனியனுக்குப் பெயர்த்தளித்தது போல இருந்தது. நீ இன்னும் பயிற்சி பெறுவாயானால், சொல்லவா வேண்டும்...”

பியோத்தர் கவனமாய்க் கேட்டுக்கொண்டு உட்கார்ந்திருந்தான். இதுபோன்ற ஆர்வமிக்க பேச்சின் மைய இலக்காய் இதன்முன் அவன்

இருந்ததில்லை. இது அவனிடம் முற்றிலும் புதியதோர் உணர்ச்சியை எழச் செய்தது. அவனுடைய இந்த இசை - என்றையும் விட அது இன்று அவனுக்குக் கூடுதலான வேதனையை அளித்து கூடுதலான அதிருப்தி கொண்டவனாக ஆக்கியிருந்தது - அவனுடைய இந்த இசை கேட்போரை இப்படி வயப்படுத்தும் திறன் பெற்றதாய் இருப்பது மெய்தானா? அப்படியென்றால், வாழ்க்கையில் அவனும் சாதனை காணமுடியும் போலல்லவா தோன்றுகிறது! பிறகு பேச்சு மிகவும் பலமாய் ஒலித்த ஒரு நேரத்தில் அவன் இசைக் கட்டைகள் மீதிருந்த தன் விரல்கள் திடீரென்று கதகதப்பாய் அழுத்தப் படுவதை உணர்ந்தான். இவெலீனாதான் அழுத்தினாள்.

"காதில் விழுகிறதா? புரிகிறதா உனக்கு?" என்று அவள் ஆனந்தமாய் அவன் காதுக்குள் சொன்னாள். "உனக்காகக் காத்திருக்கும் உன் வாழ்க்கைப் பணி இதுதான், தெரிகிறதா? எங்கள் எல்லோரையும் நீ எப்படி மெய்மறக்கச் செய்தாய், தெரியுமா? ஓ, இதை நீ கண்கொண்டு பார்த்திருக்க வேண்டும்! எவ்வளவு பிரமாதமாய் இருந்தது!..."

பியோத்தர் துணுக்குற்று, பெருமிதத்துடன் தோள்களை உயர்த்தி நிமிர்ந்து கொண்டான்.

அவசரமாய் இவெலீனா அவன் காதுக்குள் பேசியதையும் அதனால் பியோத்தரிடம் ஏற்பட்ட விளைவையும் தாய் மட்டும்தான் கவனித்தாள். அதைப் பார்த்துக்கொண்டிருந்த அவளுக்கு முகம் மலர்ந்து சிவந்து விட்டது - இளமைத் துடிப்பு கொண்ட காதலின் இந்த முதல் அணைப்பின் இன்பப் பூரிப்பை நேரில் தானே அனுபவித்ததுபோலத் தாய் அகமகிழ்ந்தாள்.

பியோத்தர் அசையவில்லை. அவன் இதயத்தில் பீறிட்டுக் கிளம்பிய இந்தப் புதிய இன்பப் பெருக்கைச் சமாளிக்கப் பெருமுயற்சி செய்து கொண்டிருந்தான். அதேபோதில், அவனு டைய ஆன்மாவின் அடியாழத்தில் ஏற்கெனவே திரளத் தொடங்கிவிட்ட உருவமற்ற கனத்த புயல் மேகத்தின் கரு நிழலையும் அவனால் உணர முடிந்தது.

அத்தியாயம் ஆறு

1

மறுநாள் பியோத்தர் அதிகாலையிலே விழித்துக் கொண்டான். அறையில் நிசப்தம் குடிகொண்டிருந்தது. வீடுங்கூட அமைதியாகவே இருந்தது. புலரும் பொழுதுடன்கூட வரும் சந்தடி இன்னும் ஆரம்பமாகவில்லை. தோட்டத்திலிருந்து திறந்த சன்னல் வழியே காலையின் புதுக்காற்று அவனிடம் அலைமோதி வந்தது. கண் தெரியாதவன் என்றாலும் பியோத்தர் தன்னைச் சுற்றிலும் நிலவிய இயற்கையின் நிலையைத் தெரிந்து கொள்ளும் நுண்ணுணர்வு பெற்றிருந்தான். இன்னும் நேரமாகவில்லை, அதிகாலையே என்பதைத் தெரிந்து கொண்டான். தனது சன்னல் திறந்திருப்பதையும் தெரிந்து கொண்டான் - மரங்களின் சலசலப்பு எந்தத் தடையுமின்றி அறையினுள் தெளிவாகவும் அருகாமையிலிருந்தும் ஒலித்ததைக் கொண்டு இதை அறிந்து கொண்டான். இன்று இந்த உணர்வு என்றையும்விட மிகவும் கூர்மையாய் இருந்தது. கதிரவனது ஒளிக்கற்றை அவனை வந்தடையவில்லை என்றாலும், அறைக்குள் எட்டிப் பார்த்ததென்பது அவனுக்குத் தெரியும். சன்னல் வழியே கையை நீட்டினால் வெளியே புதர்களிலிருந்து பனிநீர் சிதறி விழுமென்பதும் அவனுள் பொங்கிற்று - பழக்கமில்லாத, இதன்முன் அவன் அனுபவிக்காத, ஆயினும் அவன் இதயத்தினுள் நிரம்பி வழிந்த ஓர் உணர்வு.

வெளியே தோட்டத்தில் ஏதோ சிறு குருவி எழுப்பிய கீச்சொலியைக் கேட்டபடி, தன் இதயத்துள் பொங்கிய வினோதமான இந்தப் புதிய உணர்வு என்னவென்று வியந்து கொண்டு சற்றுநேரம் அப்படியே படுத்திருந்தான்.

அது என்ன? என்ன நடைபெற்றது, தன்னைத்தானே அவன் கேள்வி கேட்டுக்கொண்டிருக்கையில் திடுதிப்பென எல்லாம் நினைவுக்கு வந்தது; நேற்று இரவு அந்தி இருட்டில் அந்தப் பழைய மாவாலையின் அருகே அவள் கூறிய சொற்கள் நினைவுக்கு வந்தன. "சரியான அசடுதான்!... இதுபற்றி நீ நினைத்தே பார்க்கவில்லையா?"... என்று அவள் சொன்னாள்.

அவன் இதுபற்றி நினைத்துப் பார்க்கவில்லைதான். அவள் தன் அருகில் இருக்கிறாள் என்னும் உணர்வு எப்பொழுதுமே அவனுக்கு ஆனந்தமளித்துத்தான் வந்தது. ஆனால் நாம் சுவாசிக்கும் காற்று பற்றி எப்படி நாம் நினைப்பதில்லையோ அதுபோலவே அன்று மாலைவரை

அவன் நினைத்துப் பார்த்திராத ஆனந்தமாகவே இருந்து வந்தது. அவள் கூறிய அந்த எளிய சொற்கள் அமைதியான நீரில் போட்ட கல் போல அவன் உணர்வைக் கலக்கி விட்டது. கதிரவன் ஒளியையும் வானத்தின் தொலைவான நீலத்தையும் பிரதிபலித்துப் பளபளத்த நீர்ப் பரப்பின் வழவழப்பு கல் பட்டதும் மறைந்து, அடிவரை ஆட்டிவிடப்படுகிறது அல்லவா?

புத்துணர்வோடு விழித்தெழுந்த அவன் தனது பழைய சகாவை இப்பொழுது முற்றிலும் புதிய ஒளியிலே கண்ணுற்றான். முந்திய மாலையில் நடைபெற்றதெல்லாம் ஒரு சிறு விவரங்கூட மறையாது திரும்பவும் அவன்முன் தோன்றியது. அவன் நினைவில் ஒலித்த அவளுடைய குரலின் புதுப் பண்பைக் கேட்டு வியப்புற்று விட்டான். "ஒரு பெண் காதல் கொண்டு விட்டால்...", "அசட்டுப் பையனாய் இருக்கிறாயே!..."

படுக்கையிலிருந்து துள்ளி எழுந்து அவசரமாய் உடுத்திக் கொண்டு பனிநீரில் நனைந்த தோட்டப் பாதையிலே அந்தப் பழைய மாவாலைக்கு ஓடினான். முந்தைய இரவு போலவே இப்பொழுதும் கண்மாய்களில் நீர் கிணுகிணுத்தது, அவனைச் சுற்றிலும் புதர்கள் முணுமுணுத்தன. ஆனால் அப்பொழுது இருட்டாயிருந்தது, இப்பொழுது வெளிச்சம் நிறைந்து கதிரவன் ஒளியோடு கூடிய காலைப்பொழுது. ஒளியை இதன் முன் அவன் இவ்வளவு பலமாய் "உணர்ந்ததில்லை". ஈரநைப்பு கொண்ட நறுமணமும் காலையின் புத்துணர்வும் அவனுடைய விறுவிறுப்பான நரம்பு மையங்களுக்குப் பகலின் ஒளியினுடைய ஆனந்த எழுச்சியையும் ஓரளவு தம்முடன் எடுத்துச் சென்றது போல இருந்தது.

2

பண்ணை வீட்டில் வாழ்க்கை எப்படியோ முன்னிலும் கலகலப்பானதாயும், இன்பமிக்கதாயும் ஆயிற்று. ஆன்னா மிகையிலோவ்னாவுக்குத் திரும்பவும் தான் இளமை பெற்றுவிட்டது போலத் தோன்றியது. மக்சீம் வேடிக்கையாகப் பேசுவதையும் சிரிப்பதையும் கேட்க முடிந்தது. இருப்பினும் புகையிலைப் புகை மூட்டத்தினுள்ளிருந்து கடுகடுப்பான உறுமல் - தொலைவில் வீசும் புயலின் எதிரொலி போல - சில நேரங்களில் ஒலிக்கவே செய்தன. திருமண மணியோசையுடன் முடிவுறும் அந்த அசட்டு நாவல்களின் முறையில் அமைந்ததாய் சிலர் வாழ்க்கையை நினைப்பதாகத் தெரிகிறது என்று அவர் முணுமுணுத்துக் கொள்வார். இத்தகையவர்கள் நம்முடைய உலகில் ஆலோசித்துப் பார்க்க வேண்டியவை நிறைய உள்ளன என்பார். ஆரோக்கியமான நடுத்தர வயதில் கன்னங்கள் இன்னமும் சிவப்பேறி முடிகள் படிப்படியாக, சீரான முறையில் நரைத்து கண்ணுக்கு இனிய மழமழப்புத் தோற்றமளித்த சீமான் பொப்பேல்ஸ்கிய் தன்னைப் பார்த்துதான் மக்சீம் முணுமுணுக்கிறார் என்பதாய் நினைத்து, தவறாமல் தமது உடன்பாட்டைத் தெரிவித்து, தனது அலுவல் களைக் கவனிப்பதற்காக வெளியே விரைந்து சென்றுவிடுவார். அவருடைய அலுவல்கள் எப்பொழுதும் போல மிகவும் ஒழுங்கான நிலையிலேதான் இருந்தன என்பதைக் கூறத் தேவையில்லை. இளைஞர்கள் தாம் வகுத்து வந்த திட்டங்களில் கவனம் செலுத்துவர். இனி பியோத்தர் இசைப் பயிற்சியில் மும்முரமாய் ஈடுபட வேண்டும்.

பயிர்கள் அறுவடையாகி, தங்கநிற சிலந்தி நூல்களால் அலங்கரிக்கப்பட்ட இலையுதிர் காலம் முழு மனநிறைவோடு வயல்களில் உறக்க நிலையிலே மிதந்தபோது இவெலீனாவையும் அழைத்துக்கொண்டு முழுக் குடும்பமும் ஸ்தவ்ரூக்கவோவுக்கு - ஸ்தவ்ருச்சேங்கோவின் பண்ணை இவ்வாறுதான் அழைக்கப் பட்டுவந்தது - பயணம் கிளம்பினர். சுமார் எழுபது கிலோ மீட்டர்கள் தொலைவுக்கு உட்பட்ட பயணம்தான் என்றாலும், இந்தக் குறுகிய தொலைவுக்குள் சுற்றுப்புறப் பிரதேசத்தில் பெரிய மாறுதல் தென்பட்டது. வொலீனியாவிலிருந்து பக் ஆற்றை ஒட்டினாற்போல் கண்ணுக்குத் தெரியும் கர்ப்பாத்திய குன்றுகளின் கடைசி தொகுதியுங்கூட கண்ணுக்குத் தெரியாமல் மறைந்து, நிலப்பரப்பு விரிந்த பரந்த உக்ரேனிய ஸ்தெப்பி வெளியாகி விடுகிறது. இங்கு கிராமங்கள் கனிச் சோலைகளோடும் தோட்டங்களோடும் பச்சைப் பசேலென்று இருக்கின்றன. நீர் அரித்தோடிய பள்ளங்கள் ஸ்தெப்பியின் குறுக்கே

ஆங்காங்கே தென்பட்டன. அடிவானத்திலே வரையிட்டு இங்குமங்கும் உயரமான சமாதி மேடுகள் நின்றன. இவற்றின் அடிப்பகுதியைத் தொடும்படி சுற்றிலும் நெடுங்காலத்துக்கு முன்பே உழுது பயிரிடப்பட்டு இப்பொழுது அடிக்கட்டையாய் விடப்பட்ட மஞ்சள் வயல்களால் சூழப்பட்டிருந்தன.

வீட்டைவிட்டு இவர்கள் இவ்வளவு தொலைவு சென்று பழக்கமில்லை. ஒவ்வொரு அங்குல நிலத்தையும் நன்கு அறிந்த வயல்களையும் கிராமத்தையும் விட்டு விலகி இங்கு வந்ததும் பியோத்தர் தட்டுத்தடங்கலின்றி நடமாட முடியாதவனாகினான். கண் தெரியாத குறையை அவன் கடுமையாய் உணர நேர்ந்து கடுப்பு மிக்கவனாகிவிட்டான். ஆயினும் ஸ்தவ்ருச்சேங்கோ குடும்பத்தாரின் அழைப்பை அவன் விருப்பத்தோடு ஏற்றுக்கொண்டுதான் இங்கு கிளம்பினான். தனது காதலையும் தன்னுள் விழித்தெழும் ஆற்றலையும் திறனையும் முதன் முதல் அவன் உணர்ந்து கொண்ட மறக்க முடியாத அந்த மாலைக்குப் பிற்பாடு அவன் புற உலகிலிருந்து முன்புபோல விலகி ஒதுங்குவதில்லை. அவனுக்குப் பழக்கமான வாழ்க்கையின் எல்லைகளுக்கு அப்பால் அவன் உணர்வினால் ஊகித்த இருட்டான அவனறியாத பெரும் பரப்புகளிடம் முன்பு போல அச்சம் கொண்டிருக்கவில்லை. இந்தப் புற உலகு அவனைக் கவர்ந்திழுக்கத் தொடங்கிற்று, மேலும் மேலும் அவனை அழைக்க முற்பட்டது.

ஸ்தவ்ருக்கவோவில் நாட்கள் இனிமையாகவே கழிந்தன. இப்பொழுது பியோத்தர் அந்த இளைஞர்களிடமிருந்து முன்பு போல ஒதுங்கி இருக்காமல் பன்மடங்கு கலகலப்பாய் இருந்தான். இளம் ஸ்தவ்ருச்சேங்கோவின் தேர்ச்சி வீறாப்பு கொண்ட பியானோ இசையையும், இசைக் கல்லூரியைப் பற்றியும், தலைநகரில் தான் கேட்ட கச்சேரிகளைப் பற்றியும் அவன் கூறியவற்றையும் பியோத்தர் ஆவலோடு கேட்டுக் கொண்டிருப்பான். இன்னும் போதுமான மெருகு பெறவில்லை என்றாலும் மிகவும் கவர்ச்சிகரமான பாணியில் வெளியிடப் பட்ட பியோத்தரின் இசைத் திறன் குறித்துப் பேச்சு எழுந்ததும் அந்த இசைஞனின் ஆர்வமிக்கப் புகழுரைகளைக் கேட்டுப் பூரிப்புற்று அவன் முகம் மலர்ந்து விடும். முன்பு போல தான் இருக்கும் இடம் தெரியாமல் ஒதுங்கிவிட முயலாமல், பேச்சில் கலந்து கொண்டான். ஏனையோரைப் போல அவ்வளவு அதிகமாய்ப் பேசவில்லை என்றாலும், தயக்கமின்றி வாய்விட்டுப் பேசினான். இவெலீனாவும் அண்மையில் அவளிடம் காணப் பட்டுவந்த ஊக்கமின்மையையும் அடக்கத்தையும் - எச்சரிக்கையான ஒதுக்கம் என்றுகூடச் சொல்லலாம் - விட்டொழித்து, கலகலப்பான மகிழ்ச்சிப் பெருக்காலும் அடக்க முடியாதபடி திடீரென எழும் ஆனந்தத்தாலும் அவர்கள் எல்லோரையும் களிப்புறச் செய்தாள்.

ஸ்தவ்ரூக்கவோவிலிருந்து சுமார் பத்து கிலோமீட்டர் தொலைவில் ஒரு பழைய மடாலயம் இருந்தது. வட்டார வரலாற்றில் பழங்காலத்தில் அது முக்கிய பங்காற்றி இப்பகுதியில் பெயர் பெற்றிருந்தது. கருமேகமெனத் திரண்டு வரும் வெட்டுக்கிளித் திரள்களைப் போல் வெள்ளமாய்ப் பாய்ந்து வந்த தாத்தாரியக் கொடும்படைகள் எத்தனையோ முறை அதை முற்றுகையிட்டு அதன் காவலர்கள் மீது ஆயிரமாயிரமாய்த் தமது அம்புகளை எய்து தாக்குதல்கள் நடத்தின; போலந்துப் படைகளும் அதன்மீது ஆவேசத் தாக்குதல்கள் தொடுத்தன; அது போலந்துக்காரர் வசமிருந்த போது, கோசாக்கு வீரர்கள் தமது கோட்டையை மீட்பதற்காக வெகுண்டெழுந்து கடும்போர் புரிந்தனர்... அந்தப் பண்டையக் கோபுரங்கள் இப்பொழுது பாழடைந்து கிடந்தன. இடிந்து விழுந்து வந்த கோட்டைச் சுவர்கள் இடையிடையே வேலியடைப்புகளால் சேர்த்து இணைக்கப்பட்டிருந்தன. அக்காலத்தில் கொடும் பகைகளை எதிர்த்து நின்ற அவை இப்பொழுது உள்ளூர் விவசாயிகளுடைய துணிகரமான ஆடுமாடுகளிடமிருந்து மடாலயத்தின் காய்கறித் தோட்டங்களைப் பாதுகாத்தன. அகலமான அகழிகளில் தினை மண்டியிருந்தது.

வானம் தெளிவாயிருந்த இலையுதிர் காலத்தின் இதமான ஒரு நாள் ஸ்தவ்ருச்சேங்கோ புதல்வர்களும் அவர்களுடைய விருந்தினர்களும் இந்த மடாலயத்துக்குப் புறப்பட்டுச் சென்றனர். மக்சீமும் அவர் தங்கையும் இவெலீனாவும் வண்டியில் சென்றனர் - பழங்காலப் பாணியில் அமைந்த அந்தப் பெரிய வாகனம் உயரமான அதன் வில்கள் மீது காற்றிலே ஆடும் படகைப் போல ஆடியசைந்தது. இளைஞர்கள் குதிரைகளில் சவாரி செய்தனர்.

பியோத்தர் தனது நண்பர்களின் குதிரைகளுடைய குளம்பொலியாலும் சாலையில் முன்னால் சென்ற வண்டியின் சக்கரங்கள் எழுப்பிய ஓசையாலும் வழிகாட்டப்பெற்று ஏனையோருடன் சேர்ந்து தடங்கலின்றி சவாரி செய்தான். சிறிதும் தயக்கமோ அச்சமோ இன்றி அவன் குதிரையிலே இலாவகமாய் வந்ததைக் காணும் அந்நியர் எவராலும் அவன் சாலையைக் காணும் திறனற்றவன் என்பதையும் குதிரையின் உள்ளுணர்வை நம்பி அதன் வழியில் சவாரி செய்யப் பழகியவன் என்பதையும் ஊகித்திருக்க முடியாது. குதிரையும் அவனுக்குப் பழக்கமில்லாதது, சாலையும் அவன் அறியாதது என்பதால் ஆன்னா மிகையிலொவ்னாவுக்கு ஆரம்பத்தில் அச்சமாய்த்தான் இருந்தது, அடிக்கடி பின்பக்கம் திரும்பி தன் மகனைப் பார்த்துக்கொண்டிருந்தாள். மக்சீமுங்கூட, தான் பயிற்சி அளித்த மாணவன் என்கிற வீறாப்பினாலும் பெண்களுக்குரிய அசட்டு அச்சத்தால் பீடிக்கப் படலாகாதென்ற ஆடவரின் மேன்மை உணர்ச்சியாலும் கட்டுப் படுத்தப்பட்டவராய், ஓரக்கண்ணால் அவனைக் கவனித்துக் கொண்டிருந்தார்.

“இதைக் கேளுங்கள்...” என்று இளம் ஸ்தவ்ருச்சேங்கோ வண்டியின் ஓரத்துக்குக் குதிரையை ஓட்டி வந்து அவர்களிடம் சொன்னான். “எனக்கு ஓர் எண்ணம் தோன்றுகிறது. இங்கு ஒரு சமாதி இருக்கிறது, நீங்கள் அவசியம் பார்க்கவேண்டியது அது. சில காலத்துக்கு முன்பு மடாலயத்தின் பழைய ஆவணங்கள் சிலவற்றைப் புரட்டிப் பார்த்துக்கொண்டிருந்த போது இந்தச் சமாதியின் கதை எங்களுக்குத் தெரியவந்தது. ரொம்ப சுவையான கதை அது. நீங்கள் விரும்பினால் நாம் அந்தச் சமாதியைப் பார்த்துவிட்டுப் போகலாம். நமது பாதை யிலிருந்து அது அதிகம் விலகியில்லை - இந்தக் கிராமத்தின் கோடியில்தான் இருக்கிறது.”

“சமாதிகளைப் பற்றி இப்பொழுது உனக்கு நினைப்பு வருவானேன்?” என்று இவெலீனா சிரித்துக்கொண்டே கேட்டாள். “நாங்கள் என்ன அப்படித் துயர நினைவுகளைத் தூண்டிவிடுவோராகவா இருக்கிறோம்?”

“பிற்பாடு நான் இந்தக் கேள்விக்குப் பதிலளிக்கிறேன்” என்று கூறிவிட்டு அவன் வண்டிக்காரனைக் கூப்பிட்டு கலோத்னா யாவின் திசையிலே வண்டியை ஓட்டிச்சென்று ஒஸ்தாப் தோட்டத்தின் வேலி ஓரமாய் நிறுத்தச் சொன்னான். பிறகு குதிரையைத் திருப்பிக்கொண்டு தனது சகாக்களிடம் சென்றான்.

வண்டி குறுகலான ஒரு சாலையில் திரும்பிச் சென்றது. அதன் சக்கரங்கள் கனத்த புழுதியிலே ஆழப் பதிந்து ஊன்றின. இளைஞர்கள் வண்டியைத் தாண்டி முன்னால் விரைந்து சென்று, சாலை ஓரத்திலிருந்த வேலியின் அருகே இறங்கினர். குதிரைகளை அங்கே கட்டியதும் ஸ்தவ்ருச்சேங்கோ புதல்வர்கள் இருவரும் வண்டி அங்கு வந்து சேர்ந்ததும் பெண்கள் கீழே இறங்க உதவுவதற்காகச் சாலைக்கு நடந்து வந்து காத்துக் கொண்டு நின்றனர். பியோத்தரும் குதிரைச் சேணத்தில் சாய்ந்து கொண்டு காத்து நின்றான். தலையைச் சாய்த்துக்கொண்டு கவனமாய்க் காதால் கேட்டு தான் அறியாத இந்த இடத்தின் நிலைமைகளைப் புரிந்துகொள்ள முயன்றான்.

பிரகாசமான இந்த இலையுதிர் காலப் பகல்பொழுது அவனுக்கு இருள் கவிந்த இரவாகவே இருந்தது; சுற்றிலும் ஒலித்த பகல் நேர ஓசைகள் மட்டும்தான் அவனுக்கு விறுவிறுப்பூட்டுவனவாய் இருந்தன. வண்டி நெருங்கி வருவதும் இரு இளைஞர்கள் பேசியதும் சிரித்ததும் அவன் காதுக்குத் தெரிந்தன. அவன் பக்கத்தில் நின்ற குதிரைகள், காய்கறித் தோட்டத்தினுள் வரப்புகளில் உயரமாய் வளர்ந்திருந்த புல்பூண்டுகளை எட்டிப் பிடிப்பதற்காக வேலிக்கு மேல் கழுத்தை உயர்த்தியபோது அவற்றின் கடிவாளங்கள் இழுக்கப்பட்டு கிணுகிணுப்பு ஒலி கேட்டது. மெள்ள வீசிய பூங்காற்றில் ஒரு பாட்டு மிதந்து-துயரக் குரலில் அவசரமின்றிப் பாடப்பட்ட பாட்டு. பக்கத்திலிருந்துதான்

அது கேட்டது-தோட்டத்தின் பாத்திகளிடையிலிருந்து வந்திருக்கலாம். பக்கத்தில் ஏதோவொரு கனிச்சோலையிலிருந்து இலைகளின் முணுமுணுப்பு காதில் விழுந்தது. நாரை ஒன்று அதன் அலகுகளைப் படபடக்கச் செய்தது; இறக்கைகள் பலமாய் அடிக்கப்படும் சப்தம் கேட்டது; ஏதோ அவசரமான விவகாரம் திடீரென நினைவுக்கு வந்தது மாதிரி ஒரு கோழி கூவிற்று; கேணியின் ஏற்றம் கிரீச்சிட்டது. கிராம வாழ்க்கையின் அன்றாட ஓசைகள் இவை யாவும்.

கிராமம் மிகவும் பக்கத்தில்தான் இருந்தது. அதன் ஓரத்தி லிருந்த ஒரு தோட்டத்தின் முன்னால்தான் அவர்கள் இறங்கி நின்றனர்... தொலைவிலிருந்து வந்த ஒலிகளில் மிகவும் தெளிவாகக் கேட்டது மடாலய மணி ஒன்றின் தாளம் தவறாத ஓசை-மெலிந்து அல்லது பூங்காற்றின் உணர்விலிருந்து, அல்லது அவனாலுங்கூட குறிப்பிட்டுச் சொல்ல முடியாத வேறு ஏதோவொரு குறியிலிருந்து, மடாலயத்துக்கு அப்பால் எங்கோ ஓரிடத்தில் நிலத்தில் சரிவோ, பள்ளமோ இருக்க வேண்டும்-ஓர் ஆற்றின் மேட்டுக் கரையாய் இருக்கலாம் - அதற்கு அப்பால் சாந்தமான வாழ்வைக் குறிக்கும் ஒலிகள் நிரம்பிய பெரிய தட்டை நிலப்பரப்பு விரிந்து செல்லவேண்டு மென்பதை பியோத்தர் உணரலானான். இந்தத் தட்டை நிலப்பரப்பின் ஒலிகள் அரைகுறையாகவும் துண்டுத் துக்காணியாகவும் அவன் காதில் விழுந்து, செவிப்புலன் உணர்வு மூலமாய் அவனுக்குத் தொலைவை அறிவித்தன. கண்தெரியும் நமக்குத் தொலைதூர உருவரைகள் அந்தியின் மங்கலான ஒளியில் நடுங்கி அதிர்வது போல இந்தத் தொலைவு ஒலிகள் மூடிமறைந்தும் அதிர்ந்தாடியும் அவன் காதில் ஒலித்தன...

பூங்காற்று அவனுடைய தொப்பியின் விளிம்புக்கு அடியில் அவன் முடிகளுடன் விளையாடிவிட்டு, வில்யாழின் இசை போல மெல்லிய முனகளுடன் அவன் காதை வருடியபடி வீசிச் சென்றது. தெளிவற்ற நினைவுகள் அவன் மனத்தில் கிளறி விடப்பட்டன. பிள்ளைப் பருவ நினைவுகள், மறந்து போன நிலையிலிருந்து பிடித்திழுக்கப்பட்டு காற்று, தொடுஉணர்ச்சி, ஓசை இவற்றின் வடிவில் திரும்பவும் உயிர் பெற்றெழுந்தன... தொலைவிலிருந்து ஒலித்த மணியோசை யுடனும் இங்கே தோட்டத்தினுள்ளிருந்து கேட்ட துயரந் தோய்ந்த பாட்டுடனும் கலந்து அவனைச் சுற்றிலும் தவழ்ந்து விளையாடிய இந்தப் பூங்காற்று இவ்விடங்களின் கடந்த கால வரலாற்றிலிருந்து சோகம் நிறைந்த பழங் கதையையோ, அவனுடைய கடந்த காலம் அல்லது தெரியாமல் இருட்டாயுள்ள அவன் எதிர்காலத்தையோ அவனிடம் கூறுவது போலிருந்தது.

இதற்குள் வண்டி அங்கே வந்து சேர்ந்து விட்டது. எல்லோரு மாய்ச் சேர்ந்து வேலியைத் தாண்டி உள்ளே தோட்டத்தினுள் சென்றனர். தோட்டத்தின் ஒரு மூலையில் மண்டியிருந்த புல்பூண்டுகளுக்கிடையே தரையோடு தரையாய் அகலமான பாளக்கல் கிடந்தது. செந்தீ மலர்களைச் சுற்றிலுமிருந்த பச்சை மட்செடி இலைகளும் அகன்ற இலைகளையுடைய புர்தாக் புற்களும் மெல்லிய காம்புடைய உயரமான காக்கிள் இலைகளும் குட்டைப் புற்களுக்குமேல் உயர்ந்து நின்று பூங்காற்றில் மெள்ளச் சலசலத்தன. கவனியாது விடப்பட்ட இந்தச் சமாதியைச் சூழ்ந்து நின்று இவை முனகியது பியோத்தரின் காதில் விழுந்தது.

"இப்பொழுதுதான் நாங்கள் இங்கு இதைக் கண்டு பிடித்தோம்" என்றான் இளம் தவ்ருச்சேங்கோ. "இந்தக் கல்லுக் கடியில் இருப்பது யார் தெரியுமா? அக்காலத்தில் பெரும்புகழ் பெற்றிருந்த கிழவர் இக்னாத் காரிய்தான் இங்கு உறங்குகிறார்..."

"முதுபெரும் வீரரே, இங்குதானா இருக்கிறீர்கள்?" என்றார் மக்சீம் அடித்தொண்டையால். "அவர் இங்கே கலோத்னா யாவில் இருக்கக் காரணம் என்ன?"

"அது நடந்தது 17...ஆம் ஆண்டில். மடாலயம் போலந்துப் படைகள் வசமிருந்தன. கோசாக்குகள் அதை முற்றுகையிட்டனர். சில தாத்தாரியக் கோஷ்டிகளும் அவர்களுடன் சேர்ந்து முற்றுகையிட்டன... தாத்தாரியர்கள் எப்பொழுதுமே அபாயகரமான கூட்டாளிகள் என்பது உங்களுக்குத் தெரிந்தது தானே. தாத்தாரியத் தலைவனை எப்படியோ போலந்துப் படைகள் விலைக்கு வாங்கிவிட்டன. ஓர் இரவு போலீஸ்காரர்கள் தாக்குதல் தொடுத்தபோது, கோசாக்குகளுக்கு எதிராய்த் தாத்தாரியர்களும் அவர்களுடன் சேர்ந்து கொண்டு விட்டனர். இருட்டில் பயங்கரப் போர் நடைபெற்றது. தாத்தாரியர்கள் நொறுக்கப்பட்டதாய்த் தெரிகிறது. மடாலயம் பிடிக்கப்பட்டது. ஆனால் கோசாக்குகள் அந்தப் போரில் தமது தலைவனை இழந்து விட்டனர்."

"இந்தக் கதை இன்னொரு பெயரையும் குறிப்பிடுகிறது" என்று மெள்ளத் திரும்பவும் ஆரம்பித்தான். "ஆனால் இந்த இரண்டாவது சமாதியை எங்களால் கண்டுபிடிக்க முடிய வில்லை. மடாலயத்திலுள்ள ஆவணங்கள் கண் தெரியாத இளைஞனான ஒரு பண்டூராக்காரனைப் பற்றிச் சொல்கின்றன. அவனும் காரிய்யின் பக்கத்தில் அடக்கம் செய்யப்பட்டிருப்பதாய்க் கூறுகின்றன பல போர்களில் அவன் காரிய்யுடன் சேர்ந்து போராடியவன்."

"கண் தெரியாதவனா?" என்று ஆன்னா மிகையிலோவ்னா பதறும் குரலில் கேட்டாள். "காரிய்யுடன் சேர்ந்து போராடினானா?" கண்தெரியாத

தனது மகனும் இருட்டில் அந்தப் பயங்கரப் போரில் ஈடுபடும் காட்சி அவளுடைய மனக் கண்முன் எழுந்தது.

“ஆம், கண் தெரியாதவன்தான். அவன் பாடிய பாட்டுகள் அவனுக்கு ஸப்பொரோழியே பூராவிலும் பெயரும் புகழும் பெற்றுத் தந்தனவாம்... இந்த ஆவணங்கள் அவனைப் பற்றி அப்படித்தான் சொல்கின்றன. போலிஷ், உக்ரேனியன், தேவசபை ஸ்லவோனியன் இவை எல்லாம் கலந்த அந்தத் தனிநடையில் இந்தக் கதை குறிக்கப்பட்டிருக்கிறது. அதன் ஒரு பகுதி எனக்கு அனேகமாய் ஒரு வார்த்தை விடாமல் நினைவில் இருக்கிறது: “அவர் பக்கத்தில் இருப்பது புகழ்மிக்க கோசாக்குப் பாடகன் யூர்க்கோ, அவரை இணை பிரியாதவன், அவர் உயிருக்கு உயிரானவன். காரிய் மாண்டு வீழ்ந்தபோது யூர்க்கோவையும் வெட்டி வீழ்த்தினர், அந்த அபவாதக் கொடும் படையினர், நெஞ்சில் ஈரமின்றி. அபவாதிகள்! இயலாதோருக்கும் அவர்களுடைய ஆசாத்தில் கருணை இல்லை; பாட்டிசைப்பவனின், இசை மீட்டுவோனின் புகழ்மிக்க ஆற்றலுக்கும் சிறப்பில்லை. ஸ்தெப்பியில் திரியும் ஓநாய்களும் இவற்றுக்கு இரங்கும், ஆனால் இந்த அபவாதிகள் இரங்கவில்லை. இரவிலே தொடுத்த தாக்குதலில் இவனை அவர்கள் விட்டு வைக்கவில்லை. இருவரும் இணைபிரியாது அடுத்தடுத்து அடக்கமாகியுள்ளனர், பாடகனும் போர்வீரனும். அவர்களுடைய புனித முடிவு என்றும் புகழ்மிக்கதாகுக, அமென்...”

“கல் அகலமாய் இருக்கிறது, இருவரும் இதனடியிலே இருக்கக் கூடும்...” என்று அவர்களில் ஒருவர் குறிப்பிட்டார்.

“இருக்கலாம். ஆனால் கல்வெட்டுகள் தேய்ந்து விட்டன... கோசாக்குப் படைத் தலைவர்களின் இலட்சினையான தண்டமும் குதிரைவாலும் இங்கே தலைப்பில் தெரிகின்றன, ஏனையவை யாவும் மறைந்து விட்டன. கற்பாசியைத் தவிர வேறு ஒன்றும் தெரியவில்லை.”

இந்தக் கதையை ஆவலோடு கேட்டுக்கொண்டிருந்த பியோத்தர் “இதோ ஒரு நிமிடம் இரேன், சொல்கிறேன்” என்று கூவினான்.

கல்லின் பக்கம் மண்டியிட்ட அதன்மீது மூடியிருந்த பச்சையான கற்பாசிக்குள் தனது மெல்லிய விரல்களை வைத்து அழுத்தினான். பாசிக்கடியில் கல்லின் கெட்டிப் பரப்பைத் தடவிப் பார்த்தபோது, அதில் வெட்டப்பட்டிருந்த எழுத்துக்களின் அழிந்த உருவரைகளை அவனால் உணர முடிந்தது.

முகத்தை மேலே உயர்த்தி, புருவங்களை நெருக்கிச் சேர்த்தபடி கணப்பொழுது உட்கார்ந்திருந்தபின் உரக்கப் படித்தான்.

“ ‘இக்னாத், காரிய் என்று அழைக்கப்பட்டவர்... நமது தேவன் சித்தத்தால்.... தாத்தாரிய அம்பால் வீழ்த்தப்பட்டு...’ ”

“ஆம், அதுவரை எங்களாலும் படிக்க முடிந்தது” என்றான் மாணவன்.

விறைப்பாய் வளைந்திருந்த பியோத்தரின் விரல்கள் பாளக்கல்லின்மீது மேலும் தொடர்ந்து தடவிச்சென்றன.

“ காரிய் மடிந்து வீழ்ந்ததும்...”

“அபவாதக் கொடும் படையினர்...” என்று மாணவன் ஆவலுடன் கூறினான். “யூர்க்கோவின் மரணம் அப்படித்தான் இந்த ஆவணங்களில் குறிக்கப்படுகிறது. அப்படியானால் அது உண்மைதான் - அவனும் இங்கேதான், இதே கல்லுக்கு அடியில்தான் அடக்கமாகியிருக்கிறான்...”

“ஆம் - ‘அபவாதக் கொடும் படையினர்...’ என்றுதான் இருக்கிறது” மாணவன் சொன்னதை பியோத்தர் உறுதி செய்தான். “அவ்வளவுதான் என்னால் படிக்க முடிந்தது. இரு, இரு, வந்துவிட்டேன்! இதோ இன்னும் கொஞ்சம் தெரிகிறது: ‘தாத்தாரியக் கொடுவாட்களால் வெட்டி வீழ்த்தப்பட்டான்...’ இன்னும் ஏதோ இருக்கிறது-விளங்காதபடி தேய்ந்துவிட்டது. அவ்வளவுதான்.”

அந்த இளம் பண்டூராக்காரனைப் பற்றிய எஞ்சிய நினைவு இந்தச் சமாதியில் இக்கல் இருந்து வந்துள்ள ஒன்றரை நூற்றாண்டில் அரிப்பால் அழிக்கப்பட்டுவிட்டது...

சிறிது நேரத்துக்குப் பேச்சு அடங்கி தோட்டத்தில் நிசப்தம் நிலவிற்று. பூங்காற்றிலே தழைகள் சலசலப்பது மட்டும்தான் கேட்டது. இந்த அமைதி பக்தி வாய்ந்த நீண்ட பெருமூச்சினால் கலைக்கப்பட்டது. பெருமூச்சு விட்டவர் ஒஸ்தாப்-இந்தத் தோட்டத்தின் சொந்தக்காரர், ஆகவே ஒரு காலத்து அத்தாமனின் இறுதித் துயிலிடத்தின் சொந்தக்காரர். மேன்மக்களை வரவேற்பதற்காக இங்கு வந்தவர், முகத்தை மேலே உயர்த்திக்கொண்டு பார்வையில்லாத கண்களையுடைய இளைஞன் ஒருவன் சமாதியின் பக்கத்தில் மண்டியிட்டு ஆண்டுகளும் மழையும் புயலும் சேர்ந்து மனிதனுடைய பார்வைக்குத் தெரியாதபடி மறைத்துவிட்ட சொற்களை விரல்களால் தொட்டுத் தடவிப் படித்துக்கொண்டிருந்ததைப் பார்த்ததும் வியப்புற்று வாயடைத்து நின்றுவிட்டார்.

“எல்லாம் கடவுள் அருள்” என்று மலைப்புடன் வைத்த கண் வாங்காது பியோத்தரை உற்றுப் பார்த்தபடி அவர் கூறினார். “கண் தெரியும் நமக்குத் தெரியாதவற்றைக் கண் தெரியாதவர்கள் தெரிந்து கூறுவது கடவுள் அருள்தான்.”

"இவெலீனா, திடீரென்று யூர்க்கோவைப் பற்றி எனக்கு நினைவு வந்ததன் காரணம் இப்பொழுது விளங்குகிறதா உனக்கு?" - புழுதியெழுந்த சாலையில் புறப்பட்டு வண்டி மெள்ள மடாலயத்தை நோக்கிச் சென்றுகொண்டிருந்த போது மாணவன் இவ்வாறு கேட்டான். "கண்தெரியாத பாடகனால் எப்படி காரிய்யுடனும் அவருடைய அதிவேகக் குதிரை வீரர்களுடனும் சேர்ந்து குதிரையிலே சென்றிருக்க முடியுமென்று என் தம்பியும் நானும் வியந்து கொண்டிருந்தோம். காரிய் அக்காலத்திய தலைமை அட்டாமனாய் இல்லாமல், ஒரு படைத் தொகுப்பின் தலைவனாய் மட்டுமே இருந்திருக்கலாம். ஆனால் அவர் தலைமை தாங்கியது காலாட் படையல்ல, கோசாக்குக் குதிரை வீரர்கள் என்பது நமக்குத் தெரியும். பண்டூராக்காரர்கள் சாதாரணமாய் வயதான கிழவர்களாகத்தான் இருப்பார்கள், கிராமம் கிராமமாய்ச் சென்று பாட்டுப் பாடி பிச்சை வாங்கிக் காலமோட்டியவர்கள்... இன்று உன்னுடைய பியோத்தர் குதிரை சவாரி செய்ததைப் பார்த்த போதுதான் திடீரென என் மனக் கண் முன்னே துப்பாக்கிக்குப் பதிலாய்த் தனது பண்டூராவை முதுகில் மாட்டிக்கொண்டு பாடகன் குதிரை மீது செல்லும் காட்சி தெரிந்தது..."

கணநேரம் பேசாமலிருந்துவிட்டுப் பிறகு பொறாமைப்படும் குரலில் தொடர்ந்து கூறினான்:

"அதுமட்டுமல்ல, அவன் போர்களிலுங்கூட பங்கு கொண்டிருக்கலாம்... எப்படியும் எல்லாப் போர்ப் பயணங்களிலும் அபாயங்களிலும் பங்குகொண்டான் என்பதில் சந்தேகமில்லை. ஆம், நம்முடைய உக்ரேனில் அப்பொழுது காலம் எவ்வளவு பிரமாதமாய் இருந்தது!"

"எவ்வளவு பயங்கரமாய் இருந்தது என்று சொல்!" பெருமூச்செறிந்தபடி ஆன்னா மிகையிலொவ்னா சொன்னாள்.

"எவ்வளவு அற்புதமாய் இருந்தது!" என்று இளைஞன் மீண்டும் வலியுறுத்தினான்.

"இம்மாதிரி எல்லாம் இன்று நிகழ்வதில்லை" என்றான் பியோத்தர் கரகரக்கும் குரலில். அப்பொழுதுதான் அவன் தன் குதிரையை வண்டியருகே ஓட்டி வந்து இளம் ஸ்தவ்ருச்சேங்கோவுடன் சேர்ந்து கொண்டான்... புருவங்களை உயர்த்திக்கொண்டு ஏனைய குதிரைகளின் ஓட்டத்தைக் காதால் கவனமாய்க் கேட்டான். வழக்கத்தைவிட இன்னும் அதிகமாய் வெளுத்திருந்த அவன் முகம் அவனுடைய உள்ளக் கிளர்ச்சியை வெளிக் காட்டிற்று... "அவை எல்லாம் இன்று மறைந்தேவிட்டன" என்று திரும்பவும் சொன்னான்.

“மறைய வேண்டியவை மறையத்தான் செய்யும்” என்று குரலில் சற்று கடுப்பு தொனிக்க மக்சீம் கூறினார். “அவர்கள் அந்தக் காலத்துக்கு ஏற்றபடி வாழ்ந்தனர். இந்தக் காலத்துக்கு ஏற்ற வாழ்வை நீ உனக்குத் தேடிக்கொண்டாக வேண்டும்…”

“உங்களுக்கு என்ன, நீங்கள் நன்றாய்ப் பேசலாம்” என்றான் மாணவன். “நீங்கள் வாழ்க்கையிடமிருந்து பெற வேண்டியதை ஏற்கெனவே ஓரளவு பெற்றுக் கொண்டுவிட்டீர்கள்.”

“ஆம், வாழ்க்கையும் என்னிடமிருந்து பெற வேண்டியதை ஓரளவு பெற்றுக்கொண்டுவிட்டது” என்று தனது கவைக்கோல் களைப் பார்த்தபடி கடும் புன்னகை புரிந்தவாறு மக்சீம் கூறினார்.

மௌனம் நிலவிற்று.

“பழைய கோசாக்குக் காலங்களைப் பற்றி இளம்வயதில் நானும் கனவு கண்டவன்தான்” என்று மக்சீம் தொடர்ந்து பேசினார். “அக்காலங்களுடைய கட்டுக்கடங்காத வீரமிக்க கவிதைச் சிறப்பும் சுதந்திர ஆவேசமும் கவர்ச்சி வாய்ந்தவையே. மெய்யாகவே நான் துருக்கிக்குச் சென்றேன், சாதிக்குடன்* சேர்ந்து கொள்ளலாமென்று.”

“அப்படியா? பிறகு என்ன ஆயிற்று?” என்று இளைஞர்கள் ஆவலாய்க் கேட்டனர்.

“உங்களுடைய ‘சுதந்திரக் கோசாக்குகள்’ துருக்கி ஏதேச்சதிகாரத்துக்குச் சேவை செய்ததைப் பார்த்ததும் நான் கனவுகளிலிருந்து விரைவில் விடுபடலானேன். பகல் வேஷம்! வரலாறு அந்தப் பழைய வேஷங்களைக் குப்பைக் குழியில் தள்ளிவிட்டது. மேல் தோற்றத்துக்கு எவ்வளவுதான் கவர்ச்சியாய் இருப்பினும் வடிவமல்ல முக்கியமானது, நோக்கம்தான் முக்கியமானது என்பதை அப்பொழுது நான் உணர்ந்து கொண்டேன். அதனால்தான் இத்தாலிக்குச் சென்றேன். அங்கே மக்கள் பேசிய மொழி எனக்குத் தெரியாவிட்டாலும், அவர்கள் நான் உயிரைவிடத் தயாராயிருந்த ஒரு நோக்கத்துக்காகப் போராடிக் கொண்டிருந்தனர்.”

மக்சீம் இப்பொழுது வேடிக்கை செய்யாமல் கருத்தாழ்ந்த முறையில் பேசினார்; இது அவருடைய சொற்களுக்குத் தனி அழுத்தம் கொடுத்தது. கிழவர் ஸ்தவ்ருச்சேங்கோவுக்கும் அவருடைய புதல்வர்களுக்குமிடையே நடைபெற்ற பலத்த வாக்குவாதங்களில் அவர் அதிகம் பங்கெடுத்துக் கொண்ட தில்லை; அவர்களுடைய உணர்ச்சிவயப்பட்ட நிலையைக் கண்டு உள்ளுக்குள் சிரித்துக்கொள்வதுடன், அல்லது இளைஞர்கள்

*சாதிக் - பாஷா - உக்ரேனிய கற்பனாவாதியான சைக்கோவ்ஸ்கி என்பவர்; துருக்கியில் கோசாக்குகளை ஓர் அரசியல் சக்தியாக்க நினைத்தவர்.

அவரைத் தமது கூட்டாளியாகக் கருதி அவருடைய ஆதரவை நாடியபோது அன்புடன் குறுநகை புரிவதுடன் நிறுத்திக்கொண்டார்.

ஆனால் இன்று பாசி ஏறிய அந்த பாளக்கல்லைக் குனிந்து பார்த்தபோது அவர்களுடைய கண்முன் எழுந்த அந்தப் பழங்கதையால் அவர் உள்ளம் வெகுவாய் கிளர்த்திவிடப்பட்டு விட்டது. தவிரவும் நெடுங்காலத்துக்கு முற்பட்ட இந்த நிகழ்ச்சி இன்று பியோத்தருக்கும் அவன் மூலம் அவர்கள் எல்லோருக்கும் ஏதோ ஒரு வழியில் மிகுந்த முக்கியத்துவமுடையதென்ற உணர்வும் அவர் உள்ளத்தில் உதித்தது.

இம்முறை இளைஞர்கள் வாதாட முயலவில்லை. சில நிமிடங்களுக்கு முன்பு ஒஸ்தாப்பின் தோட்டத்தில் அந்தப் பழங்காலம் மறைந்தொழிந்து விட்டதை மிகத் தெளிவாய் எடுத்துரைத்த அந்த சமாதிக் கல்லின் அருகே அவர்கள் உள்ளத்தில் கிளர்ந்தெழுந்த உணர்ச்சிகளால் வயப்படுத்தப் பட்டிருக்க வேண்டும், அல்லது அந்த முதுபெரும் போர்வீரரின் கருத்தாழமிக்கக் குரலால் அவர்கள் கவரப்பட்டிருக்க வேண்டும்.

“அப்பொழுது எங்களுக்கு இருப்பதுதான் என்ன?” மக்சீம் பேசியபின் நிலவிய நிசப்தத்தைக் கலைத்துக்கொண்டு மாணவன் கேட்டான்.

“போராட்டம்தான், முடிவில்லாத அதே போராட்டம்தான்” என்றார் மக்சீம்.

“எந்தத் துறையில்? எந்த வடிவத்தில்?”

“அது நீங்கள்தான் தீர்மானித்து வகுத்துக்கொள்ள வேண்டும்.”

வழக்கமான அவருடைய வேடிக்கைப் பேச்சைவிட்டு, கருத்தாழ்ந்த முறையில் விவாதிக்க விரும்புகிறவராய்த் தோன்றினார். ஆனால் முக்கிய விவாதம் எதற்கும் இப்பொழுது நேரமில்லை. வண்டி மடாலயக் கதவுகளை நெருங்கி வந்து விட்டது. பியோத்தரின் குதிரையை நிறுத்துவதற்காக மாணவன் கையை நீட்டினான். கண் தெரியாத இளைஞனின் முகம் அவனுள் அலைமோதிய உணர்ச்சிப் பெருக்கை ஒளிவுமறைவின்றி வெளிக்காட்டிற்று.

3

மடாலயத்தைப் பார்ப்பதற்கு வருவோர் அங்குள்ள பண்டைய மாதாகோயிலில் சிறிது நேரம் சுற்றிவிட்டுப் பிறகு மணிக் கூண்டில் ஏறி மேலே செல்வது வழக்கம். அதன் உச்சியிலிருந்து பார்க்கையில் சுற்றுப்புற வட்டாரம் முழுதும் கண்ணுக்குத் தெரியும். வானம் நிர்மலமாயிருக்கும் நாட்களில் உற்றுப் பார்த்தால் மாவட்டத் தலைமை ஊரைக் குறித்த வெள்ளைத் திட்டுக்கள் தொலைவிலே தெரியக் காணலாம்; அடிவானத்துடன் ஒன்றுசேர்ந்து தோன்றும் தினேப்பரின் பளிச்சிடும் வளை கோடுகளையும் காணலாம்.

மடத்தின் துறவி அறை ஒன்றின் சிறிய முகப்பிலே மக்சீமை உட்கார்ந்து ஓய்வெடுத்துக்கொள்ளும்படி விட்டுவிட்டு ஏனையோர் மணிக்கூண்டுக்குப் புறப்பட்டபோது சூரியன் அடிவானத்திலே மறையத் தொடங்கி விட்டான். துறவியாவ தற்காக ஏற்கப்பட்ட புத்தாளான இளைஞன் ஒருவன் அவர்களை மேலே அழைத்துச் செல்வதற்காக வில்மாட முகப்பில் காத்திருப்பதைக் கண்டனர். மெல்லிய உருவமுடைய அவன் அங்கியும் உயரமான கூர்த் தொப்பியும் அணிந் திருந்தான். மூடிய கதவின் முன்னால் அதன் தாழ்ப்பாளின் மீது கையை வைத்துக்கொண்டு நின்றான். அவனுக்கு எதிரே பீதியுற்ற சிட்டுக்குருவிகள் போல சிறுவர்கள் சிலர் எச்சரிக்கையாய் அவன் கைக்கு எட்டாத தூரத்தில் நின்று கொண்டிருந்தனர். இந்தக் குறும்புக்காரச் சிறுவர்களுக்கும் அந்தப் புத்தாளுக்கும் ஏதோ சச்சரவு என்பது நன்கு தெரிந்தது. மணிக்கூண்டைப் பார்க்க வந்திருப்பவர்கள் மேலே செல்லும் போது தாமும் மெள்ள உள்ளே நுழைந்துவிடலாமென்ற நினைப்பில் சிறுவர்கள் வாயிலில் மறைந்து நின்றதைக் கண்டுபிடித்துவிட்ட புத்தாள் இப்பொழுது அவர்களை அங்கிருந்து விரட்ட முயன்று கொண்டிருக்க வேண்டும். புத்தாளின் கோபாவேசத் தோற்றத்திலிருந்தும், தாழ்ப்பாளில் கையை வைத்து அழுத்திக் கொண்டு அவன் நின்ற விதத்திலிருந்தும் இப்படித்தான் நினைக்கத் தோன்றியது. வெளிறிய அவனுடைய மேனிக்குப் பொருந்தாமல் அவன் கன்னங்கள் கோபத்தால் பழுத்திருந்தது எடுப்பாய்த் தெரிந்தது.

இந்த இளம் புத்தாளின் கண்கள் பார்ப்பதற்கு ஒரு மாதிரியாய் விசித்திரமாய் இருந்தன. அவை அசைவதாகவே தெரியவில்லை. அவனுடைய பார்வையின் இந்த அசைவின் மையையும் அவனுடைய விபரீதமான முகபாவத்தையும் ஆன்னா மிகையிலொவ்னாதான்

எல்லோருக்கும் முன்னதாய்க் கவனித்தாள். பதற்றத்துடன் அவள் இவெலீனாவின் கையைப் பிடித்து அழுத்தினாள்.

இவெலீனா துணுக்குற்றுவிட்டாள்.

"கண் தெரியாதவன்!" என்று அவள் முணுமுணுக்கும் குரலில் மெள்ள கூறினாள்.

"உஸ்-ஸ்" என்று எச்சரிக்கை செய்து "முகபாவத்தைப் பார், தெரிகிறதா உனக்கு?" என்று கேட்டாள் தாய்.

"ஆமாம்."

நன்றாய்த் தெரிந்தது-புத்தாளின் முகபாவத்துக்கும் பியோத்தருடைய முகபாவத்துக்கும் ஒரு விபரீத ஒற்றுமை இருந்தது. திகைப்பை வெளி-யிட்ட அதே வெளிறிய தோற்றம், தெளிவான ஆனால் அசையாத கண்பாவைகள், புருவங்களின் அதே ஓயாத அலைவு-பீதியுற்ற பூச்சியின் உணர்ச்சிக் கொம்புகளைப் போல சிறு சப்தம் கேட்டதும் துடிப்புற்று மேலும் கீழுமாய்த் துள்ளும் புருவங்கள். புத்தாளின் முகச் சாயல் பியோத்தருடையதைவிட கடுமையாகவும் கரடு முரடாயும் இருந்தது. அவன் எலும்பும் தோலுமாய் இருந்தான். ஆனால் இது அவர்களுடைய ஒற்றுமையை மேலும் கோடிட்டுக் காட்டுவதாகவே இருந்தது. அவன் கடுமையாய் இருமத் தொடங்கி, ஒடுங்கிய நெஞ்சில் அவசரமாய்க் கைகளை வைத்துக்கொண்டு நின்றபோது, ஆன்னா மிகையிலொவ்னா ஏதோ பேய் உருவைக் காண்பவளைப் போலக் கண்களில் பீதி மின்ன அவனை விழித்துப் பார்த்தாள்.

இருமல் அடங்கியதும் அவன் கதவைத் திறந்துகொண்டு வழி மறித்து அதன் முன்னால் நின்றான்.

"சிறுவர்கள் இல்லையே?" என்று கடுமையான குரலில் கேட்டான். பிறகு முன்னால் சிறுவர்கள் பக்கம் தாவி "இங்கே வராதீர்கள், ஒழிந்து போங்கள்!" என்று இரைந்தான்.

சற்று நேரத்துக்கெல்லாம் இளம் மக்கள் அவனைக் கடந்து மணிக்கூண்டு வாயிலினுள் சென்றபோது, குழையும் குரலில் அவர்களுடைய காதுக்குள் அவன் சொன்னான்:

"மணியாட்டிக்கு எதாவது கொஞ்சம் கிடைக்குமா? பார்த்து நடங்கள் - உள்ளே இருட்டாய் இருக்கும்."

எல்லோரும் படிக்கட்டின் அடியை வந்தடைந்தனர். செங்குத்தான படிகளில் மேலே ஏறுவது சிரமமாயிருக்குமே என்று ஆன்னா மிகையிலொவ்னா சில நிமிடங்களுக்கு முன்புவரை தயங்கிக்கொண்டிருந்தாள்;

ஆனால் இப்பொழுது வாய் பேசாமல் ஏனையோரைப் பின்தொடர்ந்து சென்றாள்.

கண் தெரியாத மணியாட்டி கதவை இழுத்து மூடித் தாழ்ப்பாளிட்டான். மணிக்கூண்டினுள் இருட்டாகிவிட்டது. ஆன்னா மிகையிலொவ்னா தடித்த கல் சுவரில் தலைக்கு மேலே இருந்த குறுக்குத் துளை வழியே மங்கலான ஒளி உள்ளே வருவதைக் கண்டுணரச் சற்று நேரமாகியது. கோபுரத்தின் குறுக்கே சாய்ந்து இந்த வெளிச்சம் எதிர்ப்பக்கத்துச் சுவரின் தூசி படிந்த முரட்டுக் கற்களில் மங்கிய ஒளித்திட்டாய்த் தெரிந்தது.

சுருள் படிக்கட்டில் இளம் மக்கள் தடபுடவென்று மேலே ஏறினர். அவர்களுக்கு வழிவிட்டு ஒதுங்கிய ஆன்னா மிகையிலொவ்னா தயங்கியபடி கீழேயே நின்று கொண்டிருந்தாள்.

மணிக்கூண்டுக்கு வெளியிலிருந்து திடீரென்று குழந்தை களின் கீச்சுக் குரல்கள் ஒலித்தன.

"எகோர் மாமா! எங்களையும் உள்ளே வரவிடுங்கள்!" என்று அவர்கள் மன்றாடினர்.

ஆனால் மணியாட்டி கொடுங்கோபங்கொண்டு கதவிடம் ஓடி அதன் இரும்புக் கவசத்தின்மீது கைகளால் குத்தினான்.

"ஒழிந்து போங்கள்-நாசமாய்ப் போக!" என்று ஆத்திரமாய்க் கத்தினான்.

"குருட்டுச் சைத்தான்!" என்று பல குரல்கள் வெளியிலிருந்து பலமாகக் கூவின. பிறகு தொபு தொபுவென வெறுங்காலில் பலரும் ஓடும் சப்தம் கேட்டது.

அதைக் கேட்டுக்கொண்டு சற்றுநேரம் அங்கேயே நின்ற மணியாட்டி வேகமாய் மூச்சை உள்ளே இழுத்தான்.

"நாசமாய்ப் போக!" என்று வாய்க்குள் சபித்துக் கொண்டான் "இதற்கு ஒரு முடிவு இருக்காதா? கழிச்சல்லே போக!"

பிறகு முற்றிலும் மாறான குரலில், சகிக்க முடியாத துன்பத்தின் ஆற்றாமை துடிக்கும் குரலில் முனகினான்:

"கடவுளே! தேவனே! என்னை ஏன் இப்படி வருத்துகிறாய்?"

படிக்கட்டை நோக்கி நடந்தவன் அங்கே இன்னும் தயங்கியபடி நின்ற ஆன்னா மிகையிலொவ்னாவின் மேல் மோதிக் கொண்டான்.

"யார் இது?-ஏன் இங்கேயே நிற்கிறே?" என்று அதட்டிக் கேட்டான். பிறகு சற்று சாந்தமான குரலில் "போனால் போவது, பயப்பட வேண்டாம். இதோ என் கையைப் பிடித்துக்கொள்" என்றான்.

விளாதிமிர் கொரலேன்கோ | 161

இருவரும் படிகளில் ஏறும்போது, முன்பு மணிக்கூண்டு வாயிலில் அவன் பேசிய குழைவான அதே குரலில் திரும்பவும் வேண்டினான்:

“மணியாட்டிக்கு எதாவது கொஞ்சம் கிடைக்குமா?”

ஆன்னா மிகையிலொவ்னா இருட்டில் தன் பைக்குள் துழாவி அவனுக்கு ஒரு நோட்டை எடுத்துக் கொடுத்தாள். வேகமாய் அவன் அதை பற்றிக்கொண்டான். சுவரில் குறுகலான ஓட்டை இருந்த இடத்துக்கு அவர்கள் ஏறி வந்ததும், அந்த மங்கலான வெளிச்சத்தில் அவன் அந்தப் பணத்தைத் தன் கன்னத்திலே வைத்தழுத்தி விரல்களால் கவனமாய்த் தடவிப் பார்ப்பதைக் கண்டாள். அவனுடைய வெளிறிய முகம் - அப்படியே அவளுடைய மகனின் முகம் போல இருந்தது - வினோதமான அந்த மங்கல் ஒளியில் சட்டென நெளிந்து சிறு பிள்ளையின் மகிழ்ச்சித் துடிப்புடையதாகிவிட்டது.

“ஆகா, நன்றி, நன்றி! இருபத்தைந்து ரூபிள் நோட்டு!” என்று வியந்து கூவினான். “என்னை ஏமாற்றுகிறாய், கண் தெரியாத கபோதியை ஏளனம் செய்து வேடிக்கை பார்க்கிறாய் என்றல்லவா நினைத்தேன்! சிலர் அப்படித்தானே செய்கிறார்கள்!” என்றான்.

பாவம், தாயின் முகம் பீறிட்டு வழிந்த கண்ணீரால் நனைந்து விட்டது. அவசரமாய்க் கண்ணீரைத் துடைத்துக் கொண்டு, ஏனையோரிடம் போய்ச் சேர்ந்துகொள்வதற்காக வேகமாய்ப் படிகளில் ஏறினாள். அவர்களுடைய பேச்சுக் குரலும் காலடி ஓசையும் உயரத்திலிருந்து படிகளில் மந்தமாய் எதிரொலித்து, கற்சுவருக்கு அப்பால் தண்ணீர் விழும் சப்தத்தைப் போல அவள் காதில் விழுந்தன.

இளம் மக்கள் மேலே உயரமான இடத்தில் ஒரு திருப்பத்தில் சற்றுநேரம் நின்றனர். அங்கே குறுகலான சாளரத்தின் வழியே சிறிதளவு காற்றும் மெல்லிய ஒளிக் கிரணமும் உள்ளே வந்தன. அந்த ஒளி மெள்ள மங்கி விட்டதென்றாலும், படிக்கட்டின் கீழ்மட்டத்தில் வந்ததைவிடத் தெளிவாய் இருந்தது. சுவர் இங்கு வழவழப்பாய் இருந்தது, அதில் பல குறிப்புகள் பதிக்கப் பட்டிருந்தன-பெரும்பாலானவை மணிக்கூண்டுக்கு வந்தவர்கள் இட்டுச்சென்ற கையொப்பங்கள்.

இந்தப் பெயர்களில் பல ஸ்தவ்ருச்சேங்கோ புதல்வர்கள் அறிந்தவை, தமக்குத் தெரிந்த பெயரைக் கண்டதும் அவர்கள் தமாஷாய் எதையோ கூறிச் சப்தமிட்டுச் சிரித்தனர்.

“இங்கே வேறு ஏதோ குறிப்பு காணப்படுகிறதே” என்று வியந்து கூறிவிட்டு கிறுக்கப்பட்டிருந்த அந்த வாசகத்தை மாணவன் மெல்லப் படித்தான்: “புறப்படுவது பலர், எல்லையை வந்தடைவது சிலரே...”

சிரித்துவிட்டு "படியேறி மேலே செல்வோரைக் குறிப்பதாகவே இருக்குமென நினைக்கிறேன்" என்றான்.

"அப்படிக் குதர்க்கமாகவும் அர்த்தப்படுத்திக் கொள்ளலாம், உன் விருப்பம் அது" என்று மணியாட்டி வெடுக்கெனக் கூறிவிட்டுத் தலையைத் திருப்பிக் கொண்டான். ஆடியதிர்ந்த அன்புருவங்கள் அவனுடைய உள்ளக் கிளர்ச்சியைத் தெரிவித்தன. "அதற்குக் கீழே ஒரு பாட்டு இருக்கிறது. வேண்டு மானால் படித்துப் பார்."

"பாட்டா? எங்கே இருக்கிறது? ஒன்றையும் காணோமே."

"அவசரப்பட்டு முடிவுக்கு வராதே! நான் சொல்கிறேன் - அங்கேதான் இருக்கிறது. கண் தெரியும் உங்களிடமிருந்து மறைக்கப்பட்டிருப்பவை ஏராளம் இருக்கின்றன."

மணியாட்டி இரண்டொரு படி கீழே இறங்கி பகல் வெளிச்சத்தின் மங்கலான கிரணங்கள் பட்ட இடத்துக்குச் சற்று அப்பால் சுவரில் கையை வைத்துக் காட்டினான்.

"இதோ இருக்கிறது பார். அருமையான பாட்டு. ஆனால் விளக்கு இல்லாமல் உன்னால் படிக்க முடியாது" என்றான்.

பியோத்தர் அவன் அருகே நகர்ந்து சுவரின் மேல் கையை வைத்துத் தடவினான். மறுகணமே சுவரில் வெட்டப்பட்டிருந்த சோகமிக்க அவ்வரிகளைப் படித்தான். அவற்றை வெட்டியவன் யாரோ தெரியாது, அவர் இறந்து நூறாண்டுகளுக்கு மேல் ஆகியிருந்தாலும் இருக்கலாம்.

> மறவாதே மறவாதே மாளும்தருணம் மறவாதே,
> மறவாதே மறவாதே தீர்ப்புக்கூறும் அந்நாளை,
> மறவாதே மறவாதே வாழ்வுக்கோர் முடிவுண்டு,
> மறவாதே மறவாதே நரகத்தின் நெருப்புதனை.

"பித்துக்குளியின் புலம்பல்!" என்றான் மாணவன் - ஆனால் அவனுடைய கேலி யாருக்கும் சிரிப்பூட்டுவதாயில்லை.

"உனக்குப் பிடிக்கவில்லை, இல்லையா?" என்று மணியாட்டி காழ்ப்புடன் கேட்டான். "நீ இளைஞன்தான்-ஆனால் நாளை நடப்பதை யார் அறிவார்? இரவில் வரும் திருடனைப் போல நாம் அறியாமலே சாவு நம்மை நெருங்கி வருகிறது." பிறகு குரலை மாற்றிக்கொண்டு "நல்ல பாட்டு, ரொம்ப நல்ல பாட்டு. 'மறவாதே மறவாதே மாளும் தருணம் மறவாதே' " என்றான். மீண்டும் காழ்ப்புடன் "அப்பொழுது நமக்குக் கிடைக்கப்போவது என்ன?-அதுதான் கேள்வி" என்று கூறி முடித்தான்.

விளாதிமிர் கொரலேன்கோ | 163

அவர்கள் படிகளில் ஏறிச் சென்றனர்; விரைவில் மணிக் கூண்டின் முதல் மச்சை வந்தடைந்தனர். மிகவும் உயரத்தில் இருந்தது. ஆனால் சுவரிலிருந்த வாயிலினுள்ளே மற்றொரு படிக்கட்டு தெரிந்தது - முதலாவது படிக்கட்டைக் காட்டிலும் செங்குத்தாகவும் குறுகலாகவும் இருந்தது. அது மேலும் உயரத்திலிருந்த உச்சி மச்சுக்குச் சென்றது. இங்கு அவர்கள் முன்னால் கண்கொள்ளாக் காட்சி தெரிந்தது. மேற்கிலே மறைந்து கொண்டிருந்த கதிரவன் தட்டை நிலப் பரப்பில் நீண்டநெடிய நிழல்களைத் தெரியச் செய்தான். கிழக்கில் வானம் கனத்த மேகங்களால் கறுத்திருந்தது. தொலைவிலே அந்தி ஒளிர்வில் உலகம் மங்கலாய்த் தெளிவற்றுத் தோன்றியது; கதிரவனின் சாய்வுக் கதிர்கள் இங்குமங்குமாய்ச் சிற்சில இடங்களில் வெள்ளை பூசிய விவசாயி வீட்டை நீல நிழல் களிடையே பளிச்செனத் தெரியச் செய்தன, அல்லது சன்னல் கண்ணாடியை இரத்தச் சிவப்பாக்கின, அல்லது தொலைவிலே நின்ற மணிக் கூண்டின் சிலுவையில் பளிச்சிட்டன.

அச்சிறு குழுவினர் வாய்மூடிய மௌனிகளாகி விட்டனர். இளங் காற்று அவர்கள் மீது வீசிற்று-அப்பழுக்கற்ற புத்தம்புதுக் காற்று, இவ்வுயரத்திலே நிலவுலகின் வாடை சிறிதுமின்றி வீசிற்று. மணிகளிலிருந்து தொங்கிய கயிறு களுடனும், அந்த மணிகளுடனுங்கூட அது விளையாடிற்று - விளையாடி அவற்றை அதிரச் செய்து மெல்லிய நீடித்து ஒலித்த உலோகக் கணகணப்பை எழுப்பிற்று. இந்தக் கணகணப்பு தெளிவின்றி தொலைவிலிருந்து வரும் இசையையோ, மணிகளின் செப்பு அகங்களிலிருந்து எழும் ஆழ்ந்த முனகலையோ காதுக்கு நினைவூட்டுவதாய் இருந்தது. நிசப்தமாயிருந்த கிராமப்புறத்திலிருந்து அமைதியும் சாந்தமும் எங்கும் பரவி நிரம்பின.

மணிக்கூண்டு மச்சில் நிலவிய அந்த நிசப்தத்துக்கு மற்றொரு காரணமும் இருந்தது. பொதுவான ஏதோ ஓர் உணர்ச்சியால் உந்தப்பட்டு - உயரம், இன்னும் முக்கியமாய் தமது இயலாமை இவற்றின் உணர்ச்சியால் உந்தப்பட்டு -- கண் தெரியாத இரு இளைஞர்களும் மூலைத் தூண்களைத் தமக்கு ஆதரவாகக் கொண்டு அங்கே ஒதுங்கி அவற்றின் மீது சாய்ந்துகொண்டு இதமான இளங்காற்றின் பக்கம் முகத்தைத் திருப்பிக்கொண்டு நின்றனர்.

இப்பொழுது அவர்கள் இருவருடைய தோற்றமும் ஒற்றுமையும் எல்லோருடைய கண்ணிலும் தெளிவாய்ப்பட்டது. மணியாட்டி வயதில் கொஞ்சம் மூத்தவனாய் இருந்தான். தொளதொளப்பான துறவு அங்கி அவனுடைய ஒடுங்கிய உடற்கட்டைத் தடித்த மடிப்புகளால் போர்த்தியிருந்தது அவனுடைய முகச் சாயல் பியோத்தருடையதைக் காட்டிலும் முரடாகவும் நயமின்றிச் செதுக்கப்பட்டதாகவும் இருந்தது.

கூர்ந்து பார்க்கும் கண்ணுக்கு மேலும் பல வித்தியாசங்கள் தென்படும். மணியாட்டி மென்முடியன். அவன் மூக்கு சற்று வளைந்திருந்தது, உதடுகள் பியோத்தருடையவற்றைவிட மெலிந்திருந்தன. அவனுடைய முகவாய் குட்டையான சுருண்ட தாடியால் வரம்பிடப்பட்டிருந்தது; மேல் உதட்டில் மீசை அரும்பு கட்டியிருந்தது. ஆனால் - பாவனைகளில், உதடுகளின் பதைபதைப்பில், புருவங்களின் ஓயாத அலைவில் வியக்கத்தக்க அந்தக் குடும்ப ஒற்றுமையைக் காண முடிந்தது. கூனர்களையும் ஒருவரையொருவர் ஒத்தவராய் தோன்றச் செய்யும் அந்தக் குடும்பச் சாயல் இரு இளைஞர்களிடத்தும் தென்பட்டது.

பியோத்தருடைய முகபாவத்தில் சற்று அதிக சாந்தம் இருந்தது. அவனிடம் வழக்கமான துயரச் சாயலாய் இருந்த தோற்றம் மணியாட்டி-யிடம் கசப்பாய்-சில நேரங்களில் பொசுக்கிடும் காழ்ப்பாய் - கடுமையுற்றிருந்தது. ஆனால் இக்கணத்தில் மணியாட்டியின் பாவனையும் சற்று இதமாய்த்தான் இருந்தது - இளங்காற்றின் மென்மை அவனுடைய நெற்றி பார்வையில்லாத அவனுடைய கண்களுக்குத் தெரியாமல் கீழே நிலவிய காட்சியிலிருந்து எழுந்த சாந்தத்தை அவன் அகத்துள் நிரப்பிவிட்டது போலவும் தோன்றியது. அவனுடைய புருவங்களின் துடிப்பு குறைந்து வந்தது.

பிறகு திடீரென அவன் புருவங்கள் திரும்பவும் மேலே உயர்ந்து விட்டன; அதேபோல பியோத்தரின் புருவங்களும் உயர்ந்து விட்டன...

"மாதாகோயில் மணிகள்" என்றான் பியோத்தர்.

"செயின்ட் எகோரி கோயிலின் மணியோசை பதினைந்து கிலோமீட்டருக்கு அப்பாலிருந்து இங்கு கேட்கிறது" என்று மணியாட்டி கூறினான். "எங்களுக்கு அரைமணி முன்னதாய் அந்திப் பிரார்த்தனைக்காகத் தினமும் அவை ஒலிக்கும். அது உன் காதில் விழுந்ததா? எனக்கும் தவறாமல் கேட்கும். பெரும்பாலோருக்கு அது எட்டாது."

கனவில் மூழ்கியவனாய் அவன் தொடர்ந்து பேசினான்:

"இங்கே உயரத்தில் ரொம்ப நன்றாய் இருக்கிறது. முக்கியமாய் விழா நாளன்று அற்புதமாய் இருக்கும். நான் மணியடிப்பதை எப்பொழுதாவது கேட்டிருக்கிறீர்களா?"

சிறுபிள்ளையின் வெள்ளை மனத்துக்குரிய ஒளிவு மறைவற்ற வீறாப்பு அவன் கேள்வியில் தொனித்தது.

"வந்து கேட்டுப் பாருங்கள். திருத் தந்தை பாம்ஃபிலி - அவரை உங்களுக்குத் தெரியுமல்லவா?-எனக்கென்று இந்த இரு புதிய மணிகளை வாங்கி இங்கே மாட்டினார்."

தனது தூணின் ஆதரவை விட்டகன்று அவன் இரு மணிகளைத் தடவிக் காட்டினான். ஏனையவற்றைப் போல் அவை காலத்தால் இன்னும் கருகாமல் புதிதாய் இருந்தன.

"நேர்த்தியான மணிகள். எவ்வளவு அற்புதமாய் பாட்டிசைக்கும் தெரியுமா? முக்கியமாய் ஈஸ்டரின்போது அவற்றின் இனிமையைக் கேட்க வேண்டும்."

மணிகளுடைய கயிறுகளை எட்டிப் பிடித்து விரல்களை வேகமாய் ஆட்டி அவ்விரு மணிகளையும் மணியிசை எழுப்பச் செய்தான். மிக மென்மையாய் அவற்றின் நாக்குகள் தட்டின. மச்சியிலிருந்த எல்லோருக்கும் தெளிவாய்க் கேட்ட அந்த மணியோசை மச்சுக்கு வெளியே சிறிது தூரத்தில் இருந்தாலும் காதுக்கு எட்டியே இராது.

"பெரிய மணியின் ஓசையையும் நீங்கள் கேட்டுப் பார்க்க வேண்டும் - டாங்ங்-டாங்ங்-டங்ங்!"

சிறுபிள்ளையின் இன்பப் பூரிப்பு அவன் முகத்திலே ஒளிவிட்டது. ஆனால் இந்தப் பூரிப்பிலுங்கூட நோயின் குறியாய் அமைந்த பரிதாபத்துக்குரிய சாயல் தென்பட்டது.

"திருத் தந்தை பாம்ஃபிலி-ஆம், அவர்தான் எனக்கு இந்த மணிகளை வாங்கித் தந்தார்" என்று சொல்லிவிட்டுப் பெருமூச்செறிந்தவாறு தொடர்ந்து பேசினான்: "ஆனால் எனக்குக் கதகதப்பாய் ஒரு கோட்டு வாங்கித் தரமாட்டேன் என்கிறார். ஆள் ரொம்பக் கருமி. இங்கே மணிக்கூண்டின் மச்சிலே நான் நடுங்கிச் சாகவேண்டியதுதான். குளிர் தாங்க முடியவில்லை! இலையுதிர் காலம்தான் மிகவும் கொடுமையாய் இருக்கிறது."

எதையோ உற்றுக் கேட்டவாறு கணப்பொழுது மௌனமாய் இருந்துவிட்டு, பிறகு கூறினான்:

"கீழே அந்த முடவர் கூப்பிடுகிறார். நீங்கள் போக வேண்டியதுதான்."

மந்திரத்தால் கட்டுண்டவளைப் போல இவ்வளவு நேரமும் அவனைப் பார்த்துக்கொண்டிருந்த இவெலீனாதான் முதலில் நகர்ந்தாள்.

"ஆம், நாங்கள் போகவேண்டும்" என்றாள் அவள்.

எல்லோரும் படிகளை நோக்கிச் சென்றனர். மணியாட்டி மட்டும் அசையவில்லை. எல்லோருடனும் சேர்ந்து புறப்பட்ட பியோத்தர் திடீரென அப்படியே நின்று விட்டான்.

"எனக்காகக் காத்திருக்க வேண்டாம், நீங்கள் போங்கள்" என்று அவன் அறிவித்தான். "சற்று நேரத்தில் நான் கீழே வந்து விடுகிறேன்."

படிகளில் காலடி ஓசை மறைந்தது. இவெலீனா மட்டும்தான் சில படிகளுக்கு அப்பால் நின்று கொண்டிருந்தாள். சுவரோடு சுவராய் ஒட்டி நின்று ஏனையோர் போவதற்கு வழி விட்டு விட்டு, கட்டுண்டவளாய்ச் சப்தமின்றிக் காத்துக்கொண்டு நின்றாள்.

கண் தெரியாத இளைஞர்கள் இருவரும் தாம் தனியே இருப்பதாய் நினைத்தனர். சிறிது நேரம் பேசாமல் இருவரும் அசையாது நின்றனர்.

“யார் அது?” என்று மணியாட்டி கேட்டான்.

“நான்தான்” என்று பியோத்தர் பதிலளித்தான்.

“நீயும் கண் தெரியாதவன்தானே?”

“ஆம். நீ எவ்வளவு காலமாய் இப்படி இருக்கிறாய்?”

“நான் பிறந்ததே இப்படித்தான். ஆனால் ரோமன் இப்படியல்ல- மணியடிக்க எனக்கு உதவுகிறானே அவன்தான் ரோமன்-ஏழாவது வயதில்தான் கண் தெரியாதவனானான். சரி, உன்னால் இரவைத் தெரிந்துகொள்ள முடியுமா?”

“முடியும்.”

“என்னாலும் முடியும். வெளிச்சம் வருவதை என்னால் உணரமுடியும். ஆனால் ரோமனால் முடியாது. இருந்த போதிலும் அவனுடைய நிலை அவ்வளவு கடினமானதல்ல.”

“அதெப்படி?” என்று பியோத்தர் ஆவலுடன் கேட்டான்.

“அதெப்படியா? உனக்குத் தெரியாதா, என்ன? அவன் பகலின் ஒளியைப் பார்த்தவனாயிற்றே. அவன் தன் தாயையும் பார்த்திருக்கிறான். அதனால்தான். இரவில் தூங்கும்போது அவளை அவனால் பார்க்க முடிகிறது. இப்பொழுது அவளுக்கு வயதாகிவிட்டது, ஆனால் அவளை அவன் இளம் பெண்ணாகவே பார்க்கிறான். தூக்கத்தில் எப்பொழுதாவது நீ உன் தாயைப் பார்க்கிறாயா?”

“இல்லை” என்றான் பியோத்தர், அடித் தொண்டையால்.

“பார்க்க முடியாதுதான். பிறந்த பிறகு கண்தெரியாமற் போனால்தான், அது முடியும். பிறவியிலேயே கண் தெரியாத வனாய் இருந்தால்...”

புயல் மேகம் அவன் மீது படிந்து விட்டது போல பியோத்தரின் முகம் இருண்டுவிட்டது. மணியாட்டியின் அசையாத கண்களுக்கு மேல் புருவங்கள் திடீரென மேலே எழும்பி, இவெலீனா நன்கு அறிந்த குருட்டு வேதனையைக் காட்டும் அந்தத் தோற்றம் அவன் முகத்திலே தோன்றியது.

"எவ்வளவுதான் கட்டுப்படுத்திக்கொள்ள முயன்றாலும் சில நேரங்களில் கதறிப் புலம்பவே வேண்டியிருக்கிறது. கடவுளே, எங்களைப் படைத்தவனே? கன்னி மேரியே, தேவனின் தாயே! ஓ ஒரேவொரு தரம் ஒளியையும் இன்பத்தையும் காட்டேன், தூங்கும்போதாவது காட்டேன்!"

அவன் முகம் கோணித் துடித்தது, முதலில் அவனிடம் காணப்பட்ட கசப்போடு தொடர்ந்து பேசினான்:

"இல்லை, தூக்கத்திலுங்கூட காட்டமாட்டார்கள். சில நேரங்களில் கனவுகள் வரும் - மிகமிக மங்கலாகவே இருக்கும், விழித்ததும் நினைத்துக்கூட பார்க்க முடியாது."

திடுதிப்பென பேச்சை நிறுத்திவிட்டு உற்றுக் கேட்டான். அவன் முகம் வெளுத்துப் போய், விசித்திரமான ஒரு துடிப்பு அவன் முகபாவனையை உருக்குலைத்தது.

"பிசாசுகள் உள்ளே வந்துவிட்டன" என்று கோபமாய்ச் சொன்னான்.

மெய்தான், பெருகி வரும் வெள்ளத்தின் கர்ஜனை போல சிறுவர்களின் கூச்சலும் காலடி ஓசையும் அந்தக் குறுகலான படிகளில் எதிரொலித்து எழுந்தன. பிறகு கணநேரத்துக்கு நிசப்தம் நிலவிற்று. சிறுவர்கள் முதல் மச்சை வந்தடைந்திருக்க வேண்டும் - அங்கே அவர்களுடைய கூச்சல் வெளியே திறந்த இடத்திலே பறந்து போயிருக்கும். ஆனால் திரும்பவும் மேற்படிக்கட்டில் கூச்சல் எழுந்தது. கும்மாளமடிக்கும் சிறுவர்கள் இவெலீனாவைக் கடந்து மணிமச்சை நோக்கிக் கூட்டமாய் ஏறி ஓடி வந்தனர். உச்சிப் படியில் சற்றுநேரம் நின்றனர். பிறகு ஒருவர் ஒருவராய் வேகமாய் வாயிலினுள் புகுந்து மச்சிக்குள் சென்றனர். கண் தெரியாத மணியாட்டி வாயிலில் நின்று வெறுப்பால் முகம் விகாரமாய்த் தோன்ற தன் முட்டிகளால் அவர்களை ஆவேசமாய்த் தாக்க முயன்றான்.

படிக்கட்டின் இருளில் ஒரு புதிய உருவம் தோன்றியது. அது ரோமன்தான் என்பது தெரிந்தது. அம்மை விழுந்த அவனுடைய அகன்ற முகம் இனிய சுபாவத்தைக் காட்டிற்று. அவனுடைய உள்ளழுந்திய கண்கள் மூடிய இமைகளால் திரையிடப்பட்டிருந்தன. ஆனால் அவன் உதடுகளில் அன்பு கனிந்த குறுநகை நெளிந்தது. இன்னமும் சுவரோடு சுவராய் ஒட்டியபடி நின்ற இவெலீனாவைத் தாண்டி அவன் மச்சை நோக்கி வந்தான். வாயிலில் எகோரியின் பாய்ந்து பறந்த முட்டி அவன் கழுத்தில் மோதிற்று.

"எகோரி! தம்பி! திரும்பவும் ஆவேசம் வந்துவிட்டதா உனக்கு?" என்று ஆழமான இனிய குரலில் அவன் கூவினான்.

இருவரும் இப்பொழுது மார்போடு மார்புபட எதிரெதிரே நின்றனர்.

"இந்தப் பிசாசுகளை ஏன் உள்ளே விட்டாய்?" என்று இன்னும் ஆத்திரம் தணியாதவனாய் உக்ரேனிய மொழியில் எகோரி கேட்டான்.

"சற்று நேரம் வந்து விளையாடட்டுமே" என்று ரோமன் இதமாய்க் கூறினான். "தேவனின் குருவிக் குஞ்சுகள். ஏன் அவர்களை நீ விரட்டுகிறாய்? ஏய், குட்டிச் சைத்தான்களே! எங்கே போய் நிற்கிறீர்கள்?"

மச்சின் மூலைகளிலே ஒண்டிக்கொண்டிருந்த சிறுவர்கள் சப்தம் செய்யாமலிருந்தனர். அவர்களுடைய கண்களில் குறும்பு பளிச்சிடத்தான் செய்தது - கொஞ்சம் கலவரம் கலந்திருந்தது.

சப்தமின்றி மெள்ளக் கீழே இறங்கிச் சென்று கொண்டிருந்த இவெலீனா முதல் மச்சைக் கடந்ததும், எகோரி தடுமாற்றம் எதுவுமின்றி கீழே இறங்கி வரும் காலடி ஓசை ஒலிக்கக் கேட்டாள், அதனுடன்கூட பியோத்தரின் காலடி ஓசையும் கேட்டது. மறுகணமே மேல் மச்சில் ஆனந்தக் கூச்சல்களும் சிரிப்பும் கிளர்ந்தெழுந்தன; ரோமனைக் கட்டிப்பிடித்துக் கொள்வதற்காக ஓடிய சிறுவர்கள் எழுப்பியவை அவை.

மடாலய வாயிலிலிருந்து வண்டி மெள்ள வெளியே சென்றபோது மேலே மணிகள் ஒலிக்கத் தொடங்கின. அந்திப் பிரார்த்தனைக்காக ரோமன் மணியடித்துக் கொண்டிருந்தான்.

சூரியன் அஸ்தமித்து விட்டான். இருண்டுவிட்ட வயல்களின் இடையே வண்டி போய்க்கொண்டிருந்தது. அதன் பின்னால் அந்திப்பொழுதின் நீல நிழல்களிடையே மடாலய மணிகளின் சீரான சோக நாதங்கள் மிதந்து சென்றன.

வீட்டுக்குத் திரும்புகையில் பேச்சு அதிகம் அடிபடவில்லை. அந்த அந்தி பூராவும் பியோத்தர் ஏனையோரிடமிருந்து ஒதுங்கித் தோட்டத்தின் கோடியில் ஒரு மூலையில் தனியே உட்கார்ந்திருந்தான். இவெலீனாவின் கவலை மிகுந்த அழைப்புகளுக்குங்கூட அவன் பதிலளிக்கவில்லை. எல்லோரும் படுக்கச் சென்ற பிற்பாடுதான் அவன் உள்ளே சென்று தனது அறைக்குப் போய்ச் சேர்ந்தான்.

4

ஸ்தவ்ரூக்கவோவில் அவர்கள் தங்கியிருந்த எஞ்சிய நாட்களில் பியோத்தரின் பழைய உற்சாகம் திரும்பிவிட்டது போலத் தோன்றிய நேரங்களும் இருந்தன. அப்பொழுது அவன் அவனுக்குரிய வழியில் மகிழ்ச்சி கொண்டவனாகவே தென்பட்டான். ஸ்தவ்ருச்சேங்கோ புதல்வர்களில் மூத்தவன் சேமித்து வைத்திருந்த இசைக் கருவிகளில் பியோத்தர் மிகுந்த ஊக்கம் காட்டினான். இவற்றில் பல அவனுக்குப் புதியவை. இவை யாவற்றையும் வாசித்துப் பார்த்தான். ஒவ்வொன்றும் அதற்குரிய தனிக் குரலை-அதன் தனிவகை உணர்ச்சிகளை வெளியிடுவதற்கு ஏற்ற குரலை-பெற்றிருந்தது. ஆனால் ஏதோ ஒன்று அவனை வருத்தியது தெளிவாகப் புலப்பட்டது. இந்த மகிழ்ச்சித் தருணங்கள் மேலும் மேலும் கடுமையாகி வந்த சோக இருளில் எழுந்த கணநேர மின்வெட்டுக்களாகவே தோன்றின.

அவர்கள் யாரும் மணிக்கூண்டைப் பற்றி பேசவே இல்லை. எல்லோரும் ஒத்துக்கொண்டாற் போல அந்தப் பயணம் பூராவுமே மறக்கப்பட்டு விட்டதாய்த் தோன்றியது. ஆயினும் அது பியோத்தரை வெகுவாய் வருத்திற்று என்பது தெளிவாய் விளங்கிற்று. அவன் தனியே இருக்கையில்-அல்லது ஏனையோருடன் இருக்கையிலுங்கூட அவன் பேச்சில் ஈடுபடாத நிசப்தத் தருணங்களில்-அவன் தன் சொந்த சிந்தனைகளில் மூழ்கிவிடுவான்; அப்பொழுது அவன் முகத்தில் அவனுடைய உள்ளக் கசப்பைக் காட்டும் ஒரு தோற்றம் எழும். இது இதன்முன் அவனிடம் பல சந்தர்ப்பங்களில் காணப்பட்டு வந்ததே என்பது மெய்தான்; ஆனால் இப்பொழுது முன்னிலும் இது கடுமையானதாய் இருந்தது; எப்படியோ அது கண் தெரியாத மணியாட்டியை நினைவுபடுத்துவதாய் இருந்தது.

பியானோவின் முன்னால் உட்கார்ந்து வாசிக்கையில் அவன் மனம்விட்டு இசை புனைந்த தருணங்களில் அந்த உயரமான மணிக்கூண்டின் மணிகளுடைய அதிரும் நாதம் அவன் இசையில் அடிக்கடி ஒலித்தது; அவற்றின் செம்பு இதயங்களிலிருந்து எழுந்த ஆழமான நீடித்த முனகல் அதில் கேட்டது. அவன் வாசித்துச் சென்றபோது, அவர்களில் யாரும் பேச விரும்பாத காட்சிகள் மிகத் தெளிவாய் அவர்களுடைய நினைவில் எழும். சுருள் படிக்கட்டின் சோக இருளும், மணியாட்டியின் மெலிந்த உருவமும், அவனுடைய கன்னங்களின் சோகைச் சிகப்பும், அவனுடைய உள்ளத்திலே இருந்த கசப்பும் வெறுமையும் அவனுடைய

பரிதாபகரமான முறையீடுகளும் அவர்கள் கண் முன் தெரியும். பிறகு மணி மச்சில் கண் தெரியாத இளைஞர்கள் இருவரும் ஒத்த நிலையில் ஒரே மாதிரியான முகபாவத்துடன் நின்றதும், ஒவ்வொரு சிறு ஓசை அல்லது அசைவையும் கேட்டு அவர்களுடைய புருவங்கள் ஒத்தமுறையில் மேலே உயர்ந்து எழுந்ததும் அவர்கள் கண்ணெதிரே தெரிந்தன. இத்தனை ஆண்டுகளாய் பியோத்தரின் நண்பர்களுக்கு அவனுடைய சொந்த, தனிப்பட்ட இயல்புகளின் வெளியீடாகத் தோன்றி வந்தவை இருளால் பதிக்கப்படும் பொதுவான முத்திரையே என்பது, அதன் மர்மமான சக்திக்குப் பலியாகும் எல்லோரிடத்தும் ஒருமித்த முறையில் பதிக்கப்படும் முத்திரையே என்பது புலப்படலாயிற்று.

“இதோ பார், ஆன்னா” என்று அவர்கள் தமது வீட்டுக்குத் திரும்பிய சில நாட்களுக்கெல்லாம் மக்சீம் தமது தங்கையிடம் பேச்சைத் தொடங்கினார். “நம்முடைய பையனிடம் ஏற்பட்டிருக்கும் இந்த மாறுதல், நாம் மடாலயத்துக்குப் போய் வந்த பிறகு ஏற்பட்டதாகும். அங்கே ஏதேனும் விபரீதமாய் நடைபெற்றதா, உனக்குத் தெரியுமா?”

“ஆம், இதெல்லாம் அங்கே நாம் கண் தெரியாத இளைஞனைச் சந்தித்ததன் விளைவே ஆகும்” என்று பதிலளித்து ஆன்னா மிகையிலொவ்னா பெருமூச்செறிந்தாள்.

ஏற்கனவே அவள் மடாலயத்துக்கு ஆட்டுத்தோல் கோட்டுகளும், திருத் தந்தை பாம்ஃபிலிக்கு ஒரு கடிதமும் பணமும் அனுப்பியிருந்தாள்; கண் தெரியாத இரு மணியாட்டிகளின் இன்னல்களைத் துடைக்க இயன்றது அனைத்தும் செய்யும்படி இந்தக் கடிதத்தில் அவரை அவள் வேண்டியிருந்தாள். அன்பும் பரிவும் மிக்கவள்தான் என்றாலும் முதலில் அவள் ரோமனை மறந்தே விட்டாள். உதவ வேண்டியவர்கள் இருவர் என்பதை இவெலீனா அவளுக்கு நினைவுபடுத்த வேண்டியிருந்தது. “ஆம், ஆம், மெய்தான்” என்று இவெலீனாவுக்கு அவள் பதிலளித்தாள். ஆனால் அவள் மனத்தில் இருந்தவன் ஒருவன்தான் - எகோரி மட்டும்தான். அவனுக்காகத்தான் அவள் இதயம் கரைந்துருகியது, அவள் நெஞ்சில் வேதனையும் கருணையும் ஊற்றெடுத்தன. அவனுக்கு இந்தக் காணிக்கையை அனுப்பி வைப்பதன் மூலம், ஏற்கெனவே நெருங்கி வந்து தன் மகனுடைய வாழ்க்கையின் மீது தனது கொடிய நிழலைப் படியச் செய்த தனக்குத் தெரியாத ஒரு பயங்கர சக்தியைச் சாந்தப்படுத்தலாம் என்னும் மூட நம்பிக்கையும் இவற்றுடன் கலந்திருந்தது.

“அது யார் அந்தக் கண் தெரியாத இளைஞன்?” என்று மக்சீம் வியப்புற்று வினவினார்.

“மணிக்கூண்டில் இருந்தானே அவன்தான்.”

மக்சீம் பொறுமையிழந்து தமது கவைக்கோலால் பலமாய்த் தரையில் தட்டினார்.

"பாழாய்ப் போன என் கால்களைப் பார்! ஆன்னா, இப்பொழுதெல்லாம் நான் மணிக்கூண்டுப் படிக்கட்டுகளில் ஏறி ஓடுவதில்லை என்பதை மறந்து விடுகிறாயே நீ! என்றைக்குத்தான் இந்தப் பெண்கள் புத்தியுடையவர்களாய்ப் பேசப்போகிறார்களோ! இவெலீனா-உன்னால் சொல்ல முடிகிறதா, முயற்சி செய்து பார். மணிக்கூண்டில் நடந்தது என்ன?"

"எங்களை அழைத்துச் சென்ற மணியாட்டி கண் தெரியாதவன்" என்று இவெலீனா ஆரம்பித்தாள். அவள் குரல் மெலிந்து ஒலித்தது. கடந்த சில நாட்களில் அவளுங்கூட மெலிந்து வெளுத்து விட்டாள். "ஆம்..."

தடுமாறியபடி நின்று விட்டாள். ஆன்னா மிகையிலொவ்னா கைகளால் முகத்தை மூடி, சிவந்த கன்னங்களில் வழிந்த கண்ணீரை மறைத்துக்கொள்ள முயன்றாள்.

"ஆம், அவன்-அவன் பார்ப்பதற்கு அப்படியே நம்முடைய பியோத்தரைப் போல இருந்தான்" என்று இவெலீனா தொடர்ந்து சொன்னாள்.

"இதுபற்றி யாரும் என்னிடம் ஒரு வார்த்தை கூட சொல்லாமல் இருந்து விட்டீர்களே! அவ்வளவுதானா, இன்னும் இருக்கிறதா? ஆன்னா, எனக்கு விளங்கவில்லையே"-தன் தங்கையின் பக்கம் திரும்பியபோது மக்சீமுடைய குரல் தழுதழுத்துக் குறைபட்டுக்கொள்வதாய் இருந்தது-" இதில் பெருஞ் சோகத்துக்குரியது என்ன இருக்கிறது?"

"என்னால் பொறுக்க முடியவில்லை" என்று ஆன்னா மிகையிலொவ்னா மிகவும் மெதுவாய்ச் சொன்னாள்.

"இதில் பொறுக்க முடியாததென்ன? கண்தெரியாத இளைஞன் ஒருவன் பார்ப்பதற்கு உன் மகனைப் போலிருந்தால் என்னவாம்?"

இத்தருணத்தில் மக்சீமின் கண்ணில் இவெலீனாவின் பார்வை பட்டது. அவளுடைய முகபாவத்தைக் கண்ட அவர் பேச்சை நிறுத்திக்கொண்டார். ஆன்னா மிகையிலொவ்னா அறையிலிருந்து வெளியே சென்று விட்டாள். இவெலீனா எப்பொழுதும் போல பூ தைத்தபடி அறையிலே இருந்தாள். சற்றுநேரம் நிசப்தமாயிருந்தது.

"இன்னும் சொல்ல வேண்டியது ஏதாவது இருக்கிறதா?" என்று முடிவில் மக்சீம் கேட்டார்.

“இருக்கிறது. பியோத்தர் மணிக்கூண்டை விட்டு ஏனையோருடன் வெளியே வரவில்லை. ஆன்னா அத்தையிடம்” -ஆன்னா மிகையிலொவ்னாவை அவள் இப்படித்தான் அழைப்பது வழக்கம்-”தான் பின்னால் வருவதாய்ச் சொல்லி அனுப்பிவிட்டு அவன் அங்கேயே கண் தெரியாத மணியாட்டி யுடன் மச்சிலே இருந்தான். நானும் கீழே போகாமல் அங்கிருந்தேன்.”

“ஒட்டுக் கேட்பதற்காகவா?”

தம்மை அறியாமலே அவர் வாயிலிருந்து இந்தக் கேள்வி வந்துவிட்டது - பல ஆண்டுகளாய் மக்சீம் ஆசிரியராய்ச் செயல்பட்டதன் விளைவு.

“என்னால்-என்னால் போக முடியவில்லை” என்று இவெலீனா மெள்ள பதிலளித்தாள். “அவர்கள் இருவரும் ஒருவரோடொருவர்....”

“துர்பாக்கியத்தில் சோதரர்களாய்ப் பேசிக் கொண்டார்களா?”

“ஆம், கண் தெரியாத இருவராய் ஒருவரோடொருவர் பேசிக்கொண்டனர். தூங்கும்போது எப்பொழுதாவது பியோத்தர் அவன் தாயைப் பார்த்ததுண்டா என்று எகோரி கேட்டான். இல்லை என்று பியோத்தர் சொன்னான். எகோரி தானும் பார்த்ததில்லை என்றான். ஆனால் அங்கே ரோமன் என்று மற்றொரு கண் தெரியாத மணியாட்டி இருக்கிறான், அவன் தன் தாயைத் தூக்கத்தில் பார்க்கிறான். இப்பொழுது அவன் தாய்க்கு வயதாகிவிட்டது என்றாலும் அவன் இன்னும் அவளை இளம்பெண்ணாகவே பார்க்கிறான்.”

“இன்னும் என்ன?”

சிறிது தயங்கியபின் இவெலீனா கண்களை உயர்த்தி மக்சீமைப் பார்த்தாள். அவளுடைய கண்களின் ஆழமான நீலத்தில் துயரமும் போராட்டமும் கருமையைப் பரப்பின.

“ரோமன் என்ற அந்த இரண்டாவது மணியாட்டி அன்பு உள்ளம் கொண்டவனாய் இருக்கிறான். வாழ்க்கையின் மீது அவனுக்கு வெறுப்பில்லை. அவன் முகத்திலும் வருத்தச் சாயல் இருக்கிறது என்றாலும், அதில் காழ்ப்பு இல்லை. அவன் பிறவியிலேயே கண் தெரியாதவனல்ல. ஆனால் எகோரி...” சற்றுத் தயங்கிவிட்டு பிறகு பட்டதும் படாததுமாய்ச் சொன்னாள்: “அவன் உள்ளம் நொந்தவனாய் இருக்கிறான்.”

“மகளே, உன் மனத்தில் இருப்பதைச் சொல்” என்றார் மக்சீம் பொறுமையிழந்து. “இந்த எகோரி வாழ்க்கை மீது வெறுப்புக் கொண்டிருக்கிறான், நீ சொல்ல விரும்புவது அதுதானே?”

“ஆம். படிக்கட்டில் ஏறி வந்த சிறுவர்கள் மீது எரிந்து விழுந்து சபித்தான், முட்டியால் அவர்களைத் தாக்கினான். ஆனால் ரோமன் - சிறுவர்கள் அவனிடம் உயிராய் இருக்கிறார்கள்.”

“வாழ்க்கை மீது வெறுப்புக் கொண்டிருக்கிறான், பியோத்தரை போன்ற தோற்றமுடையவன்” என்று சிந்தனையில் ஆழ்ந்தவராய் மக்சீம் கூறிக்கொண்டார்.

திரும்பவும் இவெலீனா தயங்கினாள், பிறகு மனத்துள் கடும் போராட்டம் நடத்துபவளைப் போல மெதுவான குரலில் சொன்னாள்:

“ஜாடையில் இருவரும் ஒரே மாதிரியாய் இல்லை. முகபாவனையில்தான் அதிக ஒற்றுமை. மணிக்கூண்டில் இருவரும் சந்தித்துப் பேசியதற்கு முன்பு பியோத்தர் முகபாவனையில் ரோமனைத்தான் அதிகம் ஒத்திருந்தான் என்று நினைக்கிறேன். ஆனால் இப்பொழுது மேலும் மேலும் எகோரியை ஒத்தவனாகி வருகிறான். நான் என்ன பயப்படுகிறேன் என்றால்... என்ன நினைக்கிறேன் என்றால்...”

“மகளே, நீ பயப்படுவது என்ன? நீ கெட்டிக்காரி, இப்படி வா இங்கே.”

மக்சீம் அவருக்கு வழக்கமில்லாத கனிவுடன் பேசினார். இவெலீனாவுக்குக் கண்கள் கலங்கிவிட்டன. அவர் கையை உயர்த்தி பட்டுப்போன்ற அவள் கூந்தலைத் தடவிவிட்டார்.

“மகளே, நீ என்ன நினைக்கிறாய்? உன் சிந்தனைகளைச் சொல். நீ சிந்திக்கக்கூடியவள்தான்-இப்பொழுது நான் அதை தெளிவாய்க் காண்கிறேன்.”

“நான் என்ன நினைக்கிறேன் என்றால்... பிறவியிலேயே கண் தெரியாதவனாய் இருப்பவன் கட்டாயம் கெட்ட சுபாவ முடையவனாகவே இருப்பான் என்பதாய் பியோத்தர் முடிவு செய்து கொண்டுவிட்டான். தானும் அப்படித்தான் இருக்க வேண்டிவரும், அது தவிர்க்க முடியாதது என்பதாய் நினைத்துக் கொண்டு அதற்கேற்ப நடக்க ஆரம்பித்து விட்டான் என்று அஞ்சுகிறேன்.”

“அப்படியா?” அவள் தலையை வருடிய அவர் கை படீரென அவருடைய முழங்காலில் தட்டியது. “என்னுடைய புகைக் குழாயை எடுத்துத் தருகிறாயா? அதோ சன்னல் சட்டத்தில் இருக்கிறது.”

புகையிலையின் நீலப்புகை மூட்டம் விரைவில் அவரைச் சுற்றிச் சூழ்ந்து கொண்டது. தமக்குத் தாமே அவர் முணு முணுத்தது அந்தப் புகைக்கு வெளியே கேட்டது.

"அப்படியா சேதி! கொஞ்சங்கூட நன்றாயில்லையே... தான் நினைத்தது தவறாகி விட்டது, தன் தங்கை நினைத்ததுதான் சரி. மக்கள் தம் வாழ்வில் கண்டும் அனுபவித்துமிராத வற்றுக்காகவும் கூட ஏங்கித் தவிப்பது இயற்கைதான். இப்பொழுது இந்த உணர்ச்சி, மனமறிந்த நேரடி அனுபவத்தால் உறுதி செய்யப்பட்டிருக்கிறது. இரண்டும் ஒரே திசையில் செயல்படும். எவ்வளவு துரதிருஷ்டவசமான சந்திப்பு! ஆனால் பழமொழி கூறுவது போல ஏதேனும் ஒரு வழியில் உண்மை வெளிப்பட்டே தீரும், இல்லையா?"

சுழன்ற புகையினிடையே இப்பொழுது அவர் மறைந்து விட்டார். சதுரமாய்ச் செதுக்கப்பட்ட அவர் தலையில் புதிய எண்ணங்களும் புதிய முடிவுகளும் உருவாகிக்கொண்டிருந்தன.

5

குளிர்காலம் தொடங்கிற்று. வெண்பனி பலமாய்ப் பெய்து சாலைகளையும் வயல்களையும் கிராமங்களையும் போர்த்தியது. பண்ணையில் யாவும் வெள்ளை மயமாயின. தோட்டத்தில் மரங்கள் தாம் இழந்த பச்சைக்குப் பதிலாய்ப் புதிய தழைகளைப் பெற்றது போல பஞ்சு போன்ற கொத்துக்களால் மூடப்பட்டன. முன்னறையில் கணப்படுப்பில் பிரகாசமான தணல் சடசடத்தது. வெளியிலிருந்து உள்ளே வருவோர் எல்லோரும் தம்முடன் புதுக்காற்றையும் புதிதாய் விழுந்த வெண்பனியின் வாசனையையும் கொண்டு வந்தனர்.

பிற ஆண்டுகளில் பியோத்தர் குளிர்காலத்தின் முதல் நாளின் கவர்ச்சியை அனுபவித்திருந்தான். இந்நாளன்று காலையில் விழித்தெழுந்ததும் விறுவிறுப்பான விசேஷ ஆற்றல் பிறக்கும். குளிரிலிருந்து உள்ளே வருவோர் சமையலறையில் காலைத் தட்டிக்கொள்ளும் சத்தம், கதவுகளின் கிரீச்சொலி, வீடெங்கும் சுற்றித் திரியும் குளிர் தரும் மென்காற்றோட்டம், வெளியே முற்றத்தில் காலுக்கடியிலிருந்து எழும் நறநறப்பு, வெளிப்புறத்து ஓசை ஒவ்வொன்றுடனும் கூடச் சேர்ந்து வந்த அந்தக் குளிர்காலப் புத்துணர்ச்சி முதலான அவன் அறிந்த குளிர்கால அறிகுறிகள் யாவும் இப்பொழுதும் இருக்கவே செய்தன. இயோஹீமுடன் திறந்த வெளிகளில் வண்டியில் செல்கையில் புதிய வெண்பனி மீது சறுக்கு வண்டிகள் சறுக்கிச் செல்வதையும் ஆற்றுக்கு அப்பால் திடுமென படபடத்து வயல்களிலிருந்தும் சாலைகளிலிருந்தும் எதிரொலிக்கும் சப்தங்களையும் கேட்பதற்கு எவ்வளவு ஆனந்தமாயிருக்கும்.

ஆனால் இப்பொழுது குளிர்காலத்தின் முதல் நாள் மேலும் கடுமையான சோகத்தையே கொண்டு வந்தது.

மூடுகாலணி போட்டுக்கொண்டு அன்று காலை பியோத்தர் பழைய மாவாலையை நோக்கிப் புறப்பட்டான். கால் படாத புதிய வெண்பனியில் அவன் அடியெடுத்து வைத்ததும் கால் ஆழமாய் அழுந்திச்சென்றது.

தோட்டம் நிசப்தமாய் இருந்தது. உறைந்த தரையில் காலடி ஓசை எழாதபடி மிருதுவான வெண்பனிக் கம்பளம் விரிக்கப்பட்டு விட்டது. காற்று இன்று ஆண்டின் வேறு எக்காலத்தைக் காட்டிலும் ஒலியின்பால் உணர்வு மிக்கதாகி காகத்தின் கரைதலை அல்லது கோடரியின் வெட்டொலியை அல்லது குச்சி ஒடிவதன் மெல்லோசையையுங்கூட தெளிவாகவும் மாற்றம் சிறிதுமின்றியும் நெடுந்தொலைவுகளுக்கு எடுத்துச் சென்றது. இடையிடையே அது பியோத்தரின் காதுகளுக்கு கண்ணாடி போன்ற வினோதமான மணி

ஓசையைக் கொண்டு வந்தது. வேகமாக அது மெல்லிய உச்ச ஸ்தாயிக்கு உயர்ந்து பிறகு எங்கோ மிக நெடுந்தொலைவிலே மறைவதாயிருந்தது. கிராமக் குளத்திலிருந்து வந்த ஓசை அது. விவசாயி வீட்டு சிறுவர்கள் இரவில் நீரின்மீது படர்ந்துவிட்ட மெல்லிய பனிக்கட்டிப் படலத்தின்மீது கற்களை விட்டெறிந்து சோதித்துப் பார்த்துக்கொண்டிருந்தனர்.

பண்ணைக் குளத்தின் மேற்பரப்பும் உறைந்து விட்டது. ஆனால் பழைய மாவாலை அமைந்திருந்த அந்த ஆற்றில் வெண்பனி குவிந்த அதன் கரைகளுக்கு இடையே நீர் ஓடிச் சென்று கண்மாய்களில் கணகணத்துக்கொண்டிருந்தது. ஆனால் நீரோட்டம் இப்பொழுது சற்று மெதுவாயிருந்ததோடு நீரும் கொஞ்சம் கறுப்பேறியிருந்தது.

பியோத்தர் இந்த அணைக்குச் சென்று காதுகொடுத்துக் கேட்டபடி நின்றான். நீரின் ஓசை மாறிவிட்டது. அது கனத்து ஒலித்தது, அதன் பண் மறைந்துவிட்டது. மரணத்தின் கரம்போல் கிராமப்புறமெங்கும் வியாபித்திருந்த குளிரை அது பிரதி பலிப்பது போலத் தோன்றியது.

பியோத்தரின் இதயத்திலுங்கூட குளிர் மிகுந்த இருள் நிறைந்து விட்டது. அந்த இன்பமான கோடை மாலையில் அவன் உள்ளத்தின் அடிமட்டத்தில் உளைத்த அந்த இருண்ட உணர்வு சஞ்சலமும் அதிருப்தியும் வினவுதலுமான தெளிவற்ற அந்த உறுத்தல்-இப்பொழுது வளர்ந்து பெருகி முன்பு மகிழ்ச்சியிலும் இன்பப் பூரிப்பிலும் திளைத்த அவனுடைய ஆன்மா அனைத்திலும் பரவி ஆக்கிரமித்துக்கொண்டுவிட்டது.

இவெலீனா அங்கில்லை. இலையுதிர் காலத்தின் முடிவிலே அவள் புறப்பட்டுச் சென்றுவிட்டாள். அவளுடைய பெற்றோர்கள் அவர்களுடைய "ரட்சகியான" வயது முதிர்ந்த கோமகள் பதோத்ஸ்காயாவிடம் போய்வரத் திட்ட மிட்டிருந்தனர். கோமகள் அவர்களுடைய மகளையும் தவறாமல் தம்முடன் அழைத்து வரும்படி எழுதியிருந்தார். இவெலீனா வுக்குப் போக விருப்பமில்லை. ஆனால் அவள் தந்தை வற்புறுத்தியதன் விளைவாய்-மக்சீமும் மிகவும் பலமாய் அவருக்கு ஆதரவளித்துப் பேசினார்-முடிவில் பணிந்து விட்டாள்.

பாழடைந்த அந்தப் பழைய மாவாலையின் பக்கத்தில் நின்று பியோத்தர் முன்பு தான் இங்கு அனுபவித்த உணர்ச்சி களின் நிறைவையும் இதமான இசைவையும் திரும்பவும் தன்னுள் தோன்றச் செய்ய முயன்று பார்த்தான். அவள் இல்லாதது தன்னை வருத்துவதாகவா இருந்தது? - தன்னைத் தானே கேட்டுக்கொண்டான். ஆம், வருத்தவே செய்தது. அவளுடைய பிரிவால் வருந்தினான் என்றாலுங்கூட, அவள் தன்னுடன் இருப்பதுங்கூட முன்பு போல் அவனுக்கு இன்ப மளிக்கவில்லை என்பதைக் கண்டான். இன்பத்துக்குப் பதிலாய்க் கூர்மையான ஒரு புதிய

துயரத்தையே அளித்தது. அவள் தன்னுடன் இல்லாத இந்நேரத்தில் அந்தத் துயரம் அவ்வளவு கூர்மையாய் இருக்கவில்லை.

அந்த அந்திப் பொழுதின் ஒவ்வொரு சிறு விவரமும் - அவள் சொன்ன சொற்கள், அவளுடைய கூந்தலின் பட்டு போன்ற வழவழப்பு, தன் நெஞ்சொடு அணைந்த அவள் இதயத்தின் துடிப்பு ஆகிய யாவும்-சிறிது காலத்துக்கு முன்பெல்லாம் அவன் நினைவில் மிகவும் பசுமையாய் இருந்து வந்தன. இந்த விவரங்களைக்கொண்டு அவன் தன் மனத்துள் அவளைப் பற்றி ஒரு கருத்துருவைத் தோற்றுவித்திருந்தான். இந்தக் கருத்துரு அவனுள் இன்பத்தை நிரம்பி வழியச் செய்தது. ஆனால் இப்பொழுது உருவமற்ற குழப்பமான ஏதோ ஒன்று-கண்ணில்லாத அவனுடைய கற்பனையில் ஓயாது எழுந்து அவனை வதைத்த மாயத்தோற்றங்கள் யாவுமே இப்படித்தான் இருந்தன-இந்தக் கருத்துருவின்மேல் தனது விஷ மூச்சைவிட்டு அதைக் குலைத்துவிட்டது. இப்பொழுது அவனால் தனது நினைவுகளை, முன்பு தொடக்கத்தில் அவன் உள்ளத்தை நிரம்பி வழியச்செய்த நினைவுகளை முழுமையாகவும் இசைவாகவும் ஒன்றுபடுத்தி இணைக்க முடியவில்லை. தொடக்கத்திலேயே அவனது இன்ப உணர்ச்சியின் பின்னால் எங்கோ அடியாழத்தில் இதற்குப் புறம்பான ஏதோ ஒன்று சிறு துகளாய், சின்னஞ்சிறு மணற் பொடியாய் மறைந்திருந்தது. இப்பொழுது இந்தத் துகள் அடிவானத்தையே மூடி மறைத்து விடும் உக்கிரமான புயல் மேகம் போல, யாவற்றையும் மூடி மறைத்து விடும் அளவுக்கு பிரம்மாண்டமாய் ஊதிப் பருத்துவிட்டது.

அவளுடைய குரலின் ஒலி முன்பு போல இப்பொழுது அவன் காதுகளில் மணிநாதமாய் ஒலிக்கவில்லை. இன்பத்திலே திளைக்கச் செய்த அந்த அந்திப்பொழுதின் கவர்ச்சிகர நினைவு மறைந்து விட்டது; இருண்ட வெறுமையைத் தன்னிடத்தில் விட்டுவைத்துவிட்டு விலகிச் சென்று விட்டது. அவனுள், அவன் அகத்தின் அடியாழத்தில் இருப்புக்கொண்ட ஏதோ ஒன்று விம்மியெழுந்து இந்த வெறுமையை நிரப்ப ஆவேசமாய்ப் போராடிக் கொண்டிருந்தது.

அவளைப் பார்க்க விரும்பினான் அவன்.

முன்பு ஒரு ஊமைவலி எப்பொழுதுமே அவனை வருத்தி வந்தது. பல காலமாய் இது அரசபுரசலாக உணரப்பட்ட தெளிவற்ற தினவாகவே, இன்னும் கடுமையாகாத பல்வலியைப் போன்றதொன்றாகவே இருந்து வந்தது.

கண் தெரியாத மணியாட்டியைப் பார்த்துப் பேசியது முதலாய் இது முற்றும் உணரப்படும் மனமறிந்த வலியாகி விட்டதால், முன்பு ஊமை வலியாயிருந்தது இப்பொழுது சுரீரெனக் குத்தும் வலியாகி விட்டது.

அவளைக் காதலித்தான். அவளைப் பார்க்க விரும்பினான்.

வெண்பனி மூடி நிசப்தமாயிருந்த பண்ணை வீட்டில் நாட்கள் ஒன்றன்பின் ஒன்றாய்க் கழிந்து செல்கையில் அவன் மனத்தின் நிலை இவ்வாறுதான் இருந்தது.

இன்பத் தருணங்கள் அவன் மனத்துள் கிளர்ந்தெழுந்த நேரங்களும் இருந்தன. அப்பொழுது பியோத்தரின் முகம் மலர்ச்சியுறும், அவனுடைய துயர நிலை மறைவது போலிருக்கும். ஆனால் இது அதிக நேரம் நீடிக்காது. முடிவில் இந்த ஓரளவு பிரகாசமான தருணங்களும் அவன் மனத்துள் நிழலாடிய கலவரத்தால் களங்கமுறத் தலைப்பட்டன. இத்தருணங்களும் திரும்பத் தலைகாட்டாமல் அடியோடு மறைந்துவிடுமோ என்றோர் அச்சம் அவனை வருத்துவது போலிருக்கும். இதன் விளைவாய் அவன் மனநிலை ஒருநிலைத்தாய் இராமல், உணர்ச்சித் துடிப்புமிக்க மனநெகிழ்வும் உள்ளத்தின் எழுச்சியும் சில தருணங்களில் தோன்றுவதும் பிறகு நீண்ட பல நாட்களுக்கு உள்ளத்தை இறுக்கும் மாறாத சோர்வில் ஆழ்ந்து விடுவதுமாய் இருந்தது. என்றாவது அந்திவேளையில் இருள் கவிந்த முன்னறையில் பியானோ அழுது புலம்பி ஆழமான, நோய் வாய்ப்பட்டதென்று கூட நினைக்க வேண்டிய சோகத்தை வெளியிடும். இதைக் கேட்கும் ஆன்னா மிகையிலொவ்னாவின் இதயம் வலியால் துடிக்கும், நாதத்தின் ஒவ்வொரு புலம்பலும் அவள் நெஞ்சில் ஈட்டிபோலப் பாயும்.

அவள் நினைத்து அஞ்சியவற்றுள் ஒன்று விரைவில் மெய்யாகவே நடந்தேறியது. பியோத்தரின் பிள்ளைப் பிராயத்தில் அவனைக் கலவரமடையச் செய்த கனவுகள் திரும்பவும் அவனை அலைக்கழிக்கத் தொடங்கின.

ஒருநாள் காலையில் அவன் தூங்கிக் கொண்டிருந்தபோது அவனுடைய அறைக்குள் வந்த ஆன்னா மிகையிலொவ்னா அவன் ஏதோ கலக்கமுற்றது போலத் தோன்றியதைக் கண்டாள். அவன் கண்கள் பாதியளவு திறந்திருந்தன, கவிந்திருந்த இமைகளுக்கு அடியிலிருந்து அவை மங்கலாய்க் கனன்றன. அவன் முகம் வெளிறிட்டிருந்தது, முகபாவம் அவனுடைய கலவரத்தை வெளிப்படுத்திற்று.

கதவருகே நின்று அச்சத்துடன் அவன் முகத்தை உற்றுக் கவனித்தாள். அவனுடைய கலவரத்துக்குக் காரணம் என்னவென்று ஊகிக்க முயன்றாள். ஆனால் அவன் மேலும் மேலும் கடுமையாய் கிளர்ச்சியுற்று, கடும் பிரயாசையைக் குறித்த அவனுடைய முகபாவம் மேலும் மேலும் உக்கிரமாகி வந்ததைக் கவனித்தாள்.

பிறகு திடீரென்று படுக்கையின்மீது ஏதோ நகர்ந்தது போலத் தெரிந்தது. உண்மைதானா, அல்லது தனது கற்பனையா என்பது அவளுக்கு விளங்கவில்லை. நகர்ந்தது வெளிச்சமே என்பதைக் கண்டாள்.

குளிர்காலத்தின் பிரகாசமான சூரிய ஒளிக்கற்றை சன்னலிலிருந்து சாய்ந்து வீசி பியோத்தரின் தலைக்கு மேலே சுவரில் தெரிந்தது. பார்த்துக்கொண்டிருந்த அவளுக்கு அந்த ஒளிக்கற்றை அதிர்வது போலிருந்தது - பிரகாசித்துவிட்டு சுவரில் கீழே சரிந்தது. திரும்பவும் திரும்பவும் அது சரிந்து சென்றது. கண்ணுக்குத் தெரியாமல் மெள்ள அது பியோத்தரின் பாதியளவு திறந்த கண்களை நெருங்கிக்கொண்டிருந்தது. அது நெருங்க நெருங்க அவனுடைய கலவரமும் அதிகரித்து வந்தது.

அந்த பிரகாச ஒளித் திட்டை வைத்தகண் வாங்காது பார்த்தபடி ஆன்னா மிகையிலொவ்னா கதவருகே நின்று கொண்டிருந்தாள். சொப்பனத்தில் காண்பது போல அதன் அசைவைப் பார்த்துக் கொண்டிருந்தாள். அதிர்ந்து அடிமேல் அடி வைத்து அது அவள் மகனுடைய பாதுகாப்பற்ற கண்களை நெருங்கிக்கொண்டிருந்தது. பியோத்தரின் முகம் மேலும் வெளுத்து வருத்தம் தரும் பிரயாசையைக் குறிப்பிடும் கடுமை பெற்று வந்தது. இப்பொழுது அந்த சூரிய ஒளி அவன் முடிகளைத் தொட்டது. இப்பொழுது அதன் கதகதப்பான ஒளிர்வு அவன் நெற்றியை வந்தடைந்தது. தாய் தன் மகனைப் பாதுகாக்க வேண்டுமென்ற உள்ளுணர்ச்சியால் உந்தப்பட்டு முன்னே செல்ல பெருமுயற்சி செய்தாள். ஆனால் - சொப்பனத்தில் நடைபெறுவது போல - அவள் கால்கள் அசைய மறுத்தன, அவளால் முன்னே செல்ல முடியவில்லை. பியோத்தரின் கண்கள் இப்பொழுது விரியத் திறந்து கொண்டுவிட்டன. பார்வையில்லா அவனுடைய கண் பாவைகளில் ஒளி பட்டதும், அதை எட்டிப்பிடிக்க விரும்புவது போல அவன் தலை தலையணையிலிருந்து உயர்ந்தது. அவனுடைய உதடுகள் ஆடி நெளிந்தன - குறுநகையாய் இருக்கலாம் அல்லது முனகலாகவும் இருக்கலாம். திரும்பவும் கடும் பிரயாசைக்குரிய தோற்றத்துடன் முகம் இறுகிவிட்டது.

இறுதியில் இப்பொழுது ஆன்னா மிகையிலொவ்னா தன் கைகால்களின் முடக்க நிலையிலிருந்து விடுபட்டு அறையினுள் விரைந்து சென்று பியோத்தருடைய நெற்றியின் மீது கையை வைத்தாள். அவன் திடுக்கிட்டு விழித்துக்கொண்டான்.

“யார், அம்மாவா?” என்று கேட்டான்.

“நான்தான்.”

அவன் எழுந்து உட்கார்ந்தான். கணப்பொழுதுக்கு அரைத் தூக்கத்தில் இருப்பவனாய்த் தோன்றினான். பிறகு கலக்கம் நீங்கியது.

“திரும்பவும் கனவு கண்டேன்... இப்பொழுது அடிக்கடி கனவு வருகிறது. ஆனால்... எதுவும் நினைவில் இருப்ப தில்லை...” என்றான்.

6

பியோத்தரின் மனநிலை மாறிக்கொண்டிருந்தது. ஆழப் பதிந்த அமைதியான சோகநிலை மறைந்து, கடுகடுப்பும் எரிச்சலும் திடுதிப்பென உண்டாகும் மனநிலை தோன்றிற்று. அதேபோதில் அற்புத நுட்பமான புலனுணர்வு மேலும் கூர்மையாகி வந்தது. நுண்ணுணர்வு கொண்ட அவனுடைய செவிப்புலன் மேலும் கூர்மையுடையதாகியது. ஒளியின் தூண்டலுக்கு அவன் ஊனும் உயிரும் உடனுக்குடன் உணர்வு காட்டின - அந்திப்பொழுதிலுங்கூட இது நடைபெற்றது. இரவு இருட்டாயிருக்கிறதா, அல்லது நிலாவொளி வீசுகிறதா என்று அவன் தவறாமல் சொல்லி விடுவான். வீட்டில் எல்லோரும் படுத்த பிறகு, அடிக்கடி இரவுகளில் சொல்லும் தரமற்ற சோகத்திலே மூழ்கி, விந்தை மிகு சொப்பன நிலாவொளியின் வசிய சக்தி தன்னை ஆட்கொள்ளும்படி விட்டு மணிக்கணக்காய்ப் பண்ணையின் வெளிகளிலே நடந்து கொண்டிருப்பான். அப்பொழுது அவனுடைய வெளிறிய முகம் வானத்திலே பயணம் செல்லும் அந்தச் சுடர்க் கோளத்தைப் பின்தொடர்ந்து எந்நேரமும் அதன் பக்கம் திரும்பியிருக்கும். அதன் குளிர்ந்த கிரணங்கள் அவனுடைய கண்களில் பட்டு பிரகாசிக்கும்.

ஆனால் சந்திரன் தரையை நெருங்க நெருங்க மேலும் மேலும் பெரிதாகி அடிவானத்தில் மூழ்கத் தலைப்பட்டதும், முடிவில் சென்னிறத் திரையால் மூடப்பெற்று வெண்பனி குவிந்த அடிவானத்துக்கு அடியில் மெள்ள மறைந்ததும் அவன் முகம் மென்மையான சாந்தமயமான தோற்றம் பெறும்; அவன் வீட்டுக்குத் திரும்பி உள்ளே சென்றுவிடுவான்.

அந்த நீண்ட இரவுகளில் அவன் எதைப் பற்றிச் சிந்தித்தான் என்று சொல்வது கடினம். அறிவு, ஞானம் இவற்றின் உதயத்துடன் இணைந்த இன்பதுன்பங்களை அனுபவித்துள்ள எல்லோருக்கும் குறிப்பிட்ட ஒரு வயதில் ஆன்மிக நெருக்கடிக் கட்டம்-சிலரிடம் அதிகமாகவும், வேறு சிலரிடம் குறைவாகவும் -ஏற்படவே செய்கிறது. வாழ்க்கையின் செயல்களுக்கான தலைவாயிலை வந்தடைந்ததும் எல்லோரும் அங்கே நின்று தம்மைச் சுற்றிலும் பார்வையைச் செலுத்துகின்றனர்; அவரவரும் இயற்கையில் தனக்குள்ள இடத்தையும் தனக்குள்ள முக்கியத்துவத்தையும் புற உலகுடன் தனக்குள்ள உறவுகளையும் புரிந்துகொள்ள முயலுகிறார். இது ஒரு கடினமான கட்டம். மூர்க்கமான கொந்தளிப்பின்றி இக்கட்டத்தைக் கடந்து செல்லும் அளவுக்கு வீச்சும் வலிவும் கொண்ட உயிராற்றலுடையோர் பாக்கியசாலிகள்தான்.

பியோத்தரின் விவகாரத்தில் இதனுடன் இன்னொரு சிக்கலும் சேர்ந்து கொண்டுவிட்டது. "நாம் வாழ்வது எதற்காக?" - எல்லோரும் கேட்க வேண்டிய இந்தக் கேள்வியுடன் கூட அவன் தனக்கே உரிய தனிக் கேள்வியையும் - "கண் தெரியாத வனான நான் வாழ்வது எதற்காக?" என்னும் தனது சொந்தக் கேள்வியையும் - கேட்க வேண்டியிருந்தது. அதுமட்டுமல்ல, இந்தக் கடும் மனப்போராட்டம் நடைபெற்ற அதே நேரத்தில் அவனுடைய விவகாரத்தில் மற்றொரு கூறும் - அதாவது திருப்தி செய்ய முடியாத ஒரு தேவையின் முழுச் சுமையும் - அவனை அழுத்திற்று. இவை யாவும் அவனுடைய குணயியல்புகளில் தம் முத்திரையைப் பதித்தன.

கிறிஸ்துமஸுக்குச் சில நாட்கள் முன்னதாய் யஸ்குல்ஸ்கிய் குடும்பத்தார் திரும்பி வந்தனர். உடனே இவெலீனா பண்ணை வீட்டுக்கு ஓடோடி வந்து, பொங்கியெழும் களிபேருவகையோடு முன்னறைக்குள் புகுந்து ஆன்னா மிகையிலொவ்னா, பியோத்தர், மக்சீம் எல்லோரையும் கட்டியணைத்துக் கொண்டாள். அவள் கூந்தலில் வெண்பனி பளிச்சிட்டு மின்னிற்று. குளிரின் புதுமணம் கொண்ட காற்றும் அவளுடன் கூட அறைக்குள் புகுந்தது. வந்துவிட்டாள் என்ற அந்தத் திடீர் இன்பத்தால் பியோத்தரின் முகம் முதலில் மலர்ந்து ஒளிர்ந்தது. ஆனால் விரைவில் அது திரும்பவும் இருண்டு விட்டது - வேண்டுமென்றே சோகத்தை வரவழைத்துக் கொண்டானோ என்று எண்ணும்படி இருந்தது.

"நான் உன்னைக் காதலிப்பதாய் நினைக்கிறாய்" என்று அதே நாளன்று அவனும் இவெலீனாவும் தனித்திருந்தபோது அவன் வெடுக்கெனக் கூறினான்.

"அதில் எனக்குச் சந்தேகமே இல்லை" என்றாள் அவள்.

"ஆனால் என்னால் அவ்வளவு நிச்சயமாய்ச் சொல்ல முடியவில்லையே." அவன் வாட்டத்துடன் கூறினான். "ஆம், சொல்ல முடியவில்லை. உலகில் வேறு எதையும்விட உன்னையே நாடினேன் என்று நான் நினைத்து வந்தேன். ஆனால் இப்பொழுது அந்த நிச்சயம் என்னிடமிருந்து அறவே மறைந்து விட்டது. ஆகவே காலங் கடத்தாமல் நீ என்னை விட்டொழித்து வெளியே வாழ்க்கையினுள் வாவாவென்று உன்னை அழைத்திடும் குரல்களுக்கு செவி சாய்ப்பதுதான் நல்லது."

"என்னை ஏன் இப்படி நீ வதைக்கிறாய்?"

அவளை அறியாமலே அவளிடமிருந்து இந்த முறையீடு பீறிட்டெழுந்தது.

"உன்னை வதைக்கிறேனா?" வேண்டுமென்றே தருவிக்கப் பட்டதாய்த் தோன்றிய தன்னலமிக்க சோகச் சாயல் திரும்பவும் அவன் முகத்திலே

பதிந்தது. "ஆம், அப்படித்தான் செய்கிறேன். உன்னை வதைக்கவே செய்வேன், வாழ்வெல்லாம் வதைத்துக் கொண்டுதான் இருப்பேன். உன்னை வதைக்காமல் இருக்க என்னால் முடியாது. முன்பு இதை நான் அறிந்திருக்கவில்லை, இப்பொழுது அறிந்துகொண்டு விட்டேன். இதற்கு என்னைக் குறை கூறிப் பயனில்லை. நான் பிறப்பதற்கு முன்பே கண் பார்வையை என்னிடமிருந்து எடுத்த அதே கரம்தான் எனக்கு இந்தத் தீய சுபாவத்தைக் கொடுத்து விட்டது... நாங்கள் எல்லோருமே, பிறவியிலேயே கண் தெரியாதவர்களான நாங்கள் எல்லோருமே இப்படித்தான். நீ என்னை மறந்து விடுவதுதான் நல்லது... ஆம் நீங்கள் எல்லோருமே என்னிட மிருந்து விலகி விடுவதுதான் நல்லது. ஏனென்றால் நீங்கள் என்மீது சொரியும் அன்புக்குப் பிரதியாக நான் உங்களுக்குத் துன்பமே அளித்திட முடியும்... நான் கண்ணால் பார்க்க விரும்புகிறேன். உனக்குப் புரியவில்லையா இது? பார்க்க விரும்புகிறேன், இந்தத் தேவையை என்னால் விட்டொழிக்க முடியவில்லை. அம்மாவையும் அப்பாவையும் உன்னையும் மக்சீமையும் ஒரு தரம் பார்க்க முடிந்தால் - போதும், திருப்தியடைந்து விடுவேன்... எந்நாளும் அதை நினைவில் வைத்திருப்பேன். ஆண்டாண்டுக்கெல்லாம் இருளைத் தாக்குப் பிடிக்க உதவியாக அந்த நினைவு என்னிடம் இருக்கும்..."

பிடிவாதமாய்த் திரும்பத் திரும்ப அவன் இக்கருத்தை நினைத்து மனத்துள் வளர்த்து வந்தான். தனியே இருக்கையில் ஒவ்வொரு பொருளாய் எடுத்து அளவு கடந்த உன்னிப்புடன் ஆராய்வான் - பிறகு கீழே வைத்துவிட்டு தான் அதில் கண்ட இயல்புகளை நினைத்துப் பார்த்தபடி உட்கார்ந்திருப்பான். வெவ்வேறு நிறங்களாலுமான பிரகாசமான பரப்புகளிடையே தொடு உணர்ச்சியின் மூலம் அவன் இலேசாக உணரமுடிந்த வேறுபாடுகளை மனத்துள் பரிசீலிப்பான். ஆனால் ஸ்தூலமான புலனுணர்வு முக்கியத்துவம் இல்லாமல் முற்றும் வேறுபாடுகளாகவே, ஒப்பீடுகளாகவே இவை யாவும் அவனுடைய புலன் மையங்களை வந்தடைய முடிந்தது. கதிரவன் ஒளியுடன் திகழும் பகற்பொழுதுங்கூட இப்பொழுதெல்லாம் அவனுக்கு இருண்ட இரவிலிருந்து ஒரேவொரு விதத்தில்தான் மாறுபடுவதாய் இருந்தது - பகலின் பிரகாச ஒளி விளங்காத விந்தையான பாதைகளில் அவனுடைய மூளைக்குள் ஊடுருவிச் சென்று அவனுடைய வேதனை மிகுந்த தேடல் களைத் தீவிரமாக்கியது என்பதில்தான் மாறுபடுவதாயிருந்தது.

7

ஒரு நாள் முன்னறைக்குள் வந்த மக்சீம் அங்கே பியோத்தரும் இவெலீனாவும் இருப்பதைக் கண்டார். இவெலீனா கலக்கமுற்றவளாய்த் தோன்றினாள். பியோத்தரின் முகம் இருண்டிருந்தது. தன்னையும் ஏனையோரையும் வதைக்க வல்ல துன்பத்துக்கான புதுப்புது ஆதாரங்களைத் தேடிப் பிடிப்பது இப்பொழுதெல்லாம் அவனுக்கு உள்ளார்ந்த இன்றியமையாத் தேவையாகி விட்டது போலத் தோன்றியது.

"மணிகள் 'செந்நாதம்"* எழுப்புவதாய்ச் சொல்கிறார்களே அதன் அர்த்தம் என்னவென்று கேட்டுக்கொண்டிருக்கிறான். எவ்வளவு முயன்றும் இதை என்னால் ஒழுங்காய் விளக்க முடியவில்லை" என்று மக்சீமிடம் இவெலீனா கூறினாள்.

"உன்னை உறுத்துவது என்னவாம்?" என்று பியோத்தரைப் பார்த்து மக்சீம் கேட்டார்.

பியோத்தர் தோள்களை உலுக்கிக்கொண்டான்.

"ஒன்றுமில்லை. ஒலிகளுக்கு நிறமுண்டானால், அதை என்னால் காண இயலாது. அப்படியானால் ஒலியையும்கூட நான் முழு அளவுக்கு உணர முடியாதவன் என்றுதானே அர்த்தம்."

"நீ பேசுவது அபத்தம்" என்றார் மக்சீம். இப்பொழுது அவர் குரல் கடுமையாய் இருந்தது. "அது உண்மையல்ல என்பது உனக்கு நன்றாய்த் தெரியும். எங்களைக்காட்டிலும் நீ ஒலியை முழு அளவுக்கு உணர்ந்து கொள்கிறாய்."

"ஆனால் அவ்வாறு சொல்கிறார்களே, அதன் அர்த்தம் என்ன?... அதற்கு அர்த்தம் இருந்துதானே அப்படிச் சொல்கிறார்கள்."

மக்சீம் சற்று ஆலோசித்தார்.

"ஒப்பிட்டுக் காட்டுவதற்காகச் சொல்வதே அன்றி வேறில்லை" என்றார் முடிவில். "ஒலி என்பது சாராம்சத்தில் ஓர் அசைவு, ஒளியும் அப்படித்தான். ஆகவே இரண்டுக்கும் பொதுவான சில இயல்புகள் இருக்கவே செய்யும்."

"என்ன இயல்புகள் அவை?" என்று பியோத்தர் விடாமல் கேட்டான். "இந்த 'செந்நாதம்... எப்படி இருக்கும்?"

---

*செந்நாத மணி - விழாநாளன்று மாதாகோயில் மணிகளின் முழக்கத்தைக் குறிக்க ருஷ்ய மொழியில் உபயோகிக்கப்படும் தொடர். (மொ-ர்).

பதில் சொல்லுமுன் திரும்பவும் சற்றுநேரம் மக்சீம் ஆலோசித்தார்.

அலைவின் விஞ்ஞானம் பற்றி எடுத்துரைக்கலாமா? ஆனால் அது பியோத்தரின் மனத்திலுள்ள கேள்விக்குத் திருப்திகரமான பதிலாய் அமையாதென்பதை அவர் உணர்ந்தார். தவிரவும், ஒலிகளை ஒளிக்கும் நிறத்துக்குமுரிய உரிச்சொற்களைக் கொண்டு முதன்முதல் விவரித்தவர் இரண்டின் பௌதிக இயல்புகளைப் பற்றி அறியாதவராகவே இருந்திருப்பார். ஆயினும் இரண்டுக்கும் ஒற்றுமை இருப்பதை அவர் உணர்ந்திருக்க வேண்டுமென்பது தெளிவு. இது என்ன ஒற்றுமை?

மக்சீமுடைய மனதில் ஒரு புதிய கருத்து உருவாகத் தொடங்கிற்று.

"இதை உனக்கு என்னால் தெளிவாய் எடுத்துரைக்க முடியுமா என்று தெரியவில்லை..." என்றார். "இருந்தபோதிலும் - இந்த 'செந்' நாத மணியோசையை முதலில் எடுத்துக் கொள்வோம். மாதாகோயில் விழா நாட்களில் நகரில் நீ இதை எத்தனையோ முறை கேட்டிருக்கிறாய். இதைப்பற்றி எனக்குத் தெரிந்த அளவு உனக்கும் தெரியும். இந்தத் தொடர் நமது பகுதிகளில் உபயோகிக்கப்படுவதில்லை-அதனால்தான் இத்தொடர் புதுமையாய்த் தெரிகிறது..."

"இருங்கள்! ஒரு நிமிடம் இருங்கள்!"

அவசரமாய்ப் பியோத்தர் பியானோவைத் திறந்து வாசிக்க ஆரம்பித்தான். அடிக்கட்டையில் சில நாதங்களை எழுப்பிவிட்டு தேர்ச்சிமிக்க அவனுடைய விரல்கள் அவற்றுடன் கூடவே மேல் சுருதியில் கம்பீரமாய் ஓடியாடி முடிவில்லாத தொகுப்புகளில் தாவிக் குதித்து இழையும் நாதங்களை எழுப்பினான்; மாதாகோயில் விழா நாட்களில் காற்றிலே நிரம்பிவிடும் ஆனந்தமான அந்த உச்ச சுருதி முழக்கம் அறையினுள் ஒலித்து எதிரொலித்தது.

"அதுவேதான்!" என்றார் மக்சீம். "அதே போன்றதுதான். பார்ப்பதற்குக் கண்ணிருந்தும் எங்களில் யாரும் இதனை உன்னைப் போல இவ்வளவு சிறப்பாய்ப் புரிந்து கொண்ட தில்லை. சிவப்பு நிறமுள்ள எதையும் பார்க்கையில் - அதன் பரப்பு போதிய அளவுக்குப் பெரிதாய் இருக்கும் பட்சத்தில் - இந்தச் 'செந்' நாத மணியோசையைக் கேட்கையில் எழும் அதே உணர்ச்சிகள்தான் மனத்தில் எழுகின்றன. இருப்புக் கொள்ளாத அதே பரபரப்பு உணர்ச்சிதான், முறுக்கேறிய ஒருவகை கிளர்ச்சிதான் ஏற்படுகிறது. பார்த்துக்கொண்டிருக்கையில் அந்தச் சிவப்பு நிறம் ஓயாது மாறுவது போலத் தோன்றுகிறது. ஆழமும் நிறத்தின் செறிவும் பின்னடைந்து விடுகின்றன; மேற்பரப்பில் ஒருகணம் இங்கும் மறுகணம் அங்குமாய் இளஞ்சிவப்புச் சாயல்கள் கண்ணில் பட்டு மறைவது போல, அதிவேகமாய் எழுந்து அதே வேகத்தில் திரும்பவும் மறைவது

போலத் தெரிகிறது. இவை கண்களைச் சக்திவாய்ந்த முறையில் பாதிக்கின்றன-எப்படியும் என் கண்களை வெகுவாய்ப் பாதிக்கின்றன.''

''மெய்தான், மெய்தான்!'' என்று இவெலீனா பரபரப்புடன் கூறினாள். ''எனக்கும் அதேபோன்ற உணர்ச்சிதான் உண்டாகிறது. எங்களுடைய சிவப்பு மேஜைவிரிப்பை என்னால் அதிக நேரம் பார்க்க முடிவதில்லை...''

''விழாநாள் மணி முழக்கத்தையும் சிலரால் சகிக்க முடிவதில்லை. ஆம், இதுபோன்ற ஓர் ஒப்புவமை செய்வதில் தவறில்லை என்றே எனக்குப்படுகிறது. இதில் இறங்கிய நாம் இந்த ஒப்புவமையை மேலும் எடுத்துச் சொல்லலாம். மற்றொரு வகை மணியோசை இருக்கிறது; மக்கள் அதனைக் 'கனிந்த சிவப்பு' என்பார்கள். இதேபோல ஒரு நிறமும் இருக்கிறது - ஒரு வகைச் சிவப்பு நிறம். இவ்வோசையும் இந்நிறமும் சிவப்புக்கு மிகவும் நெருங்கியவையே - இன்னும் திண்மை யானவை, இதமானவை, வழவழப்பானவை. வண்டிமணிகள் புதிதாய் இருக்கையில் அவற்றின் ஒலி கடுமையாகவும் காதுக்குக் கனிவின்றியும் இருக்கும்; ஆனால் பல காலம் அடிக்கப்பட்டு பழகியதும் அவை பக்குவமடைந்தும் இந்தக் 'கனிந்த சிவப்பு' நாதம் பெறுகின்றன. பல சிறிய மணிகளையும் தக்க முறையில் இணைத்து ஒலிப்பதன் மூலம் மாதாகோயில் மணியோசையையும் இதேபோலக் கனிவு பெறச் செய்யலாம்.''

பியோத்தர் திரும்பவும் வாசித்தான் - அஞ்சல் வண்டி விரைந்தோடும்போது கேட்கும் கும்மாளமாய் ஒலிக்கும் மணிகளின் கிண்கிணிப்பு எழுந்தது.

''இல்லை, இதை நான் பெருமளவுக்குச் செந்நாதம் என்றே சொல்வேன்...'' என்றார் மக்சீம்.

''ஓ! இப்பொழுது தெரிகிறது எனக்கு.''

இப்பொழுது அவன் வாசித்த இசை இதமானதாகியது. துவக்கத்தில் ஒலித்த மேல் சுருதியிலிருந்து தணிந்து, துடிப்பும் படபடப்பும் குறைந்து சிறிது சிறிதாய் மென்மையும் வழவழப்பும் ஆழமும் உடையதாகியது. இப்பொழுது ருஷ்யத் திரோய்க்கா (முக்குதிரை) வண்டி மணற்சாலையில் அந்த மயக்க ஒளியின் தொலைவுக்குள் விரைந்தோடுகையில் அதன் ஏர்க்காலுக்கு அடியில் தொங்கும் மணிகளின் இனிய ஓசை போல இதமாக, அமைதியாக, எந்தத் திடீர் சலசலப்புமின்றி பியானோ இசை ஒலித்தது; பிறகு சிறிது சிறிதாய்க் கரைந்து சென்று கிராமப் புறத்தின் சாந்தத்தில் கடைசி கிண்கிணிப்பும் கலந்து மறைந்தது.

''அப்படித்தான், அப்படித்தான்!'' என்றார் மக்சீம். ''இந்த வேறுபாட்டை நீ தெளிவாய்ப் புரிந்துகொண்டு விட்டாய். ஒலியைக் கொண்டு முன்பு உன்

தாய் உனக்கு நிறத்தைப் புரியும்படிச் செய்ய முயன்றாள். அப்பொழுது நீ சிறுவனாய் இருந்தாய்."

"எனக்கு நினைவு இருக்கிறது... நீங்கள் ஏன் வேண்டாமென்று நிறுத்தச் சொன்னீர்கள்? அவ்வழியில் நான் புரிந்துகொள்ளத் தெரிந்து கொண்டிருப்பேனே."

"இல்லை, அம்முயற்சி பயனளித்திருக்காது" என்று மக்சீம் மெள்ளக் கூறினார். "ஆயினும் நம் உள்ளத்தினுள் போதிய ஆழத்துக்கு ஊடுருவிச் சென்று பரிசீலித்தால், ஒலிப் பதிவுகளாலும் நிறப்பதிவுகளாலும் மனத்துள் ஏற்படும் விளைவுகள் உண்மையில் பெரிதும் ஒத்திருப்பதாகவே எனக்குத் தோன்றுகிறது. உதாரணமாய் ரோஜா நிறக் கண்ணாடி மூலம் உலகைப் பார்க்கிறவர் என்பதாய் நாம் கூறுவதுண்டு. ஆர்வ மனப்பான்மை கொண்டவர், நன்னம்பிக்கையுடன் அணுகுபவர் என்பதையே இதன் மூலம் குறிக்கிறோம். ஒலியின் மனப்பதிவுகளைத் தக்கபடி தேர்வு செய்து இணைப்பதன் மூலமும் இதே மனப்பான்மையை ஊக்குவிக்க முடியும். ஒலி, நிறம் இரண்டும் ஒரேவிதமான உள்ளுணர்ச்சிகளின் சின்னங்களாய் அமைகின்றன என்று சொல்லலாம்."

புகைக்குழாயைப் பற்றவைப்பதற்காக மக்சீம் பேச்சை நிறுத்தினார். புகையை இழுத்துவிட்டபடி பியோத்தரைக் கூர்மையாய்க் கவனித்தார். பியோத்தர் அசையாமல் உட்கார்ந்திருந்தான். ஆவலுடன் காத்திருந்தான் என்பது விளங்கிற்று. இரண்டொரு கணத்துக்கு மக்சீம் தயங்கி நின்றார். தொடர்ந்து செல்வதா? ஆனால் இந்த எண்ணம் மறைந்து, ஏதோ நினைத்தவராய், தன் விருப்பத்தையும் மீறி தனது சிந்தனைகளின் விபரீத ஓட்டத்தால் இழுத்துச் செல்லப் பட்டது போல, மெதுவாய்த் திரும்பவும் பேசத் தொடங்கினார்.

"என் மனத்துள் விசித்திரமான எண்ணங்கள் எழுகின்றன... நம்முடைய இரத்தம் சிவப்பாய் இருப்பது தற்செயலாய் அமைந்துவிட்ட ஒன்றா?... மூளையில் ஒரு கருத்து உருவாகும் போது, அல்லது விழித்ததும் நம்மைத் திடுக்குறச் செய்து கண்களில் நீர் ததும்பச் செய்யும் கனவுகள் தோன்றும்போது, அல்லது உணர்ச்சி மேலிட்டு ஒருவர் கொதித்தெழும்போது - இச்சந்தர்ப்பங்களில் எல்லாம் இதயத்திலிருந்து இரத்தம் வேகமாய்ப் பாய்ந்து, சூடான அருவிகளாய் மூளையை நோக்கி விரைகிறது. ஆம், நமது இரத்தம் சிவப்பாய் இருப்பது மிகவும் பொருத்தமானதே..."

"நமது இரத்தம் சிவப்பானது..." என்று பியோத்தர் சிந்தனையில் ஆழ்ந்தவனாய்க் குறிப்பிட்டான். "சிவப்பானது, சூடானது..." என்றான்.

"ஆம், சிவப்பானது, சூடானது, இவ்வாறு செந்நிறமும் நாம் 'சிவப்பு' என்று சொல்லக்கூடிய ஓசைகளும் நமக்குப் பரபரப்பும்

எழுச்சியும் தருவனவாய் இருக்கின்றன. இவை நமக்கு உணர்ச்சி ஆவேசத்தை ஊட்டுகின்றன-மக்கள் இந்நிலையை உணர்ச்சிக் 'கொதிப்பு', 'கொந்தளிப்பு' என்பதாகவும் சொல்வார்கள். இன்னொரு சுவையான விவரத்தையும் குறிப்பிடலாம்: ஓவியர்கள் செந்நிறச் சாயல்களை வெது வெதுப்பான சாயல்கள் என்பதாய்ச் சொல்கிறார்கள்."

மக்சீம் புகைக்குழாயிலிருந்து புகையை இழுத்து வெளியே விட்டார்: நீல புகைச்சுருள் அவரைச் சூழ்ந்து கொண்டது.

"கையைத் தலைக்கு மேல் வீசிக் கீழே கொண்டுவா; அது ஒரு சிறு அரை வட்டத்தைக் குறிப்பதாய் இருக்கும்" என்று பேச்சைத் தொடர்ந்தார். "உன் கை மிகவும் நீளமாய் - அளவின்றி நீளமாய்- இருப்பதாய் வைத்துக்கொள். அந்த மிகப் பெரிய கையை நீ வீசும்போது நீ வரையும் அரைவட்டம் அளவின்றிப் பெரியதாயிருக்கும்... நம்முடைய தலைக்கு மேலுள்ள வானத்தின் வில்மாடம் அதுதான். அளவு கடந்த நெடுந்தொலைவிலுள்ள பிரம்மாண்டமான அரைக்கோளம். இது நீல நிறமுடையதாகும்... அது இவ்வாறு இருக்கையில் நமது ஆன்மா அமைதியாய் நிர்மலமாய் இருக்கிறது. ஆனால் வானத்தில் கருமேகங்கள்- அமைதியின்றி நகர்ந்தோடும், ஓயாது மாறும் தெளிவற்ற உருவங்கொண்ட கருமேகங்கள் -மூண்டெழும்போது, நமது ஆன்மிக அமைதி வரையறுத்துச் சொல்ல இயலாக் கலவரத்தால் குலைக்கப்பட்டு விடுகிறது. புயல் மேகம் நெருங்கி வருகையில் இதுபோன்ற உணர்வுதானே ஏற்படுகிறது?..."

"ஆம். ஏதோ ஒன்று என் ஆன்மாவையே குழப்பி விடுவதாய்த் தோன்றுகிறது..."

"அப்படித்தான். ஆகவே ஆழமான நீலம் மேகங்களுக்குப் பின்னாலிருந்து திரும்பவும் தோன்றுவதற்காகக் காத்திருக்கிறோம். புயல் வீசிச் செல்கிறது, ஆனால் நீலவானம் அதே இடத்தில் நிலைத்திருக்கிறது. இது நமக்குத் தெரியும், எனவே புயலை நம்மால் சகித்துக்கொள்ள முடிகிறது. இவ்வாறு வானம் நீலமாயிருக்கிறது... அமைதி நிலவும் கடலும் நீலம்தான். உன் தாயின் கண்கள் நீலமாயுள்ளன, இவெலீனாவின் கண்களும் நீலம்தான்."

"வானத்தைப் போல!..." என்றான் பியோத்தர். திடீரென உள்ளத்தில் தோன்றிய நெகிழ்வு அவன் குரலில் ஒலித்தது.

"வானத்தைப் போலத்தான். நீலநிறக் கண்கள் ஆன்மிகத் தெளிவைக் காட்டுவனவாய்க் கருதப்படுகின்றன. இனிப் பச்சையை எடுத்துக்கொள்வோம். மண்ணின் சுய நிறம் கறுப்பு. அடிமரங்களும் வசந்தத்தின் தொடக்கத்தில் கறுப்பாய்த்தான் இருக்கின்றன, சில நேரங்களில் சாம்பல் நிறத்திலும் இருப்பதுண்டு. பிறகு வசந்த பருவக் கதிரவன் தனது ஒளியையும்

வெப்பத்தையும் வீசி இந்தக் கரிய பரப்புகளைச் சூடாக்கு கிறான். உடனே பசுமை தலைகாட்டுகிறது, மெள்ளப் பரவி கறுப்பை மூடுகிறது. பசும் புல், பசுந்தழைகள். இந்தப் பச்சைத் தாவரங்களுக்கு ஒளியும் வெப்பமும் தேவை. ஆனால் அளவு மீறிய ஒளியோ அளவு மீறிய வெப்பமோ கூடாது. இதனால்தான் பச்சைத் தாவரங்கள் கண்ணுக்கு இனியனவாய் இருக்கின்றன. பசுமை-இது வெப்பமும் பனிநீரின் குளுமையும் ஒன்றுகலந்தது. சாந்தமான மன நிறைவுக்கும் ஆரோக்கியத்துக்கு முரிய உணர்ச்சியை இது உண்டாக்குகிறது. உணர்ச்சிக் கொந்தளிப்பையோ, களிபேருவகை அல்லது ஆனந்தக்களிப்பு என்கிறார்களே அதையோ உண்டாக்குவதல்ல இது... உனக்கு விளங்குகிறதா? தெளிவாய்க் கூறினேனா?"

"இல்லை, அவ்வளவாய் இல்லை... அது இருக்கட்டும், நீங்கள் சொல்லுங்கள்."

"சரி, வேறு வழியில்லை!... மேலும் சொல்கிறேன். கோடை வெப்பம் அதிகமாகும்போது பச்சைத் தாவரங்கள் அவற்றின் ஜீவ சக்தி நிரம்பி வழிந்து சுமை அளவு மீறிவிடுவது போலத் தோன்றுகிறது. இலைகள் விழத் தொடங்குகின்றன. வெப்பம் மழையின் குளுமையான ஈரத்தால் மிதப்படுத்தப்படாவிட்டால், பசுமை அறவே மறைந்து விடும்படியான நிலைமை ஏற்படும். ஆனால் இலையுதிர் காலம் நெருங்கி வருகிறது. கனிகள் உருப்பெறுகின்றன, தளர்வு பெறும் தழைகளிடையே இக்கனிகள் நாளுக்கு நாள் பழுத்துச் சிவப்பாகின்றன. அதிக அளவு ஒளியைப் பெறும்பட்சத்தில் கனி அதிகமாய்ச் சிவப்பாகிறது. ஜீவசக்தி அனைத்தையும், வளரும் மரஞ்செடிகளின் கோடைப் பருவ உணர்ச்சி வேகத்தையெல்லாம் இந்தக் கனி தன்னுள் ஒன்றுதிரட்டி வைத்துக்கொள்வதாய்த் தோன்றுகிறது. ஆக, இங்குங்கூட சிவப்புதான் உணர்ச்சி வேகத்தின் நிறம். உணர்ச்சிக் கொந்தளிப்பின் சின்னமாய் உபயோகிக்கப்படும் நிறம் சிவப்பு. ஆவேசத்தின், பாவத்தின், ஆத்திரத்தின் பழிதீர்ப்பதன் நிறம் சிவப்பு. பெருந்திரளான மக்கள் கிளர்ந்தெழுந்து கலகம் புரியும்போது தம்மை இயங்கச் செய்யும் இந்த உணர்ச்சியைத் தமது கொடியின் சிவப்பில், காற்றிலே படபடக்கும் தீ போன்ற இந்தக் கொடியின் சிவப்பில் வெளிப்படுத்துகின்றனர்... என்ன, புரியும்படி சொன்னேனா?"

"அது இருக்கட்டும். நீங்கள் சொல்லுங்கள்!"

"இலையுதிர் காலத்தின் கடைசிக்கட்டம். கனி முதிர்ச்சியுற்று விட்டது. மரத்திலிருந்து விழுந்து தரையிலே கிடக்கிறது. அது மாண்டு விடுகிறது, ஆனால் அதனுள் இருக்கும் விதை உயிர் வாழ்கிறது. இந்த விதையினுள் புதிதாய் வளரப்போகும் செடி, அதன் செழிப்பான

புதிய தழைகளும் காய்க்கப்போகும் புதிய கனியும் அடங்கலாய் ஏற்கெனவே உயிர்ப்புடையதாய் வளர்ந்து கொண்டிருக்கிறது. விதை தரையிலே விழுந்து கிடக்கிறது. அதன்மீது கதிரவன் தாழ்ந்து வானத்தில் தொங்குகிறான். குளிர்ந்த காற்று குளிர்ந்த மேகங்களைத் தம் முன்னால் தள்ளிக்கொண்டு வீசுகின்றது... உணர்ச்சி ஆவேசம் மட்டுமல்ல, உயிர் அனைத்துமே மெள்ள மெள்ள உறக்கத்தில் ஆழ்த்தப்படுகிறது... கரிய நிலம் அதன் பச்சைப் போர்வைகளுக்கு அடியிலிருந்து வெளியே முகம் காட்டுகிறது. வானத்தின் நீலமுங்கூட குளிர்ந்து விடுகிறது... பிறகு ஒருநாள் அடங்கி ஒடுங்கிய அமைதியான இந்த நிலத்தில், கைம்பெண்ணாய்க் காட்சி தரும் இந்த நிலத்தில் கோடானு கோடியான வெண்பனித் திவலைகள் மிதந்து வந்து விழுகின்றன. விரைவில் பூமியே வெண்ணிறமாகி சமதளமாய் விரிந்து கிடக்கிறது. வெண்மை - அது குளிர்ந்த தூள்ப்பனியின் நிறம்; யாவற்றுக்கும் உச்சியில் எட்டாத உயரத்தில் மிதக்கும் மேகங்களின் நிறம், மிக உயர்ந்த, கம்பீரமான, ஆனால் பொட்டலான மலை முடிகளின் நிறம்... வெண்மைதான் உணர்ச்சி ஆவேசமற்ற தூய்மையின், குளிரின், புனிதத்தின் சின்னம்; சூட்சுமமான ஆன்மாவின் வருங்கால வாழ்வின் சின்னம். கறுப்பைப் பொறுத்தவரை..."

"அது எனக்குத் தெரியும்" என்று பியோத்தர் குறுக்கிட்டான். "சப்தமற்றது, அசைவற்றது... இரவு..."

"ஆம், அதனால்தான் கறுப்பு சோகத்தின், மரணத்தின் சின்னமாய் அமைகிறது..."

பியோத்தருக்கு அங்கமெல்லாம் நடுங்கிற்று.

"மரணம்!" என்று அடித்தொண்டையால் திருப்பிச் சொன்னான். "நீங்களே சொல்லிவிட்டீர்கள். மரணம். எனக்கு அனைத்து உலகும் கறுப்புதான்... எப்பொழுதும், எங்கும் கறுப்புதான்!"

"அது உண்மையல்ல" என்றார் மக்சீம், உணர்ச்சி வேகம் கொண்டு. "ஒலி, கதகதப்பு, அசைவு இவையெல்லாம் உனக்குத் தெரிந்தவையே... உன்னை உயிருக்கு உயிராய் நேசிக்கும் நண்பர்கள் மத்தியில் வாழ்கிறாய்... நீ இவ்வளவு துச்சமாய் நினைத்து வெறுக்கும் இந்தச் சுகங்களுக்காகத் தமது கண்ணைக் கொடுக்கத் தயாராய் இருப்போர் எத்தனையோ பேர் இருக்கிறார்கள்... ஆனால் நீ உன்னுடைய தன்னல சோகத்திலே மூழ்கியிருக்கிறாய்..."

"ஆம், அதற்கென்ன?" பியோத்தரின் குரல் உணர்ச்சி வயப்பட்டு நடுங்கிற்று. "ஆம், நான் அதில் மூழ்கித்தான் இருக்கிறேன். வேறு

என்ன செய்ய முடியும்? அதிலிருந்து விடுபட்டு நான் வெளிவர முடியாதே. எந்நேரமும் அது என்னுடன்தானே இருக்கிறது."

"உன்னுடைய இன்னலைக் காட்டிலும் நூறு மடங்கு கொடுமையான இன்னல்கள் இவ்வுலகில் இருக்கின்றன என்பதை நீ உணருவாயானால், இந்த இன்னல்களுடன் ஒப்பிடுகையில் உன்னுடைய வாழ்க்கை சொர்க்கலோக வாழ்க்கையே ஆகும் என்பதை, உனக்குள்ள பாதுகாப்பும், எப்பொழுதுமே உனக்குக் கிடைத்து வந்திருக்கும் அன்பும்…"

"இல்லை, இல்லவே இல்லை!" முன்பு போல ஆவேசமான, ஆத்திரமான குரலில் பியோத்தர் இடைமறித்தான். "அது உண்மையல்ல! படுமோசமான நிலையிலுள்ள பிச்சைக்கார னுடன் நான் இடம் மாற்றிக் கொள்ளத் தயாராயிருக்கிறேன். ஏனென்றால் என்னைக் காட்டிலும் அவன் மகிழ்ச்சியுடை யவனாய் இருக்கிறான். கண் தெரியாதோருக்குக் காட்டப்படும் இந்தப் பரிவு அர்த்தமற்றது, மிகப் பெருந் தவறு… கண் தெரியாதோர் தெருவிலே விடப்பட வேண்டும், பிச்சை எடுத்து வாழும் படி விடப்பட வேண்டும். ஆம், பிச்சைக்காரனாய் இருந்தேனானால் நான் மகிழ்ச்சியுடையவனாய் இருப்பேன். காலையில் எழுந்ததும் பகலுணவைப் பற்றி நினைக்க வேண்டியிருக்கும். எனக்குக் கிடைத்த காசுகளை எண்ணிப் பார்த்துக்கொண்டிருப்பேன். போதுமா, என்ன செய்யலாமென்ற கவலை எந்நேரமும் இருந்து கொண்டிருக்கும். போதுமானது கிடைக்கும்போது மகிழ்ச்சியாய் இருப்பேன். பிறகு இரவில் எங்கே தங்கலாம் என்று கவலைப்பட வேண்டியிருக்கும். போதிய காசு கிடைக்காதபோது பசியாலும் குளிராலும் வருந்துவேன். இந்நிலைமைகளில் கணநேரமுங்கூட வெறுமைக்குரியதாய் இருக்காது… ஆம், எந்த இன்னலும் இப்பொழுது நான் துன்புறுவது போல… என்னைத் துன்புறச் செய்யாது…"

"அப்படியா? துன்புற வேண்டியிருக்காதா?"

மக்சீமுடைய குரல் அதிர்ந்தது. வெளுத்துப்போய் அடங்கிய நிலையிலிருந்து இவெலீனா அவருடைய பார்வை அனுதாபத்தோடும் கவலையோடும் தன் பக்கம் திரும்பியதைக் கண்டாள்.

"இருக்காது. அதில் எனக்கு சந்தேகமே இல்லை" என்று பியோத்தர் குரலில் ஒரு புதிய கடுமை தொனிக்கப் பிடிவாதமாய்ச் சொன்னான். "மேலே மணிக்கூண்டில் இருக்கும் எகோரியை நினைக்கையில் இப்பொழுது எனக்குப் பொறாமையாகவே இருக்கிறது. அதிகாலையில் விழித்துக் கொண்டதும் அவனை நினைத்துக்கொள்கிறேன்-காற்றும் வெண்பனியுமாய் இருக்கும் நாளாயிருந்தால் முக்கியமாய் அவன் என்

நினைவுக்கு வருகிறான். மணிக்கூண்டுப் படிகளில் அவன் ஏறுவது என் கண்முன் தோன்றுகிறது..."

"குளிரில் நடுங்கிக்கொண்டு..." என்றார் மக்சீம்.

"ஆம், குளிரில் நடுங்கிக்கொண்டு, உடல் உதறுகிறது. இருமுகிறான். குளிர்காலத்துக்குத் தனக்கு வெதுவெதுப்பான கோட்டு வாங்கித் தராத திருத் தந்தை பாம்ஃபிலியை ஓயாமல் சபிக்கிறான். பிறகு கொடுங் குளிரில் நடுங்கும் கைகளால் மணிகளின் கயிறுகளைப் பிடித்துக் காலைப் பிரார்த்தனைக்காக மணியடிக்கிறான். தான் கண் தெரியாதவன் என்கிற நினைப்பு அவனுக்கு வருவதில்லை... கண் தெரிந்தாலும் தெரியா விட்டாலும் அங்கே மேலே நிற்கையில் எவனும் குளிரால் நடுங்கி அதைப் பற்றிதான் நினைத்துக் கொண்டிருப்பான்... ஆனால் நான்-எனக்குக் கண் தெரியாது என்பதை எந்நேரத்திலும் மறக்க முடிவதில்லை, எனக்கு..."

"உனக்குச் சபிப்பதற்கு யாருமில்லை!..."

"ஆம்! எனக்குச் சபிப்பதற்கு யாருமில்லை! என் வாழ்வில் நான் நினைப்பதற்கு இந்தக் கண் தெரியாத நிலையைத் தவிர வேறு எதுவுமில்லை. இதற்காக நான் யாரையும் குறை சொல்ல முடியாதுதான், ஆனால் - எந்தப் பிச்சைக்காரனும் என்னைக்காட்டிலும் மகிழ்ச்சியுடையவனாகவே இருப்பான்..."

"இருக்கலாம், இருக்கலாம்" என்று மக்சீம் கடுப்புடன் கூறினார். "அதைப்பற்றி நான் வாதாட விரும்பவில்லை. ஆனால் வாழ்க்கையில் நீ வதைபட நேர்ந்திருந்தால், உன்னுடன் வாழ்வது கடினமாய் இருக்காது."

பரிதாபப்படும் முறையில் திரும்பவும் இவெலீனாவைப் பார்த்துவிட்டு அவர் தன்னுடைய கவைக்கோல்களை எடுத்துத் தரையில் பலமாய்த் தட்டி ஊன்றி அறையிலிருந்து வெளியே தத்திச் சென்றார்.

இந்தச் சம்பாஷணைக்குப் பிற்பாடு பியோத்தரின் ஆன்மிகக் கலவரம் மேலும் கடுமையாகி விட்டது. வேதனை மிகுந்த சிந்தனையிலே மேலும் மேலும் பலமாய் இறங்கி அவன் தன்னை வதைத்துக்கொண்டான்.

தட்டித் துழாவிய அவனுடைய ஆன்மா மக்சீம் அவனுக்கு விவரித்த உணர்ச்சிகளில் தட்டுப்பட்டு விசும்பைப் பற்றிய அவனுடைய சொந்த மனப் பதிவுகளுடன் அவ்வுணர்ச்சிகள் ஒன்றி இணைந்த வெற்றித் தருணங்களும் சில இருந்தன. பூமி பரவிப் பரந்து இருண்டு துயரச் சாயலுடன் மேலும் மேலும் தொலைவுக்குள் சென்றது. அதை நினைத்து நிதானிக்க முயன்று பார்த்தான், ஆனால் அதற்கு ஓர் முடிவில்லை. அதன் மீது முடிவில்லாத எல்லையற்ற மற்றொரு விசும்பு கவிந்திருந்தது...

ஞாபக சக்தி இடியின் முழக்கத்தையும், அத்துடன் வீச்சையும் பிரம்மாண்டத்தையும் பற்றிய உணர்வையும் அவன் நினைவில் எழச்செய்தது. இடி இடித்துவிட்டு மறையும், ஆனால் ஏதோ, ஒன்று மறையாது மேலே நிலவும் - கம்பீரம், மாசுமறுவற்ற சாந்தம் இவற்றின் உணர்வை ஆன்மாவினுள் நிறையச்செய்யும் ஏதோ ஒன்று நிலவும் சில நேரங்களில் இந்த உணர்வு அனேகமாய் ஸ்தூல வரையறுப்புடன் பிரத்தியட்சமாய் அவன் மனத்துள் தெரியும் - இவெலீனாவின் குரல் அல்லது அவனுடைய தாயின் குரல் காதில் விழுகையில் இவ்வாறு தெரியும்; ஏனெனில் அவர்களுடைய கண்கள் "வானத்தைப் போன்றவை" அல்லவா? ஆனால் திடுதிப்பென்று தகர்க்கப்பட்டுவிடும்-அளவு மீறிய துல்லிய வரையறுப்பால் தகர்க்கப்பட்டுவிடும்-அவனுடைய கற்பனையின் ஆழ் நிலைகளிலிருந்து எழுந்து உருவம் பெற எத்தனித்த இந்தக் கருத்துரு மறைந்து போய்விடும்.

தெளிவில்லாத இந்தக் கற்பனைகள் அவனை வாட்டி வதைத்தன; அவை சிறிதும் மனநிறைவு தருவதாயில்லை. அரும் பாடுபட்டு விடாப்பிடியாய் நின்று அவற்றை நாடிச் சென்றான். ஆயினும் எப்பொழுதும் அவை தெளிவற்றவையாகவே இருந்தன, ஏமாற்றத்தையே உண்டாக்கின. பீடிக்கப்பட்ட அவன் ஆன்மாவின் கடும் முயற்சிகளுடன் கூட, வாழ்வினால் மறுக்கப்பட்டுவிட்ட முழுநிறைப் புலனுணர்வினை எப்படியாவது பெற வேண்டுமென்ற அதன் வீண் பிரயாசைகளுடன் கூட இணைந்து அவனை வாட்டிய அந்த ஊமை வேதனையை இந்தக் கற்பனைகள் எவ்வகையிலும் குறைக்க வில்லை.

8

வசந்தம் வந்துவிட்டது.

பண்ணையிலிருந்து சுமார் அறுபது கிலோ மீட்டர் தொலைவில், ஸ்தவ்ரூக்கவோவுக்கு எதிர்திசையில் இருந்த ஒரு சிறுநகரில் அதிசய சக்திபெற்ற கத்தோலிக்கத் திருவுருவப் படம் ஒன்று இருந்தது. அதற்கிருந்த அற்புதத் திறனை இவ்விவகாரங்களில் தேர்ச்சி வாய்ந்தவர்கள் துல்லியமாய்க் கணக்கிட்டுக் கூறியிருந்தனர். பாத யாத்திரை செய்து இந்தத் திருவுருவத்தை அதன் விழாநாளன்று வழிபடுவோருக்கு இருபது நாட்களுக்குப் "பாவமன்னிப்பு" கிடைக்கும் - அதாவது இருபது நாட்களுக்கு உட்பட்டு ஒரு காலத்தில் இவ்வுலகில் அவர்கள் செய்த எந்தப் பாவச் செயலிலிருந்தும் பரிபூரண விடுதலை கிடைக்கும். ஒவ்வொரு ஆண்டும் வசந்தத்தின் தொடக்கத்தில் குறிப்பிட்ட ஒரு நாளுக்கு இந்தச் சிறுநகர் உயிர் பெற்றெழுந்து அல்லோலகல்லோலப்படும். இந்த விழாவுக்கு இங்குள்ள பழைய மாதாகோயில் வசந்தத்தின் முதலாவது பசுங் கொம்புகளாலும் மலர்களாலும் அலங்கரிக்கப்படும். அதன் மணிகள் எழுப்பும் ஆனந்த முழக்கம் நகரெங்கும் எதிரொலிக்கும். வண்டிச் சக்கரங்களின் ஓசை காதை அடைக்கும். தெருக்களிலும் சதுக்கங்களிலும் மற்றும் சுற்றுப்புறத்தில் நெடுந்தொலைவு வரை வயல்களிலும் வெளிகளிலும் பாத யாத்திரிகர்கள் ஏராளமாய்க் குழுமி விடுவார்கள். கத்தோலிக்கர்கள் மட்டுமின்றி ஏனையோரும் இங்கு யாத்திரிகர்களாய் வந்தனர். இந்தத் திருவுருவத்தின் கீர்த்தி நெடுந்தொலைவுக்குப் பரவியிருந்தது. சத்திய சமயத்தைச் சேர்ந்த துயருற்றோரும் கவரப்பட்டுப் பெருந்திரளாய் இங்கு வந்தனர் - பெரும்பாலோர் நகரமக்களாகவே இருந்தனர்.

புனித நாளன்று எப்பொழுதும் போல் இவ்வருடமும் மாதாகோயில் சாலையில் மக்கள் வெள்ளம் கரை புரண்டோடிற்று. அருகில் ஒரு குன்றின் உச்சியிலிருந்து இக்காட்சியைப் பார்த்தவருக்கு, நெருக்கியடித்துக்கொண்டு கூட்டம் கூட்டமாய் வந்த இந்த யாத்திரிகர்கள் எல்லோரும் ஒன்றுசேர்ந்து உயிருள்ள ஒரே ஜீவனாய்த் தோன்றியிருப்பார்கள்; இராட்சசப் பாம்பு ஒன்று சாலை நெடுகிலும் நீண்டு செயலற்று அமைதியாய்க் கிடப்பது போலத் தோன்றியிருக்கும், பளபளப் பில்லாத அதன் பல வண்ணச் செதில்கள் மட்டும் பாம்பின் நெடுமூச்சுக்கேற்ப ஆடி அசங்குவது போலத் தோன்றியிருக்கும். மக்கள் வெள்ளம் பெருகியோடிய இந்தச் சாலையின்

இரு மருங்கிலும் முடிவில்லா நீள் வரிசைகளில் பிச்சைக்காரர்கள் கையேந்தி நின்று பிச்சை கேட்டனர்.

நகரிலிருந்து அதன் சுற்றுப்புறங்களுக்குச் சென்ற ஒரு தெருவில் மக்சீம் தமது கவைக்கோல்களை அழுத்திப் பிடித்துக் கொண்டு மெள்ள நகர்ந்தார். அவர் பக்கத்தில் பியோத்தர் நடந்தான், இயோஹீம் கூடச் சென்றான்.

கூட்டத்தின் கூச்சலையும் யூத அங்காடிக்காரர்களின் கூவல்களையும் வண்டிச் சக்கரங்களின் கிரீச்சொலியையும் -மாதாகோயில் சாலை பூராவிலும் கிளர்ந்தெழுந்த பேரிரைச்சல்கள் யாவற்றையும்-பின்னால் விட்டுவிட்டு அவர்கள் இங்கே நடந்துகொண்டிருந்தனர். இந்தத் தொலைவிலிருந்து கேட்ட போது இந்த இரைச்சல்கள் யாவும் ஒன்றுசேர்ந்து பிரம்மாண்டமான மந்த ஒலியலையாய் மாறிமாறி விம்மியெழுந்தும் தணிந்தடங்கியும் ஓயாது ஒலித்தன. ஆனால் இங்குங்கூட-நெரிசல் குறைவாயிருந்ததென்றாலும்-காலடி ஓசையும் குரல்களின் முணுமுணுப்பும் மண் சாலையில் சக்கரங்களின் நறநறப்பும் காதடைக்கக் கேட்டுக்கொண்டு தானிருந்தன. ஒருமுறை சங்கிலித்தொடர் போல மாட்டு வண்டிகள் கிரீச்சிட்டுக் கொண்டு வரிசையாக அவர்களைக் கடந்துசென்று பக்கத்துத் தெரு ஒன்றில் திரும்பின.

பொழுது குளிராய் இருந்தது. பேசாமல் மக்சீமைப் பின்தொடர்ந்து சென்ற பியோத்தர் கோட்டை இழுத்து மூடிக்கொண்டான். எங்கோ நினைத்தவனாய்த் தெருக்களில் எழுந்த கூச்சலையும் கூப்பாட்டையும் கேட்டுக் கொண்டு நடந்து சென்றான். அவனுடைய மனம் இங்குங்கூட எந்நேரமும் இப்பொழுது அவனை வருத்தி வந்த அந்த ஓயாத விசாரங்களில் முனைந்திருந்தது.

தன்னையே மையமாகக்கொண்ட இந்த மன உளைச்சல்களில் மூழ்கியிருந்த அவனைத் திடீரென இப்பொழுது ஒரு புதிய ஓசை துணுக்குறச் செய்தது - நடந்துகொண்டிருந்தவன் தலையை மேலே நிமிர்த்தி திடுதிப்பென நின்றுவிடும்படி அவ்வளவு பலமாய்த் துணுக்குறச் செய்தது.

அவர்கள் நகரின் எல்லையை வந்தடைந்து விட்டனர். வீடுகளின் கடைசி வரிசைகளும் முடிவுற்று இவ்விடம் நீளமான வேலிகளும் பொட்டல்களுமாயிருந்தது. இவற்றுக்கு அப்பால் தெரு அகலமான நெடுஞ்சாலையாகி திறந்த வெளி களிடையே சென்றது. தெரு நெடுஞ் சாலையாக விரிவடைந்த இடத்தில் பக்திச் சிரத்தையுடையோர் சிலர் ஒரு காலத்தில் கல்தூணை நிறுத்தி அதில் ஒரு உருவப் படத்தையும் விளக்கையும் அமைத்திருந்தனர். இந்த விளக்கு காற்று அடிக்கும்

போதெல்லாம் ஆடிக் கிரீச்சிட்டுக் கொண்டிருந்ததேயன்றி, ஒரு நாளும் அது எரிந்ததில்லை. இந்தத் தூணுக்கு அடியில் கண் தெரியாத பிச்சைக்காரர்கள் சிலர் ஒண்டிக் கொண்டிருந்தனர். இவர்களைப் போல் அவ்வளவு வக்கற்றவர்களாய் இராத போட்டியாளர்கள் நல்ல இடங்கள் யாவற்றையும் பிடித்துக் கொண்டுவிட்டதால் இவர்கள் இந்தத் தூணுக்கு அடியில் கூட வேண்டியதாயிற்று. ஒவ்வொருவனும் கையில் ஒரு மரஓடு வைத்திருந்தான். அவ்வப்பொழுது இவர்களில் யாராவது ஒருவன் குரலெழுப்பி ஓலமிட்டான்:

"கண் தெரியாத கபோதிங்க, பிச்சை போடுங்க! புண்ணிய முண்டு பிச்சை போடுங்க!"

குளிர் வருத்திற்று, காலையிலிருந்து இந்தப் பிச்சைக் காரர்கள் இங்கு இருந்தனர். திறந்த வெளிகளிலிருந்து அடித்த வாடைக் காற்றிலிருந்து இவர்களுக்குப் பாதுகாப்பு அளிக்க இங்கு எதுவுமில்லை. ஏனையோரைப் போல் கூட்டத்தோடு சேர்ந்து நடமாடி கைகால்களைச் சற்று வெதுவெதுப்பாக்கிக் கொள்வதற்குக்கூட வழியில்லாதவர்கள். முறை வைத்துக் கொண்டு ஓலமிட்ட அவர்களுடைய குரல்களில் சொல்ல முடியாத சோகம் ததும்பிற்று-உடல் உபாதையின், நிராதரவான அவல நிலையின் கொடுமை நிறைந்திருந்தது. குரல் கொடுக்கத் தொடங்கி இரண்டொரு கணங்களுக்கெல்லாம் ஒடுங்கிய நெஞ்சு அடைத்துப்போய் குரல் கம்மி சோக முனகலாய்த் தேய்ந்து நடுங்கும் நீண்ட பெருமூச்சாய் மறைந்தது. தெருக்களின் பேரிரைச்சலில் பெருமளவுக்கு மூழ்கடிக்கப்பட்டு விடும் மிகவும் மெலிந்த இந்தக் கடைசி முனகல்களுங்கூட கேட்போரைக் கலங்கச் செய்தன. அவற்றில் பொதிந்திருந்த தாளமுடியாத எல்லை கடந்த வேதனையை உணர்ந்து திடுக்குறச் செய்தன.

பியோத்தர் பிரமித்து நின்று விட்டான். வலியால் அவன் முகம் துடிதுடித்தது. பிச்சைக்காரர்கள் எழுப்பிய சொல்லொணாத் துயரமிக்க ஓலம் அவன் பாதையின் குறுக்கே எழுந்த கர்ண கடூரமான பேயொலி போல அவனை மிரளச்செய்தது.

"எதைக் கேட்டு இப்படி மிரளுகிறாய்?" என்று மக்சீம் அவனைக் கேட்டார். "அன்று நீ பெரிய பாக்கியசாலிகள் என்று பொறாமைப்பட்டாயே அவர்கள் எழுப்பும் குரல்தான் இது. கண்தெரியாத பிச்சைக்காரர்கள், பிச்சை கேட்கிறார்கள்... குளிரால் கொஞ்சம் வாடுகிறார்கள் என்பது மெய்தான். ஆனால் உன் கருத்துப்படி இது அவர்களை இன்னும் அதிகமாய் மகிழ்ச்சி கொள்ளச் செய்ய வேண்டும்."

"இங்கே நிற்க வேண்டாம்! வாங்க, போவோம்!" என்று மக்சீமுடைய கையைப் பிடித்து இழுத்தபடி பியோத்தர் கூச்சலிட்டுச் சொன்னான்.

"ஓகோ, இங்கிருந்து போய்விடவா விரும்புகிறாய்? ஏனையோர் படும் துன்பத்துக்கு இதுதானா நீ அளிக்கும் பதில்? போகக் கூடாது, இங்கேயே நில். உன்னிடம் பேசுவதற்காகச் சரியான சமயம் எப்பொழுது வருமென்று காத்துக்கொண்டிருக்கிறேன். நான் சொல்ல விரும்புவதற்கு இதுதான் சிறந்த இடம். இதைக் கேள்-காலம் மாறி-விட்டது, கண் தெரியாத இளைஞர்கள் அந்த இளம் பண்டூராக்காரன் யூர்க்கோவைப் போல இரவிலே போரில் இப்போதெல்லாம் வெட்டி வீழ்த்தப்படுவதில்லை என்று நீ ஓயாமல் ஓலமிடுகிறாய். மணிக்கூண்டில் இருக்கும் அந்த எகோரியைப் போல சபிப்பதற்கு யாருமில்லை என்று உள்ளம் குமுறுகிறாய். ஆனால் உள்ளுக்குள் நீ சபித்துக் கொண்டுதான் இருக்கிறாய் - உன்னைச் சேர்ந்தவர்களையே சபித்துக்கொண்டிருக்கிறாய்; இந்தப் பிச்சைக்காரர்களுக்கு வாழ்க்கை அளித்திடும் இன்பம் அவர்கள் உனக்குக் கிட்டாதபடி செய்து விட்டார்கள் என்று ஆத்திரப்படுகிறாய். நீ நினைப்பது சரியாகவும் இருக்கலாம். பழைய படையாளன் நான்! நான் உனக்கு வாக்களிக்கிறேன்! - வாழ்க்கையில் அவனவனுக்கும் தனக்குரிய பாதையைத் தீர்மானித்துக்கொள்ளும் உரிமை உண்டு. உனக்கு சரியான வயது வந்து விட்டது, முழு ஆளாகிவிட்டாய். ஆகவே, நான் சொல்ல விரும்புவதைக் கேள். நாங்கள் செய்த தவறைச் சரிசெய்ய வேண்டுமென்று நீ தீர்மானம் செய்தால், உன் விதியை எதிர்த்து நிற்கவும், தொட்டில் பருவம் முதலாய் வாழ்க்கை உனக்கு அளித்து வந்திருக்கும் எல்லா வசதிகளையும் உதறியெறிந்துவிட்டு இந்தத் துர்ப்பாக்கிய சாலிகளைப் போல வாழ்ந்து பார்க்க வேண்டுமென்று நீ முடிவு செய்தால்... மக்சீம் யத்சேங்கோவான நான் உனக்கு மதிப்பும் உதவியும் ஆதரவும் அளிப்பதாய் வாக்களிக்கிறேன்... பியோத்தர், நான் சொல்வது தெரிகிறதா? நான் போர்க்களத் தீயிலே குதித்தபோது இப்பொழுது நீ இருப்பதைக் காட்டிலும் வயதில் ரொம்ப மூத்தவனாய் இருக்கவில்லை. என் தாய் எனக்காக அழுதாள், இப்பொழுது உன் தாயும் உனக்காக எப்படி அழுவாளோ, அதேபோல. அதனால் என்ன? - நான் செய்ததைச் செய்வதற்கு எனக்கு உரிமை இருந்தது என்பதே என் கருத்து. அதேபோல இப்பொழுது உனக்கும் அந்த உரிமை உண்டு. வாழ்நாளில் ஒரு தரம் எம்மனிதனும் தனக்குரியதைத் தெரிந்தெடுத்துக்கொள்ள விதி அவனுக்குச் சந்தர்ப்பமளிக்கிறது. ஆகவே, நீ சொன்னால் போதும்..." மக்சீம் பேச்சை நிறுத்திவிட்டு பிச்சைக்காரர்கள் பக்கம் திரும்பி, "ஃபியோதர் கந்தீபா! நீ எங்கே இருக்கிறாய்?" என்று கூவினார்.

"இங்கே இருக்கிறேன்..." வற்றிய குரல்களில் ஒன்று பதிலளித்தது. "யார் அது - மக்சீம் மிகையிலோவிச்சா?"

“ஆமாம், நான் சொன்ன இடத்துக்கு, இன்னும் ஒரு வாரத்தில் வந்து சேரு.”

“வந்து விடுகிறேன்” என்று சொல்லி, அந்தப் பிச்சைக்காரன் திரும்பவும் தனது ஓயாத புலம்பலைத் தொடங்கினான்.

மக்சீமுடைய கண்கள் மின்னின.

“அங்கே நீ ஓர் ஆளைப் பார்ப்பாய்” என்றார். “விதியையும் மனிதர்களையும் பற்றி மெய்யாகவே குறைபட்டுக்கொள்ள உரிமையுள்ளவன் அவன்... நீ உன் இன்னலைச் சகித்துக் கொள்ள அவனிடமிருந்து தெரிந்து கொள்ளலாம், இப்பொழுது போல்...”

“போதும் இங்கிருந்து புறப்படுங்கள்” என்று இயோஹீம் குறுக்கிட்டுச் சொல்லி, மக்சீமைக் கோபமாய்ப் பார்த்தபடி பியோத்தரின் கையைப் பிடித்து இழுத்தான்.

“கூடாது, இரு!” என்று மக்சீம் ஆத்திரமாய் கூச்சலிட்டார். “அதிகம் கொடுக்க முடியாவிட்டாலும் ஒரு செப்புக் காசாவது போடாமல் கண் தெரியாத பிச்சைக்காரர்களிடமிருந்து யாரும் விலகிச் செல்லமாட்டார்... அதுகூடச் செய்யாமல் ஓடிவிடலா மென்றா பார்க்கிறாய்? அடாத செயல் - உனக்குச் செய்யத் தெரிந்ததெல்லாம் அவ்வளவுதான்! உன் வயிறு நிறைந்திருக்கும் வரை பிறத்தியாருடைய பசியின் நன்மைகளைப் பற்றி பேசுவது சுலபம்!”

சவுக்கடி பட்டது போல பியோத்தர் சட்டென தலையைப் பின்னால் சாய்த்துக்கொண்டான். பணப்பையை வெளியே இழுத்து, ஒண்டிக்கொண்டிருந்த அந்தப் பிச்சைக்காரர்களை நோக்கி வேகமாய்ச் சென்றான். அவன் தட்டிச் சென்ற கம்பு அவர்களில் அருகிலிருந்தவனின் காலில் தட்டுப்பட்டதும், கீழே குனிந்து தடவி மரஓட்டைப் பிடித்து அதில் குவிந்திருந்த செப்புக் காசுகளுக்கு மேல் தனது பணத்தை வைத்தான். தெருவிலே சென்றோர் பலரும் நிலப்பிரபுக் குடும்பத்தைச் சேர்ந்தவன் என்பது தெளிவாய்த் தெரிந்த கண்ணுக்கினிய இவ்விளைஞன் கண் தெரியாத பிச்சைக்காரனுக்குத் தடுமாறியபடி பிச்சையிட்டதையும், அந்தப் பிச்சைக்காரன் தடுமாறியபடி அதைப் பெற்றுக்கொண்டதையும் நின்று பார்த்து விட்டு நடந்தனர்.

ஆனால் மக்சீம் சட்டெனத் திரும்பி கவைக்கோலை ஊன்றி வேகமாய்த் தத்திச் சென்றார். அவர் முகம் சிவந்திருந்தது, கண்கள் மின்னின... அவர் இளைஞராய் இருந்தபோது அவரது நண்பர்கள் எல்லோரும் நன்கு அறிந்திருந்த அவருடைய கோபாவேசம் மீண்டும் இப்பொழுது அவரைப் பிடித்திருந்தது தெரிந்தது. ஒவ்வொரு சொல்லையும் எடை

போட்டுப் பேசும் ஆசிரியராய் இல்லை, இப்பொழுது அவர். ஆத்திரம் தாங்காமல் இரைந்த ஆவேச மனிதராகி விட்டார், பிற்பாடுதான், ஓரக் கண்ணால் பியோத்தரைப் பார்த்த பிறகுதான் அவருடைய சீற்றம் தணியத் தொடங்கிற்று. பியோத்தர் சுண்ணாம்பு போல வெளுத்திருந்தான். அவன் புருவங்கள் ஒடுங்கி நெருங்கியிருந்தன. அவனுடைய உள்ளக் கிளர்ச்சி அவன் முகத்திலே தெரிந்தது.

அந்தச் சிறுநகரின் தெருக்களில் நடந்துசென்ற அவர்களைச் சுற்றிலும் குளிர் காற்று புழுதியைக் கிளப்பிவிட்டுச் சென்றது. அவர்களுக்குப் பின்னால், கண் தெரியாத அந்தப் பிச்சைக்காரர்கள் பியோத்தர் தமக்கு அளித்த பணத்தைப் பங்கிட்டுக் கொண்டபோது எழுந்த சச்சரவு அவர்கள் காதில் விழுந்தது...

9

குளிரில் அடிபட்டதன் விளைவாய் இருக்கலாம்; நீண்ட காலமாய் இருந்த ஆன்மிக நெருக்கடியின் முடிவு நிலையாகவும் இருக்கலாம். இவை இரண்டும் கூடியதாகவும் இருக்கலாம். காரணம் எதுவாயினும், மறுநாள் பியோத்தர் அவன் அறையில் கடுங்காய்ச்சலாய்ப் படுத்துவிட்டான். படுக்கையில் புரண்டபடி இருந்தான், அவன் முகம் உருச்சிதைந்து தோன்றியது. சில நேரங்களில் எதையோ காதால் கேட்க விரும்புகிறவனைப் போலக் காணப்பட்டான்; சில நேரங்களில் எங்கோ விரைந்து செல்ல விரும்புகிறவனைப் போலத் துள்ளியெழ முயன்றான். நகரிலிருந்து அழைக்கப்பட்ட பழைய டாக்டர் நாடியைப் பிடித்துப் பார்த்து, வசந்தத்தின் குளிர்காற்றுகளை பற்றிப் பேசினார். முகத்தைச் சுளித்துக்கொண்டு உர்ரென்றிருந்த மக்சீம் தன் தங்கையின் கண்களைப் பாராமல் முகத்தைத் திருப்பிக்கொண்டார்.

காய்ச்சல் விடவே இல்லை. நெருக்கடிக் கட்டம் வந்ததும் பியோத்தர் தொடர்ந்து சில நாட்களுக்கு உயிர் அறிகுறி அனேகமாய் இல்லாமலே படுத்துக்கிடந்தான். ஆனால் இளமைப் பருவம் முறுக்கேறிய நாண் போன்றது; அவன் நோயின் பிடியிலிருந்து முண்டிக்கொண்டு வெளி வந்தான்.

ஒருநாள் காலையில் வசந்தத்தின் பிரகாசமான சூரிய ஒளிக்கிரணம் சாய்ந்து நோய்ப் படுக்கை அருகே வந்ததை ஆன்னா மிகையிலொவ்னா கவனித்தாள்.

“திரைச்சீலையை இழுத்து மூடு... இந்தச் சூரிய ஒளி அபாயமானது...” என்று அவள் இவெலீனாவின் காதுக்குள் சொன்னாள்.

ஆனால் சன்னலிடம் போவதற்காக இவெலீனா எழுந்ததும் பியோத்தர் திடீரென்று பேசினான்-கவலை மிகுந்த இந்நாட்களில் முதன்முதலாய் அவன் வாய் திறந்து சொன்ன சொற்கள் அவை:

“வேண்டாம், மூட வேண்டாம்... அப்படியே இருக்கட்டும்...”

மகிழ்ச்சி பொங்க இருவரும் அவனது முகம் பார்த்து குனிந்தனர்.

“காதில் விழுகிறதா உனக்கு?... என்னைத் தெரிகிறதா?...” என்று தாய் அவனை விசாரித்தாள்.

“ஓ, தெரிகிறதே” என்று சொல்லி மௌனமாய் இருந்தான். எதையோ நினைவுக்குக் கொண்டுவர முயலுகிறவனைப் போல் தோன்றினான்.

பிறகு மெலிந்த குரலில் "ஓ, அதுதான்!..." என்று சொல்லி எழுந்து உட்கார முயன்றான். "அந்தக் கந்தீபா... அவன் வந்து விட்டானா?" என்று கேட்டான்.

கலக்கமடைந்தோராய் இவெலீனாவும் ஆன்னா மிகையி லொவ்னாவும் ஒருவரையொருவர் பார்த்துக் கொண்டனர். ஆன்னா மிகையிலொவ்னா தன் விரல்களை பியோத்தரின் உதடுகள் மீது வைத்தாள்.

"வேண்டாம், பேசுவது உனக்கு நல்லதல்ல" என்று முணு முணுக்கும் குரலில் சொன்னாள்.

அவன் அவள் கையைப் பிடித்து அருமையாய் அதில் முத்தமிட்டான். அவன் கண்களில் கண்ணீர் பீறிட்டது. அதை வழிந்தோட விட்டான்; அது அவனுக்கு ஆறுதலளிப்பதாய் இருந்தது.

பிறகு சில நாட்கள் சிந்தனையில் ஆழ்ந்தவனாய் அமைதியாய்ப் படுத்திருந்தான். ஆனால் வெளியறையில் மக்சீமுடைய காலடி ஓசை கேட்கும் தோறும் அவன் முகம் கிளர்ச்சியுற்று நடுங்கிற்று. இதைக் கவனித்த இரு பெண்களும் நோயாளி அறையிலிருந்து விலகிச் செல்லும்படி மக்சீமைக் கேட்டுக் கொண்டனர். ஆனால் ஒருநாள் பியோத்தரே அவரை அழைத்து வரச் சொன்னான், அவருடன் தனியே பேச வேண்டும் என்றான்.

அவன் படுக்கையருகே வந்ததும் மக்சீம் பியோத்தரின் கையை மெள்ள எடுத்து அருமையாய் அதை அழுத்தினார்.

"மகனே... உன்னிடம் நான் மன்னிப்புக் கேட்க வேண்டும்..." என்று ஆரம்பித்தார்.

பியோத்தர் தன் மாமாவின் கையைப் பதிலுக்கு அழுத்தினான்.

"இப்பொழுது எனக்குப் புரிகிறது" என்று சாந்தமான குரலில் சொன்னான். "எனக்கு நீங்கள் படிப்பினை அளித்தீர்கள். அதற்கு நான் உங்களுக்கு நன்றி கூறக் கடமைப் பட்டவன்."

"படிப்பினை போகட்டும், படிப்பினை!" என்று கூறி மக்சீம் பொறுமை இழந்தவராய் ஜாடை காட்டினார். "இது தொல்லை பிடித்த வேலை-நீண்ட காலத்துக்கு ஆசிரியனாய் இருப்பது மிகவும் சங்கடமானது. மனிதன் மூளையைக் குழப்பி விடுகிறது. அன்று நான் படிப்பினை அளிக்க நினைக்கவில்லை. கோபம் வந்துவிட்டது, அவ்வளவுதான். ஆம், கெட்ட கோபம் - என்மீதும், உன்மீதும்..."

"மெய்யாகவே நான் அப்படிச் செய்ய வேண்டுமென்று விரும்பித்தானே..."

"நான் விரும்பியது போகட்டும்... கோபங் கொண்டவன் எதை விரும்புகிறான் என்று யாரால் சொல்ல முடியும்?... ஏனையோரின் இன்னல்களைப் பற்றி நீ தெரிந்துகொள்ள வேண்டும், உன்னுடையவற்றையே பெரிதாய் நினைத்துக் கொண்டிருக்கக்கூடாது என்றுதான் காட்ட விரும்பினேன்..."

சற்று நேரம் இருவரும் மௌனமாயிருந்தனர்...

முடிவில் பியோத்தர் சொன்னான்:

"அவர்களுடைய அந்தப் புலம்பல் நான் நினைவிழந்து படுத்துக் கிடந்தபோது எந்நேரமும் என் சிந்தனையை விட்டு அகலவில்லை... நீங்கள் பேசினீர்களே, அந்தக் கந்தீபா- யார் அது?"

"ஃபியோதர் கந்தீபா. பல காலமாய் எனக்குத் தெரியும் அவனை."

"பிறவியிலேயே... கண் தெரியாதவன்தானா?"

"அதைக் காட்டிலும் மோசமானது, அவன் கதை. யுத்தங்களிலே அவன் கண்கள் எரிக்கப்பட்டு விட்டன."

"இப்பொழுது ஓயாது அந்தப் புலம்பலைப் பாடிக் கொண்டு அலைகிறானா?"

"ஆம், அதனால் தனக்குக் கிடைப்பதைக்கொண்டு தனது அனாதை மருமகப் பிள்ளைகளான ஒரு பெருங்கூட்டத்தைப் பாதுகாத்து வருகிறான். தான் சந்திப்பவர்கள் ஒவ்வொருவரிடமும் ஆர்வமாகவும் வேடிக்கையாகவும் இரண்டு வார்த்தை பேசாமல் போக மாட்டான்..."

"மெய்யாகவா?" என்று கேட்டு, ஏதோ சிந்தித்தவனாய் பியோத்தர் தொடர்ந்து பேசினான்: "நீங்கள் என்ன நினைக்கிறீர்களோ, தெரியாது - ஆனால் இதில் ஏதோ வினோதம் இருக்கிறது. நான் என்ன விரும்புகிறேன் என்றால்..."

"மகனே, நீ என்ன விரும்புகிறாய்?..."

சில நிமிடங்களில் வெளியறையில் காலடி சப்தம் கேட்டது; ஆன்னா மிகையிலொவ்னா கதவைத் திறந்து கொண்டு உள்ளே பார்த்தாள். கவலை தோய்ந்த பார்வையால் அவர்கள் இருவரின் முகங்களையும் உற்று நோக்கிய அவள், தான் எட்டிப் பார்த்ததும் நின்றுவிட்ட இந்த உரையாடலால் இருவரும் மனம் நெகிழ்ந்த வர்களாய்த் தோன்றினர் என்பதைத் தவிர வேறு எதையும் தெரிந்து கொள்ள முடியவில்லை.

காய்ச்சலிலிருந்து விடுபட்டதும் பியோத்தரின் இளம் உடல் விரைவில் நலமடைந்து வந்தது. இதன்பின் இரு வாரங்களில் எழுந்து நடமாட ஆரம்பித்தான்.

அவன் வெகுவாய் மாறிப்போய் விட்டான். முகபாவமும்கூட மாறிவிட்டதாய்த் தோன்றிற்று. முன்பு அடிக்கடி காணப்பட்டு வந்த கடுமையான மனவேதனையின் தோற்றம் இப்பொழுது அவன் முகத்தில் இருக்கவில்லை. அவன் அனுபவித்த அதிர்ச்சியைத் தொடர்ந்து இப்பொழுது இதமான துயரச் சாயலுடன் கூடிய அமைதியான சிந்தனை நிலையை வந்தடைந்தான்.

மக்சீம் இது ஒரு தற்காலிக நிலையாய் இருக்குமோ, உடல் பலவீனத்தால் ஏற்படும் நெருக்கடித் தளர்வு நிலையாய் இருக்குமோ என்று அஞ்சினார்.

பிறகு ஒருநாள் அந்தி கவிந்து வந்த நேரத்தில் பியோத்தர் காய்ச்சலுக்குப் பிற்பாடு முதன் முதலாய்ப் பியானோவின் முன் உட்கார்ந்தான். மனப்போக்கிற்கு இசைவாய்ப் புனைந்து வாசிப்பதிலேதான் அவனுக்கு ஈடுபாடு அதிகம். இப்பொழுதும் இதேபோல இசை புனையத் தொடங்கினான். அவனுடைய இசையில் அவனது மனநிலைக்கு இசைவான அமைதி வாய்ந்த சாந்தமான துயரம் ஒளிர்ந்தது. பிறகு திடுதிப்பென்று இந்த அமைதியான சோகத்தைத் துளைத்துக் கொண்டு கண் தெரியாத பிச்சைக்காரர்களுடைய புலம்பலின் தொடக்க நாதங்கள் பீறிட்டுக் கிளம்பின. பண் குலைந்து விட்டது... முகம் கோணிக் குறுக, கண்களில் கண்ணீர் பளிச்சிட அவன் வெடுக்கென எழுந்து நின்றான். வாழ்வின் முறைகேடானது தகர்ந்து நைந்த குரலில் நெஞ்சைப் பிளக்கும் இந்தப் புலம்பலின் வடிவத்தில் மிகவும் சக்தி வாய்ந்த முறையில் அவன் மனத்தில் பதித்த அந்த அனுபவத்தைத் தாக்குப்பிடிக்கும் அளவுக்கு இன்னும் அவன் பலம் பெற்றாக வில்லை என்பது தெரிந்தது.

அதே அந்தியில் திரும்பவும் மக்சீமும் பியோத்தரும் நெடுநேரம் தனியே பேசிக்கொண்டிருந்தனர். அதன்பின் நாட்கள் வாரங்களாயின. அமைதியான வாரங்கள் கழிந்து சென்றன. பியோத்தரின் சாந்தமான மனநிலை மாறவே இல்லை. கடந்த மாதங்களில் அவன் ஆன்மாவை அலைக்கழித்து மந்தப்படுத்தி அவனுடைய இயல்பான ஆற்றலையெல்லாம் பாழ்படுத்தி வந்த மிகவும் கசப்பான, தன்னல மயமான அவனுடைய சொந்த துர்பாக்கியத்தைப் பற்றிய உணர்வு இப்பொழுது அவனை விட்டகன்று அதனிடத்தில் புதிய உணர்ச்சிகள் தளிர்த்து விட்டதாய்த் தோன்றிற்று. அவன் தனக்குத் திரும்பவும் குறிக்கோள்கள் வகுத்துக்கொண்டான், வருங்காலத்துக்கான திட்டங்களைத் தீர்மானித்துக் கொண்டான். அவனுள் உயிர் புத்தெழுச்சியுற்று ஓங்கிற்று.

வாடி நின்ற மரம் வசந்தத்தின் ஊக்கமூட்டும் ஸ்பரிசம் பட்டதும் புத்துயிர் பெறுவது போல அவனுடைய உடைந்த உள்ளம் புதுத் தளிர்களை விட்டு வந்தது.

அதே கோடையில் பியோத்தர் கீவ்நகர் சென்று முறையான இசைப்பயிற்சி பெறுவதென்று தீர்மானம் செய்யப்பட்டது. புகழ் பெற்ற பியானோ வல்லுநர் ஒருவர் அவனுக்கு ஆசிரியராய் இருப்பார். அவனுடைய மாமா மட்டும்தான் அவனுடன் கூடச் செல்ல வேண்டும். பியோத்தரும் மக்சீமும் இதனை வற்புறுத்தினர்.

10

ஜூலை மாதத்தில் வெதுவெதுப்பான ஒரு மாலையில் ரேக்ளா வண்டி ஒன்று சாலையிலிருந்து திரும்பி ஸ்டெப்பி வெளியிலே சென்று அருகிலிருந்த ஒரு தோப்பின் முனையில் இராப் பொழுதுக்காகத் தங்கிற்று. பொழுது புலர்ந்ததும் கண்தெரியாத இரு பிச்சைக்காரர்கள் அந்தச் சாலையிலே வந்தனர். ஒருவன் முரடான இசைக் கருவியை வைத்துக்கொண்டு அதன் சுழற்பிடியைச் சுற்றினான். கூடான உருளையான அதில் சுழற்பிடியைச் சுற்றியதும் மரத்தண்டு ஒன்று விறைப்பான கம்பிகளில் உராய்ந்து சலிப்பூட்டும் மாறாத ஒரே சுரத்தில் ஓலமிட்டது. இன்னொரு பிச்சைக்காரன் முதிய வயது காரணமாய்ச் சிதைந்து ஓரளவு மூக்கால் ஒலித்தாலும் இன்னமும் காதுக்கு இனிதாகவே இருந்த குரலில் காலைப் பிரார்த்தனைப் பாடல் ஒன்றை முனகினான்.

சாலையில் இன்னும் கொஞ்சம் முன்னால் வரிசையாய் வண்டிகள் கருவாடு ஏற்றிக்கொண்டு உருண்டோடிச் சென்றன. வண்டிக்காரர்கள் தொலைவில் யாரோ ஒருவர் கண் தெரியாத இந்த இரு பிச்சைக்காரர்களைக் கூப்பிட்ட தையும், பிச்சைக்காரர்கள் சாலையிலிருந்து வெளியிலே இறங்குவதையும் கண்டனர். தோப்பின் முனையில் நிறுத்தப் பட்டிருந்த ஒரு ரேக்ளாவின் அருகே கம்பளத்தை விரித்து அமர்ந்திருந்த சில கனவான்களை நோக்கி இருவரும் நடந்தனர். கொஞ்ச நேரத்துக்குப் பிற்பாடு அந்த வண்டிக்காரர்கள் வழியில் ஒரு கேணியில் தமது குதிரைகளுக்குத் தண்ணீர் காட்டிக்கொண்டிருந்தபோது, அந்தப் பிச்சைக்காரர்கள் திரும்பவும் அவர்களை வந்தடைந்தனர். ஆனால் இப்பொழுது இருவருக்குப் பதிலாய் மூவர் இருந்தனர். தனது நீண்ட கோலால் அடிக்கு ஒருமுறை சாலையைத் தட்டிக்கொண்டு தலைமையில் நடந்தவன் நீண்ட நரை முடிகளும் வெண்பனி போல் வெள்ளைவெளேரென்று இருந்த கவிழ்ந்த மீசையு முடைய கிழவன். அவனுடைய நெற்றியில் பெரிய வடுக்கள் தெரிந்தன; கடுமையான நெருப்புக் காயத் தழும்புகள் அவை. அவனுடைய நேத்திரக் குழிகள் கண்களின்றி காலியாயிருந்தன. அவன் தோளிலிருந்து தொங்கிய வடம் இரண்டாவது பிச்சைக்காரனின் இடுப்பு வாருடன் இணைந்திருந்தது. இந்த இரண்டாவது ஆள் உயரமாகவும் வாட்டசாட்டமாகவும் இருந்தான். முகமெல்லாம் புள்ளிகள் விழுந்திருந்தன. அவன் முகபாவம் கடுப்பும் காழ்ப்பும் மிக்கதாயிருந்தது. கிழவனைப் போலவே அவனும் நன்கு பழக்கமான முறையில் ஆடியசைந்து, வானத்திலே வழி தேடுவதுபோலத் தனது பார்வையில்லாத முகத்தை மேலே உயர்த்திக்கொண்டு நடந்தான். மூன்றாவது பிச்சைக்காரன் இளைஞன், விவசாயிகள் உடுத்திக்கொள்ளும்

முறையில் விறைப்பான புதுத்துணியாலான உடுப்புகள் உடுத்தியிருந்தான். அவன் முகம் வெளிறியிருந்தது, அதன் பாவனையில் பீதியின் சாயல் தெரிந்தது. அவன் தயங்கித் தயங்கி நடந்தான். இடையிடையே நின்று தனக்குப் பின்னால் கேட்ட ஏதோ ஓர் ஒலியைக் கவனிப்பது போல உற்றுக் கேட்டான். எல்லோரையும் இணைத்திருந்த நீண்ட வடம் அப்பொழுது வெடுக்கென இழுக்கப்பட்டு அவனுடைய தோழர்களும் நிற்கவேண்டியதாகிவிடும்.

தொடர்ந்து அவர்கள் நடந்து சென்றனர். பத்து மணிக்குள் தோப்பைப் பின்னால் விட்டுவிட்டு நெடுந் தொலைவு நடந்து வந்து விட்டனர்- தோப்பு அடிவானத்தில் மங்கலான நீலக்கோடு போலாகிவிட்டது. திறந்த ஸ்தெப்பி வெளி அவர்களைச் சுற்றிலும் விரிந்து பரந்திருந்தது. அவர்கள் மேலும் நடந்தபின், வெயிலில் காய்ந்த தந்திக் கம்பிகளிலிருந்து ஓர் அறிவிப்பு எதிரே ஒரு நெடுஞ்சாலை இந்த மண் சாலையின் குறுக்கே சென்றதை அறிவித்தது. நெடுஞ்சாலையை அடைந்ததும் அவர்கள் அதில் வலப்பக்கம் திரும்பி நடந்தனர். ஏறத்தாழ அதே நேரத்தில் தமக்குப் பின்னால் குதிரைக் குளம்புகளின் தடுபுடு சப்தமும் கப்பிச் சாலையில் இரும்புச் சக்கரங்கள் உருளும் வறட்டொலியும் அவர்கள் காதில் விழுந்தன. அவர்கள் நடையை நிறுத்தி சாலையின் ஓரத்தில் ஒதுங்கினர். திரும்பவும் உருளைக் கருவியின் மரத் தண்டு அசைந்து துயரம் தரும் ஓலத்தை எழுப்பிற்று; கிழவனின் தளர்ந்த குரல் புலம்பிற்று:

“கண் தெரியாத கபோதிங்க! பிச்சை போடுங்க!...”

புலம்பல் தொடங்கிய சிறிது நேரத்துக்கெல்லாம் பிச்சைக் காரர்களில் இளைஞனாயிருந்தவன் ஓல ஒத்திசையுடன் சேர்ந்து தனது கருவியின் இசை நாண்களையும் மிதமான தெறிப்பொலி எழுப்பச் செய்தான்.

கிழவன் கந்தீபாவின் காலுக்கடியில் காசு கணீரென ஒலித்து விழுந்தது. சாலையில் சக்கரங்களின் ஒலியும் நின்றது. காசை எறிந்தவர் தான் கொடுத்தது பிச்சைக்காரர்களுக்குக் கிடைக்கிறதா என்று உறுதி செய்து கொள்வதற்காக வண்டியை நிறுத்தியிருக்க வேண்டும். கந்தீபா விரைவில் காசைத் தேடி எடுத்துக் கொண்டான். அதை விரலால் தடவிப் பார்த்தபோது அவன் முகம் மகிழ்ச்சியால் ஒளிர்ந்தது.

“புண்ணியவான், வாழ்க நீ” என்று சாலையிலே நின்ற வண்டியின் பக்கம் திரும்பி வாழ்த்தினான்.

அது ஒரு ரேக்ளா வண்டி. சதுரமாய்ச் செதுக்கப் பெற்ற தலையும் நரைமுடியும் கொண்ட கனவான் ஒருவன் அதில் இருந்தார். இரு கவைக்கோல்கள் ஆசனத்தின்மீது சாய்த்து வைக்கப்பட்டிருந்தன.

ரேக்ளாவில் அமர்ந்திருந்த வயதான கனவான் இளைஞனா யிருந்த பிச்சைக்காரனைக் கூர்ந்து கவனித்தார். அந்த இளைஞன் வெளிறிய முகத்துடன் அமைதியாய் இருந்தான் - ஆனால் சில வினாடிகளுக்கு முன்னால் கந்தீபாவின் புலம்பலுடைய முதல் அடிகள் ஒலித்தபோது, அவன் விரல்கள் அந்தச் சோகப் புலம்பலை மூழ்கடிக்க முனைவது போலப் பரபரப்புடன் நாண்களைப் பலமாய்த் தெறித்தன.

ரேக்ளா புறப்பட்டது. வயதான கனவான் பிச்சைக்காரர்கள் தம் கண்ணுக்குத் தெரிந்தவரை திரும்பித் திரும்பி அவர்களைப் பார்த்துக்கொண்டிருந்தார்.

பிறகு அதன் சக்கரங்களுடைய ஒலி தொலைவிலே மறைந்து விட்டது. பிச்சைக்காரர்கள் சாலைக்குத் திரும்பித் தொடர்ந்து நடந்தனர்.

"யூரிய், நீ எங்களுக்கு அதிருஷ்டம் கிடைக்கச் செய்கிறாய், சரியானபடியும் வாசிக்கிறாய்..." என்றான் கந்தீபா.

கொஞ்ச நேரமானதும் புள்ளிமுகப் பிச்சைக்காரன் இளைஞனைக் கேட்டான்:

"வேண்டுதலின் பேரிலா பொச்சாயிவுக்குப் போகிறாய்?.... கடவுளுக்காக?"

"ஆ"' என்றான் இளைஞன், மெதுவான குரலில்.

"கண் பார்வை திரும்பி வந்துவிடுமென்றா நினைக்கிறாய்?" சோகச் சிரிப்புடன் கேட்டான்.

"சில பேருக்குத் திரும்புவதுண்டு" என்றான் கந்தீபா, மெதுவாய்.

"சாலையிலே நான் இத்தனை ஆண்டுகளாய் இருந்திருக்கிறேன், அம்மாதிரி யாருக்கும் திரும்பக் கண்டதில்லை" என்று வறண்ட குரலில் சொன்னான் புள்ளிமுகப் பிச்சைக்காரன். பிறகு மௌனமாய்த் தொடர்ந்து நடந்தனர். சூரியன் மேலும் மேலும் உயர்ந்தெழுந்து, நெடுஞ்சாலையின் நேரான வெள்ளைக் கோட்டின் பின்னணியிலே பிச்சைக்காரர்களின் கரு உருவங்களையும், அவர்களுக்கு முன்னால் நெடுந்தொலைவு சென்றுவிட்ட ரேக்ளாவின் கரு உருவத்தையும் வரையிட்டுக் காட்டிற்று. அதற்கும் அப்பால் நெடுஞ்சாலை இரு கிளைகளாய்ப் பிரிந்தது. கீவுக்குச் சென்ற சாலையில் ரேக்ளா திரும்பிற்று. ஆனால் பிச்சைக்காரர்கள் திரும்பவும் நெடுஞ்சாலையை விட்டுத் திரும்பி பொச்சாயிவுக்குச் சென்று நாட்டுச் சாலைகளிலே சுற்றித் திரிய முற்பட்டனர்.

சில நாட்களில் பண்ணை வீட்டுக்குக் கடிதம் வந்தது. கீவிலிருந்து மக்சீம் எழுதியிருந்தார். தானும் பியோத்தரும் நலமுடன் இருப்பதாகவும் யாவும் விரும்பியது போல நடைபெறுவதாகவும் தெரிவித்திருந்தார்.

மூன்று பிச்சைக்காரர்களும் ஊர் ஊராய்ச் சென்றனர். மூவரும் இப்பொழுது நன்கு பழக்கமாகிவிட்ட அதே முறையில் ஆடியசைந்து நடந்தனர். கந்தீபா எல்லோருக்கும் முன்னால் அடிக்கு அடி சாலையைத் தன் கோலால் தட்டியபடி சென்றான். அவனுக்கு எல்லாச் சாலைகளும் சந்துகளும் நன்றாகத் தெரியும். சந்தை நாட்களிலும் விழா நாட்களிலும் தவறாமல் பெரிய கிராமங்களை வந்தடைந்து விடுவான். பிச்சைக் காரர்களின் பாட்டைக் கேட்க மக்கள் திரளுவார்கள். கிழவன் கந்தீபா கையிலே ஏந்திப் பிடிக்கும் குல்லாயில் காசுகள் விழுந்து கணகணக்கும்.

இளம் பிச்சைக்காரனின் தயக்கமும் அந்தப் பீதித் தோற்றமும் விரைவில் மறைந்து விட்டன. சாலைகளிலே அவன் எடுத்து வைத்த ஒவ்வொரு அடியும் அவன் காதுகளுக்குப் புதுப்புது ஒலிகளைக் கொண்டு வந்தன. அமைதியான பண்ணை வீட்டின் உறக்கம் தரும் இதமான முணுமுணுப்புக்குப் பதிலாய் அவன் மாற்றிக்கொண்ட அவன் அறியாத இந்த பிரம்மாண்டமான உலகின் ஓசைகள் அவன் காதுகளில் வந்து மோதின... பார்வையில்லாத அவன் கண்கள் மேலும் மேலும் பிரியத் திறந்தன. அவன் நெஞ்சு அகன்று விரிந்தது. அவனுடைய கூர்மையான செவியுணர்வு இன்னும் கூர்மை பெறலாயிற்று. படிப்படியாக அவன் தன் சகாக்களை-அன்பு உள்ளங் கொண்ட கந்தீபாவையும் சிடுசிடுப்பான குஸ்மாவையும் - நன்கு தெரிந்து கொண்டான். கிரீச்சிட்டுச் சாரை சாரையாய்ச் சென்ற விவசாயி வண்டிகளின் பின்னால் அவர்களுடன் சேர்ந்து சுற்றியலைந்தான்; திறந்த ஸ்தெப்பி வெளியில் மூண்டெழும் நெருப்புகளின் அருகே பல இரவுகளைக் கழித்தான்; சந்தைகளிலும் அங்காடிகளிலும் எழும் இரைச்சலைக் கேட்டான். அவன் இதயத்தைத் தாள முடியாத வேதனையால் சுருங்கச் செய்த மனிதத் துயரும் துர்பாக்கியமும் - கண்தெரியாதோரிடம் மட்டுமின்றி பிறரிடமும்! - மலிந்திருப்பதைத் தெரிந்து கொண்டான். விந்தை என்னவெனில், இந்தப் புதிய அனுபவங்கள் யாவற்றுக்கும் அவன் ஆன்மாவினுள் இப்பொழுது இடம் கிடைத்தது... பிச்சைக்காரர்களின் புலம்பல் இப்பொழுது அவனை நடுங்கச் செய்யவில்லை. தத்தளிக்கும் மாபெரும் கடலான இந்த வாழ்வில் நாட்கள் செல்லச் செல்ல, அடைய முடியாததை அடைவதற்கான அவனுடைய வேதனை மிகுந்த உள்மனப் போராட்டம் தணிந்து அடங்கி விட்டது... நுண்ணுணர்வு படைத்த அவனுடைய செவி ஒவ்வொரு புதிய பாட்டையும் பண்ணையும் கிரகித்துக்கொண்டது. அவன் வாசிக்க ஆரம்பித்ததும் சாந்தமான இனிமை குஸ்மாவின் கடுகடுப்பான முகபாவத்தையுங்கூட கரைத்து

இதம் பெறச் செய்தது. அவர்கள் பொச்சாயிவை நெருங்க நெருங்க அவர்களுடைய சிறுகுழு மேலும் மேலும் எண்ணிக்கையில் வளர்ந்து பெருகியது.

இலையுதிர் காலத்தின் கடைப்பகுதியில் சாலைகளில் வெண்பனி குவிந்து கொண்டிருந்தபோது பண்ணை வீட்டுப் புதல்வன் கண் தெரியாத இரு பிச்சைக்காரர்களுடன் கூட திடீரென்று வீட்டுக்கு வந்து சேர்ந்தான். வீட்டில் எல்லோரும் வியப்புற்று விட்டனர். பொச்சா-யிவுக்குப் போயிருந்தான் என்றும் தன் குறை தீர்ந்து குணமடைவதற்காக அங்கு கன்னிமேரி திருவுருவப் படத்தைத் தொழுதெழுந்தான் என்றும் மக்கள் பேசிக் கொண்டனர். அவ்வாறு வேண்டுதல் செய்திருந்தான் என்றனர்.

அது எப்படியிருப்பினும், அவன் கண்கள் தெளிவாகவும், ஆனால், எப்பொழுதும் போலப் பார்வையற்றவனாகவும் இருந்தான். ஆனால் அவனுடைய ஆன்மா இப்படி அவன் ஊர் ஊராய் அலைந்தபோது குறை தீர்ந்து நலமடைந்தது. ஒரு பயங்கர சொப்பன உரு பண்ணை வீட்டிலிருந்து என்றென்றைக்குமாய் மறைந்தொழிந்து விட்டது போன்ற மகிழ்ச்சி ஏற்பட்டது... இத்தனை நாட்களாய் கீவிலிருந்து கடிதங்கள் எழுதிக்கொண்டிருந்த மக்சீம் முடிவில் வீட்டுக்குத் திரும்பியபோது, ஆன்னா மிகையிலொவ்னா, “எந்நாளும் உன்னை மன்னிக்க மாட்டேன்!...” என்று கூச்சலிட்டு அவரை எதிர்கொண்டு அழைத்தாள். ஆனால் அவளுடைய சொற்களி லிருந்த கடுமை அவள் உள்ளத்தில் இல்லை என்பதை அவளுடைய கண்கள் காட்டிவிட்டன...

இலையுதிர் காலத்தின் நீண்ட அந்திவேளைகளில் பியோத்தர் தான் அலைந்து திரிந்தது பற்றிய விவரங்களை அவர்களிடம் சொன்னான். மாலைப்பொழுதில் அவன் பியானோவின் முன்னால் உட்கார்ந்ததும் இதன்முன் அவன் வாசிக்காத பல புதிய பண்கள் வீடெங்கும் நிரம்பிவிடும்... கீவ் பயணம் அடுத்த ஆண்டுக்கு ஒத்திப்போடப்பட்டது. வீட்டிலுள்ளவர்கள் எல்லோருடைய சிந்தனையும் பியோத்தரின் வருங்காலத் திட்டங்களாலும் நம்பிக்கைகளாலும் ஈர்க்கப்பட்டன...

அத்தியாயம் ஏழு

1

அதே இலையுதிர் காலத்தில் இவெலீனா தன் பெற்றோர்களிடம் "பண்ணைவீட்டின்" கண்தெரியாத இளைஞனை மணம்புரிந்து கொள்வதென்று மாற்ற முடியாத தீர்மானத்துக்குத் தான் வந்து விட்டதாய் தெரிவித்தாள். அவளுடைய தாய் அழத் தொடங்கினாள். ஆனால் அவளது தந்தை திருவுருவப் படங்களின் முன்னால் மண்டியிட்டுத் தியானம் செய்தபின் இந்த விவகாரத்தில் இதுவே கடவுளின் சித்தம் என்பதாய்த் தனக்குப் படுகிறதெனக் கூறினார்.

அவர்கள் மணம் முடித்துக்கொண்டனர். பியோத்தரின் வாழ்க்கையில் சாந்தமான ஒரு புதிய இன்பம் நிரம்பி வழிந்தது. ஆயினும் இந்த இன்பத்துக்குப் பின்னால் உருவமில்லாத ஒரு கவலை மறைந்திருந்தது. இதிலிருந்து அவன் பூரணமாய் விடுபட முடியவே இல்லை. மகிழ்ச்சி பொங்கிய மிகவும் இனிமையான தருணங்களிலுங்கூட அவனுடைய சிரிப்பில் சந்தேகத்தை எழுப்பிய துயரத்தின் சாயலும் தென்பட்டது. அவனுடைய இன்பம் நியாயமானதே, நீடிக்கக்கூடியதே என்கிற நம்பிக்கை இல்லாதவனைப் போலத் தோன்றினான். அவன் தந்தையாகப் போகிறான் என்னும் தகவல் அவன் முகத்தில் திடீரென திகிலைத் தோற்றுவித்தது.

இருப்பினும் இப்பொழுது அவன் வாழ்ந்த வாழ்க்கையில் முன்பு போல் பயனற்ற விசாரங்களில் ஈடுபட அவனுக்கு அவகாசம் கிடைக்கவில்லை. பகல்பொழுது படிப்பிலும், தன் மனைவி, பிறக்கப்போகும் குழந்தை இவர்களைப் பற்றிய கவலைகளிலும் கழிந்து விடும். கண் தெரியாத பிச்சைக்காரர்களின் அவலப் புலம்பலைப் பற்றிய நினைவுகள் மற்றவை யாவற்றையும் ஒதுக்கித் தள்ளிவிடும் தருணங்களும் இருந்தன. இத்தகைய நேரங்களில் அவன் ஃபியோதர் கந்தீபாவுக்கும் அவனுடைய புள்ளி முக மருமகனுக்கும் புதிய வீடு கட்டித் தரப்பட்ட கிராமத்துக்குப் புறப்பட்டுச் செல்வான். கந்தீபா அவனுடைய இசைக் கருவியை எடுத்துக் கொள்வான், இல்லையேல் அவர்கள் அதுவும் இதுவும் குறித்துப் பேசிக்கொண்டு உட்கார்ந்திருப்பார்கள். பியோத்தரின் சிந்தனைகள் சிறிது சிறிதாய்ச் சாந்தமடையும்; அவனுடைய திட்டங்கள் அவற்றின் ஊக்கத் திறனைத் திரும்பவும் பெறும்.

ஒளியின்பால் அவனுக்கிருந்த உணர்வு குறைந்து விட்டது. அதைப் புரிந்து கொள்ள வேண்டுமென்று முன்பு மனத்துள் படாதபாடுபட்டுச் செய்த பெருமுயற்சி இப்பொழுது அடங்கிவிட்டது. முன்பு அவனை உசுப்பிவிட்டு வந்த ஆழ்நிலைச் சக்திகள் இப்பொழுது உறங்கிக் கொண்டிருந்தன. பல்வேறுபட்ட உணர்ச்சிகளையும் புரிந்து கொள்ளத்தக்க முழுமையாய் இணைத்திட வேண்டுமென்று மனமறிய முயற்சி செய்து வந்த அந்த சக்திகளை இப்பொழுது அவன் தட்டியெழுப்புவதில்லை, இந்தப் பயனற்ற முயற்சிகள் முன்பு அவனுள் செயல்பட்ட இடத்தில் இப்பொழுது விறுவிறுப்புள்ள நினைவுகளும் ஆர்வமிக்க நம்பிக்கைகளும் செயல்பட்டன. ஆயினும்-யாருக்குத் தெரியும்-அவன் அகத்தினுள் நிலவிய இந்தச் சாந்தத்தின் விளைவு, அவனுடைய அந்தரங்க ஆன்மாவின் உள்மனச் செயற்பாடுகளை ஊக்குவிப்பதாய் இருந்திருக்கலாம்; அவனுடைய நரம்பு மையங்களை வந்தடைந்த உருவமற்ற தனித்தனியான மனப்பதிவுகள் ஒருசேர இணைந்து முழுமையாவதற்காக நடைபெற்ற போராட்டத்திற்குத் துணை புரிவதாய் இருந்திருக்கலாம். மனமறிந்த முயற்சிகளால் எந்நாளும் இயலாத முறையிலான எண்ணங்களையும் கருத்துகளையும் நமது மனம் நாம் தூங்குகையில் எளிதில் உருப்பெறச் செய்துவிடவில்லையா?

2

அறை நிசப்தமாய் இருந்தது-பியோத்தர் பிறந்த அதே அறைதான். குழந்தையின் கத்தல்தான் இந்த நிசப்த அமைதியைக் கலைத்து வந்தது. குழந்தை பிறந்து சில நாட்களாகிவிட்டது. இவெலீனா மிக வேகமாய் நலமுற்று வந்தாள். ஆனால் இந்நாட்களில் துயரம் நெருங்கி வருவதை முன்னறிந்து கொண்டவனைப் போல பியோத்தர் பெருஞ் சுமையால் இருத்தப்பட்டவனாய்த் தோன்றினான்.

மருத்துவர் வந்து சேர்ந்தார். குழந்தையைத் தூக்கி சன்னலுக்கு அருகே படுக்க வைத்தார். திரைச்சீலையை இழுத்து விலக்கி, பிரகாசமான சூரிய ஒளிக்கற்றையை அறைக்குள் வரச்செய்தார். பிறகு தனது கருவிகளைக் கையில் எடுத்துக் கொண்டு குழந்தையின் மீது கவிந்து கொண்டார். பியோத்தர் குனிந்த தலை நிமிராமல் உள்ளம் ஒடுங்கியவனாய் விரக்தியுற்றவனாய்த் தோன்றும்படி உட்கார்ந்திருந்தான். கடந்த நாட்கள் பூராவுமே அவன் இவ்வாறுதான் இருந்து வந்தான். மருத்துவரின் பரிசீலனைகளில் அவன் அக்கறை கொண்டிருந்ததாகவே தெரியவில்லை - இதன் முடிவு எப்படியிருக்கும் என்பதை முன்கூட்டியே அறிந்து விட்டது போல் இடிந்துபோய் உட்கார்ந்திருந்தான்.

“நிச்சயம் கண் தெரியாதவனாகவே இருப்பான்” என்று மீண்டும் மீண்டும் கூறிக்கொண்டிருந்தான்.

“இவன் பிறந்தே இருக்கக்கூடாது.”

இளம் மருத்துவர் பதில் சொல்லவில்லை, அமைதியாய்த் தனது பரிசோதனைகளைச் செய்துகொண்டிருந்தார். முடிவில் அவர் கண்ணாய்வுக் கருவியைக் கீழே வைத்தார்; அவருடைய குரல் உறுதியாகவும் கணீரென்றும் அறையினுள் ஒலித்தது:

“கண்பாவைகள் சுருங்குகின்றன. குழந்தை பார்க்கிறான், அதில் சந்தேகமே இல்லை.”

பியோத்தர் துடித்தெழுந்தான். மருத்துவர் கூறிய முடிவு அவன் காதில் தெளிவாய் விழுந்ததென்பது தெரிந்தது. ஆனால்-அவன் முகபாவனையைப் பார்த்தபோது- அம்முடிவை அவன் புரிந்து கொண்டதாய்த் தெரியவில்லை. அசைவற்று அப்படியே நின்றான், நடுங்கிய அவன் கை ஆதரவுக்காக சன்னல் கட்டையில் அழுந்தியிருந்தது. மேல் நோக்கி உயர்ந்த அவன் முகம் வெள்ளை வெளேரென்றாகி அதன் சாயல்கள் இறுகியிருந்தன.

அந்தக் கணம்வரை அவன் அடங்காத கிளர்ச்சியின் பிடியில் அகப்பட்டிருந்தான்-தன்னைப் பற்றிய உணர்வு இல்லாதவனாகவே இருந்தபோதிலும் அவனுடைய ஒவ்வொரு நரம்பும் இழையும் உயிர்ப்புடன் ஆவலுடன் துள்ளித்துடிக்கும் நிலையிலே இருந்தான்.

தன்னைச் சூழ்ந்திருந்த இருள் எந்நேரமும் அவன் உணர்வில் இருந்தது. அந்த இருளை அவன் இனங் கண்டும், தன்னைச் சுற்றிலும் அது நிலவுவதை, அதன் எல்லையற்ற வீச்சை உணர்ந்தும் இருந்தான். நாற்புறமிருந்தும் அது அவனை நெருக்கிற்று. அவனுடைய கற்பனை அதைச் சுற்றி வளைத்திட, அதைச் சமாளிக்க மிகவும் கடுமையாய் முயற்சி செய்தது. ஊடுருவ முடியாத கருமையின் வளைந்து நெளியும் இந்த எல்லையில்லாப் பெருங்கடலிடமிருந்து தன் குழந்தையைப் பாதுகாக்க முனைகிறவனைப் போல அதன் பாதையின் குறுக்கே தன்னைத் தடைமதிலாய் அமைத்துக்கொண்டான்.

மருத்துவர் வாய் பேசாமல் சோதனைகளைச் செய்து கொண்டிருந்தபோது இதுவே அவனுடைய மனநிலை. இம்மாதங்கள் பூராவுமே அவன் மருண்ட நிலையிலேதான் இருந்தான். ஆனால் இதுவரை மங்கலான நம்பிக்கை ஒளி அவனுள் எஞ்சியிருந்து கொண்டிருந்தது. இப்பொழுது தெறித்து இற்றுப்போகும் நிலையில் விறைத்திருந்த அவனுடைய நரம்புகள் பயங்கரமாய் வருத்திய கொடிய அச்சத்தால் பீடிக்கப்பட்டன; அதேபோதில் இதுகாறும் அவனுள் எஞ்சியிருந்த நம்பிக்கை குறுகிச் சிறுத்து அவன் இதயத்தின் அடியாழத்தில் எங்கோ மூலையில் ஒடுங்கி ஒளிந்து கொண்டு விட்டது. பிறகு திடீரென அந்தச் சொற்கள் - "குழந்தை பார்க்கிறான்" - ஒலித்தன. உடனே யாவும் மாறி விட்டன: அச்சம் மறைந்தொழிந்தது, நம்பிக்கை விம்மியெழுந்து நிச்சயமாயிற்று. அவனுள் நிறைந்திருந்த அடங்காத ஆவலின்மீது திடுமென திகழொளி பாய்ந்தது போலிருந்தது. இருண்ட இரவில் பாய்ந்தது போலிருந்தது. இருண்ட இரவில் பாய்ந்து கண்கள் கூசும்படி, பொறி கலங்கும்படி செய்யும் மின்வெட்டுகளைப் போல, ஒரு பெரும் பிரளயம், ஊழிக்காலக் கொந்தளிப்பு அவனுடைய நிழல் கவிந்த ஆன்மாவினுள் கிளர்ந்தெழுந்தது. மருத்துவர் சொன்ன சொற்கள் அவனுடைய மூளையில் பாய்ந்து நெருப்பைக் கக்கி ஒளிச்சுடர்ப் பாதை ஒன்றை எடுத்துச் சென்றது போலிருந்தது... எங்கோ ஆழத்தில் தீச்சுடர் பளிச்சிட்டு அவன் அகத்தின் மூலை முடுக்குகளை எல்லாம் ஒளிமயமாக்கிற்று... அவன் நடுங்கி ஆடத் தொடங்கினான். மீட்டப் பெற்ற நாணில் தட்டியதும் அது அதிர்வது போல அவன் உள்ளம் அனைத்தும் அதிர்ந்தது.

இந்த மின்வெட்டுக்குப் பிறகு, பிறப்புக்கு முன்னரே பார்வையை இழந்து விட்ட அவன் கண்களின் முன்னே திடீரென்று அற்புதக் காட்சிகள்

தோன்றின. அது ஒளியா அல்லது ஒலியா? அவனுக்குத் தெரியாது. அது உயிர் பெற்ற ஒலி, உருவமுள்ள ஒலி, ஒளியைப் போல கிரணங்களில் பாய்ந்தோடும் ஒலி. விண்ணின் நெடிதுயர்ந்த வில்மாடத்தைப் போல ஒளிர்ந்த ஒலி அது; கதிரவனின் நெருப்புக்கோளத்தைப் போலக் கம்பீரமாய் உருண்டோடிய ஒலி அது; பசுமையான ஸ்தெப்பி வெளி போல அலை பரப்பி நெளிந்தாடிய ஒலி அது; தோட்டத்தில் கனவு கண்டு மயங்கி நிற்கும் புங்க மரங்களின் கிளைகளைப் போல ஆடிய ஒலி அது.

இதுவே அந்த முதற் கணத்தில் அவனுக்கு ஏற்பட்ட அனுபவம். இந்த ஒரு கணத்தில் குழப்படியான மனப்பதிவுகள் மட்டும்தான் பிற்பாடு அவன் நினைவில் எஞ்சியிருந்தன. அக்கணத்திற்குப் பிற்பாடு நடைபெற்றவை யாவும் அவன் நினைவில் தங்காது ஓடிவிட்டன. ஆனால் அந்த முதற்கணத்தை அடுத்து வந்த கணங்களில்தான் கண்ணால் பார்த்ததாய்ப் பிற்பாடு அவன் கூறினான், உறுதியாகக் கூறினான்.

எதைப் பார்த்தான், எப்படிப் பார்த்தான், மெய்யாகவே எதையும் அவன் பார்த்தானா?-இக்கேள்விக்குப் பதில் இல்லை. பார்த்திருக்க முடியாது என்று பலரும் கூறினர். ஆனால் பார்த்தேன் என்று அவன் அறுதியிட்டுக் கூறினான் - பூமியையும் வானத்தையும் பார்த்ததாய், தன் தாயையும் தன் மனைவியையும் மக்சீமையும் பார்த்ததாய் உறுதியாகக் கூறினான்.

சில வினாடிகளுக்கு அவன் அப்படியே ஆடாமல் அசையாமல், மேல் நோக்கிய முகம் ஒளிர்ந்து பிரகாசிக்க அங்கே நின்றான். அவனுடைய முகபாவம் விசித்திரமாய் இருந்ததால் எல்லோரும் அவன் பக்கம் திரும்பி உற்றுப் பார்த்தனர்; சப்த நாடியும் அடங்கிய நிசப்த நிலை அறையில் நிலவிற்று. அவனைப் பார்த்துக்கொண்டிருந்த எல்லோருக்கும், சன்னலருகே நிற்பவன் அவனல்ல, தாம் நன்கு அறிந்த பியோத்தரல்ல என்பது போலத் தோன்றிற்று. வேறு யாரோ தாம் அறியாதவன், அந்நியன் அங்கே நிற்பதாய்த் தோன்றிற்று. அவர்கள் அறிந்த பியோத்தர் மறைந்து விட்டான். திடீரென விழுந்த மர்மத்திரை ஒன்று அவனை மூடி மறைத்து விட்டது.

அதன் மறைவில் ஒருசில கணங்களுக்கு அவன் தனிமையில் இருந்தான்-தன்னை ஆட்கொண்ட இந்த மர்மத்துடன் தனிமையில் இருந்தான்.

ஒரு தேவை பூர்த்தியாகி அடங்கியதென்ற உணர்வுதான், அத்துடன் அந்தக் கணங்களில் தான் கண்ணால் பார்த்தேன் என்னும் வினோதமான திட உறுதியும்தான் பிற்பாடு அவன் நினைவில் தங்கின.

இது ஒருவேளை மெய்யாகவே இருக்குமா?

முறுக்கேறித் தெறிக்கும் நிலை ஏற்பட்ட அத்தருணங்களில் அவனுக்குக் கிடைத்த தெளிவற்ற மங்கலான ஒளிக் காட்சிகள் அல்லது உணர்வுகள், பகலின் பிரகாச ஒளியை எட்டிப்பிடித்தது பற்றிய உணர்வுகள், அவனுடைய மூளையின் இருளான முடுக்குகளை யாருக்கும் தெரியாத வழிகளில் கசிந்து வந்து அங்கே இருப்புக்கொண்டு, பிறகு அவனுடைய ஆனந்தக் களிப்புக்குரிய இக்கணத்தில் இந்தத் தெளிவற்ற உணர்வுகள் எப்படியோ அவன் மூளையில் தெட்டத் தெளிவாய் எழுந்திருக்குமோ?...

பார்வை இல்லாத அவன் கண்கள் நீலவானையும், பிரகாசக் கதிரவனையும், தெளிந்த ஆற்றையும், பிள்ளைப் பிராயத்தில் பன்முறை அவன் அமர்ந்த அந்த மேட்டையும் பார்த்தன... பிறகு அந்தப் பழைய மாவாலையையும், அவன் உள்ளம் குமுறி வேதனையுற்ற விண்மீன் ஒளி படர்ந்த அந்த இரவுகளையும், மௌனமான தண்ணொளி பரப்பும் நிலவையும் அவை பார்த்தன. அது மட்டுமல்ல, கிராமப்புறத்து மண் சாலைகளையும், நேரே ஓடும் நெடுஞ்சாலையையும், இரும்புச் சக்கரங்களிலே சூரியக் கதிர்கள் பட்டுத் தெறிக்கும் வண்டிகளின் வரிசைகளையும், கண் தெரியாத பிச்சைக் காரர்களின் புலம்பலை அவன் பாடிக் காட்டிய அந்தக் கண்கொளா மக்கள் கூட்டங்களையும் அவை பார்த்தன...

அல்லது இவை அவன் மூளையில் தோன்றிய அதீத கற்பனைகளாய் இருக்குமோ? உலகம் கண்டிராத மலைகளையும், அதிவினோதச் சமவெளிகளையும், கற்பனை ஆறுகளின் கரைகளிலே கற்பனைக் கதிரவனுடைய - அவனுடைய முன்னோர்களின் எண்ணிலடங்காத தலைமுறை களால் காணப்பட்ட கதிரவனுடைய - ஒளியிலே அசைந்தாடிய அற்புத மரங்களையும் பற்றிய கற்பனைகளாய் இருக்குமோ?

அல்லது, முன்பு மக்சீம் எடுத்துரைத்தாரே கண்ணுக்குத் தெரியாத மூளையின் அந்த அடியாழங்களில்-ஒளியும் ஒலியும் உவகை அல்லது வருத்தம், இன்பப் பெருக்கம் அல்லது துன்பத் துடிப்பு இவற்றை ஒத்த விளைவுகளை உண்டாக்கும் அந்த அடியாழங்களிலே-உருப்பெறாத நிலையிலுள்ள உணர்வுகள்தாமோ?...

பிற்பாடு அவன் நினைவில் தோன்றியது போல - அவன் ஆன்மாவினுள் கணப்பொழுதுக்கு ஒலித்த இசைதானோ - வாழ்க்கை அவனுக்கு அளித்திட்ட எல்லா மனப்பதிவுகளும் இயற்கை பற்றிய அவன் உணர்வுகள் யாவும், ஜீவன் நிறைந்த அவனது காதல் அனைத்தும் ஒன்றுதிரண்ட இசையமுதம் தானோ?

யாருக்குத் தெரியும்?

இந்த மர்ம நிகழ்ச்சி நடைபெற்று முடிவுற்றது மட்டும்தான் அவன் நினைவில் இருந்தது. ஒலிகளும் உருவங்களும் ஒன்று கலந்து

இணைந்துவிட்ட அந்தக் கடைசித் தருணம் மட்டுமே, முறுக்கேறிய நாண் அதிர்ந்து அடங்குவது போல - முதலில் உச்ச ஸ்தாயியில் பலமாகவும் பிறகு மெலிந்து காதில் படுமளவுக்கு மட்டும் கேட்கும் நிலையிலும் ஒலித்து ஓய்வது போல - முடிவற்ற சாய்வுத் தளத்தில் ஏதோ ஒன்று வழுக்கிச் சரிந்து சரிந்து சென்று முடிவில் முழு இருளில் மறைவது போல அதிர்ந்து அடங்கிய அந்தக் கடைசித் தருணம் மட்டுமே அவன் நினைவில் இருந்தது…

பிறகு மறைந்து விட்டது, யாவும் அடங்கி விட்டன.

இருளும் நிசப்தமும் மட்டும்தான் இருந்தன.. இந்த இருளில் மங்கலான காட்சிகள் உருப்பெற முயன்றது உண்மைதான். ஆனால் அவை உருவமோ, ஒளியோ, நிறமோ இல்லாதவை… எங்கோ கீழே ஆழ்மட்டத்திலே இருளில் அமைந்த அதிர்வுகள் போலிருந்தன. பிறகு அவை எல்லையில்லா விசுவத்தில் வழுக்கிச் சென்று விட்டன.

இதன் பிறகுதான் அறையில் நடந்தவை திடுதிப்பென்று அவன் காதுகளுக்குத் தெரிந்தன-வழக்கமான ஒலியின் வடிவில் இவை அவனுக்குத் தெரிந்தன. தூக்கத்திலிருந்து விழித்தெழுந்தவனைப் போலக் காணப்பட்டான். ஆனால் மலர்ந்த முகத்துடன், மகிழ்ச்சி பொங்கும் உள்ளத்துடன் அங்கே நின்று தன் தாயின் கையையும் மக்சீமுடைய கையையும் பிடித்து அழுத்தினான்.

“என்ன ஆயிற்று உனக்கு?” என்று அவன் தாய் கவலை தொனிக்க அவனை விசாரித்தாள்.

“ஒன்றுமில்லை… எனக்கு அப்படித்தான் தோன்றுகிறது… உன்னைப் பார்த்தேன், உங்கள் எல்லோரையும் பார்த்தேன்… நான் கனவு காணவில்லையே?”

“சரி, இப்பொழுது நினைவில் இருக்கிறதா? இனி நினைவில் இருக்குமா?” என்று பரபரப்போடு அவள் கேட்டாள்.

பியோத்தர் பெருமூச்சு விட்டான்.

“இல்லை” என்று சிரமப்பட்டுக் கூறினான். “இல்லை. ஆனால் பரவாயில்லை. ஏனென்றால்… ஏனென்றால் அதை யெல்லாம்… இப்பொழுது நான் அவனுக்குக் கொடுத்து விட்டேன். ஆம், குழந்தைக்கு, மற்றும்… எல்லோருக்கும்…”

அவன் தடுமாறினான், பிறகு நினைவிழந்து விட்டான். அவன் முகம் வெள்ளையாய் வெளுத்து விட்டது. ஆனால் மிகப் பெரிய தேவை பூர்த்தியாகி அடங்கும்போது கிட்டும் இன்பத்தால் அது தொடர்ந்து பிரகாசித்துக் கொண்டிருந்தது.

முடிவு

மூன்று ஆண்டுகள் கழிந்தன.

கீவ் "ஒப்பந்தச்சாவடிகளில்"* அரியதோர் புதிய இசைஞனின் இசையைக் கேட்பதற்காகப் பெருந்திரளானோர் கூடியிருந்தனர். அந்த இசைஞன் கண் தெரியாதவன். அவனுடைய இசை வல்லமை குறித்தும், வாழ்க்கை வரலாறு குறித்தும் விந்தையான கதைகள் பரவியிருந்தன. அவன் பணக்காரக் குடும்பத்தில் பிறந்தவன். ஆனால் சிறுபிள்ளையாய் இருக்கையில் வீட்டிலிருந்து அவனைக் கண் தெரியாத பிச்சைக்காரர்கள் சிலர் திருடிக் கொண்டு போனதாய்க் கூறப்பட்டது. அவர்களோடு அவன் கிராமம் கிராமமாய் அலைந்து திரிந்தான். புகழ் பெற்ற பேராசிரியர் ஒருவர் அப்பொழுது அவனைச் சந்திக்க நேர்ந்ததாகவும், அவனுடைய அதிசய இசை வல்லமையை அவர் கண்டு பிடித்ததாகவும் பேசப்பட்டது. அவன் ஆர்வக் கருத்துக்களால் தூண்டப்பட்டுத் தானே விரும்பி வீட்டை விட்டுச் சென்று இந்தப் பிச்சைக்காரர்களுடன் சேர்ந்து கொண்டதாய் வேறு சிலர் இந்தக் கதையைக் கூறினர். எப்படியாயினும், மண்டபம் அன்று நிறைந்து விட்டது. வசூலும் நன்றாய் இருந்தது (வசூலான தொகை தர்ம காரியங்களுக்காக ஒதுக்கப்பட்டதென்பது இசை கேட்க வந்தோருக்குத் தெரியாது).

மேடையிலே ஓர் இளைஞன் வந்து நின்றதும் மண்டபம் நிசப்தமாகி விட்டது. இசைஞனின் முகம் வெளிறியிருந்தது, கண்கள் கருமையாகவும் அழகாகவும் இருந்தன. ஆனால் அவனுடைய கண்கள் அசைவின்றிக் குத்திட்டிராமலும், மென்னிறக் கூந்தலுடைய ஓர் இளம் பெண் -அவன் மனைவி என்பதாய்ப் பலரும் கூறினர்-அவனை கைபிடித்து அழைத்து வந்து இராமலும் இருந்திருந்தால், அவன் கண் தெரியாதவன் என்பதை நம்புவது கடினமாயிருந்திருக்கும்.

"எல்லோரையும் அவன் கவர்வதில் ஆச்சரியமில்லை" என்று மண்டபத்திலிருந்த சில சந்தேகவாதிகள் முணுமுணுக்கும் குரலில் பேசிக்கொண்டனர். "அவனுடைய தோற்றமே மலைப் பூட்டுவதாய் இருக்கிறது!"

ஆம், அப்படித்தான் இருந்தது. இசைஞனின் வெளிறிய முகம், சிந்தனையில் ஆழ்ந்த கூர்மையான முகபாவம், அவனுடைய அசையாத கண்கள், அவன் நடந்துகொண்ட விதம் ஆகிய எல்லாமே வழக்கத்துக்கு

*"ஒப்பந்தச்சாவடிகள்" - இது கீவ் நகரின் சந்தையைக் குறித்த வட்டார வழக்கு என்பதை வாசகருக்கு நினைவுபடுத்துகிறோம்.

முற்றிலும் மாறாய் அசாதாரணமான ஏதோ ஒன்று நடைபெறுமென எல்லோரையும் ஆவலோடு எதிர்பார்க்கச் செய்வதாய் இருந்தன.

நமது தென்பிரதேசத்து மக்கள் தமது தாய் நிலத்தின் நாட்டுப் பண்களில் அளவிலா நேசம் கொண்டவர்கள். கலப்படமான இந்த "ஒப்பந்தச் சாவடி" கூட்டமும் கூட இசைஞனின் அற்புதமான மெய்ம்மை உணர்வால் தொடக்கத்திலிருந்தே ஆட்கொள்ளப்பட்டு விட்டது. வரையறுக்கப்பட்ட எந்த இசைக் கோவையையும் அவன் வாசிக்கவில்லை - தன் மனத்திலும் இதயத்திலும் உதித்ததை அப்படியே வாசித்துக் காட்டினான். இசைஞனின் மனப்பாங்குபடி புனைந்தளிக்கப்பட்ட இந்த இசையில் இயற்கை பற்றி அவனுக்கிருந்த அற்புத உணர்வும், நாட்டுப் பண்களின் நேரடியான தோற்றுவாய்களுடன் அவனுக்கிருந்த நுண்ணு ணர்வு படைத்த தொடர்புகளும் உயிர்த் துடிப்புடன் மின்னின. குழைவும் இனிமையும் வண்ணச் செழுமையும் கொண்ட இந்த இசை அம்மண்டபத்தில் பெருக்கெடுத்துப் பாய்ந்து, ஒருநேரம் தாயகத்துக்கான மாண்புமிக்க இசை ஆரமாய் விம்மித் திளைத்தெழுந்தது; இன்னொரு நேரம் இதமான துயர நினைவின் மூச்சாய்த் தணிந்து சன்னமாய் ஒலித்தது. ஒரு சமயம் புயலும் இடியுமாய் வானத்தின் குறுக்கே அதிர்ந்து சென்று விசும்பில் எதிரொலித்தது. இன்னொரு சமயம் ஸ்தெப்பிப் பூங்காற்றாகி பண்டைய இடுகாட்டு மேட்டின் புற்களை அசைந்தாட வைத்துத் தொன்னெடுங்காலத்தின் மங்கலான கனவுகளை மனத்துள் நிரம்பச் செய்தது.

கடைசி நாதங்கள் ஒலித்து மறைந்ததும் அந்தப் பெரிய மண்டபத்தினுள் உணர்ச்சி வேகம் கொண்ட கையொலி முழக்கம் கிளர்ந்தெழுந்தது. கண் தெரியாத இசைஞன் தலை குனிந்து இந்த ஆரவாரத்தை வியந்து கேட்டுக்கொண்டு உட்கார்ந்திருந்தான். பிறகு திரும்பவும் கைகளை உயர்த்தி இசைக் கட்டைகள்மீது கொண்டு வந்தான். உடனே கணப் பொழுதில் ஆரவாரம் நின்று எங்கும் நிசப்தம் நிலவிற்று.

அப்பொழுதுதான் மக்சீம் உள்ளே வந்தார். கூட்டத்தினருடைய முகங்களை அவர் கூர்மையாய்க் கவனித்தார். ஆயிரமாயிரமாய்த் திரண்டிருந்தோர் அனைவரின் முகங்களிலும் உணர்ச்சிப் பரவசத்தையும், கண் தெரியாத இசைஞன் மீது படிந்திருந்த ஆர்வமிக்க பார்வையையும் கண்டார்.

இசையைக் கேட்டுக்கொண்டும் இனி என்ன வரப்போகிறது என்று காத்துக்கொண்டும் உட்கார்ந்திருந்தார். அந்த மண்டபத்தில் வேறு யாரையும்விட அவர் இந்த இசையின் பின்னிருந்த மனிதக் காவியத்தை நன்கு அறிவார். இசைஞனின் ஆன்மாவிலிருந்து இவ்வளவு சரளமாய், இவ்வளவு சக்தி மிக்கதாய்ப் பொழியப்பட்ட இந்த இசைப்புனைவு,

திடீரென எந்நேரத்திலும் தகர்ந்து போய்விடலாமென அவர் அஞ்சினார். கடந்த காலத்தில் பன்முறை நிகழ்ந்தது போல வேதனையும் திணறலும் மிக்க விசாரத்தின் நாதத்தை வெளியிட்டு, இசைஞனின் இதயத்தில் புதிய காயம் பட்டிருப்பதைப் புலப்படுத்தி, அது திடுதிப்பென நின்றுபோய்விடலாமென அஞ்சினார். ஆனால் இசை தொடர்ந்து பெருகியோடிக் கொண்டிருந்தது. கிளர்ந்தெழுந்து உறுதியுற்று மேலும் மேலும் பூரணத்துவமும் சக்தியும் பெற்று, எல்லோரும் ஒருவராய் இணைந்து மெய்மறந்து கேட்டுக்கொண்டிருந்த கூட்டத்தினரை வயப்படுத்திக்கொண்டிருந்தது.

மக்சீம் கேட்டுக்கொண்டு உட்கார்ந்திருந்தபோது, தான் நன்கு அறிந்த ஏதோ ஒன்று இந்த இசையில் ஒலிப்பதை மேலும் மேலும் தெளிவாய் உணரலானார்.

ஆம், அதுதான்-தெருவின் இரைச்சல், பளிச்சிட்டு இடியென முழங்கும் உயிருள்ள பேரலை போல உருண்டு புரண்டு சென்று, பளபளத்து மின்னி அது தனித்தனியான ஆயிரம் ஒலிகளாய்ச் சிதறுண்டு சென்றது; இப்பொழுது ஊதிப் பருத்தெழுந்தது; இப்பொழுது தொலைவிலே ஒலித்திடும் ஓயாத முணு முணுப்பாய் - பரபரப்பற்ற, உணர்ச்சி வேகமற்ற, அமைதியான, பாராமுகமான ஒன்றாய் - மெலிந்து கரைந்தது.

பிறகு மக்சீமுடைய நெஞ்சில் பகீரென்றது. கடந்த காலத்தில் ஒலித்தது போலவே, திரும்பவும் ஒரு முனகல் இந்த இசையில் புகுந்துகொண்டு விட்டது.

திடுமென ஒலித்த முனகல் மண்டபத்தில் நிறைந்து மிதந்துவிட்டு மறைந்தது. திரும்பவும் வாழ்க்கையின் சந்தடி மிகுந்த இரைச்சல் தோன்றி மேலும் மேலும் தெளிவாய், பிரகாசமாய், சக்தி வாய்ந்ததாய் முழங்கிற்று-இயக்கத் துடிப்பும் சுடர்வும் பூரிப்பும் நிறைவொளியும் உடையதாய் மூண்டது.

பழைய முனகலல்ல இது - தனிப்பட்ட, தன்னல வயப்பட்ட சோகத்தையும் கண்மூடித்தனமான துன்பத்தையும் வேதனையும் குறித்த பழைய முனகலல்ல. மக்சீமுடைய கண்களில் கண்ணீர் தளும்பிற்று. தன்னைச் சுற்றிலுமிருந்தோரின் கண்களிலும் கண்ணீர் பளிச்சிடக் கண்டார்.

"பார்க்கக் கற்றுக்கொண்டு விட்டான். ஆம், உண்மை அதுதான். அவன் பார்க்கக் கற்றுக்கொண்டு விட்டான்!" என்று மக்சீமுடைய வாய் மெள்ள முணுமுணுத்தது.

விறுவிறுப்பான, இன்பப் பூரிப்புகொண்ட, ஸ்தெப்பி வெளிகளின் காற்று போலக் கட்டுக்கடங்காத கவலையற்ற இசை வெள்ளத்தினிடையே, வாழ்வின்

பெருவீச்சு கொண்ட பலதரப்பட்ட கூச்சலுக்கும் கூப்பாட்டுக்குமிடையே, ஏக்கம் வாய்ந்த அல்லது வீறார்ந்த நாட்டுப் பாடல்களின் இசையினிடையே நெஞ்சைப் பிளக்கும் ஒரு புதிய சோகத் தொனி மேலும் மேலும் பலமாகவும் அவசரமாகவும் மீண்டும் மீண்டும் எழுந்தது.

"அப்படித்தான், அருமை மகனே, அப்படித்தான்" என்று மக்சீம் மௌனமாய் ஆமோதிப்பு அளித்தார். "கூத்தும் கும்மாளமும் இன்ப மகிழ்ச்சியுமாயுள்ள ஒரு நேரத்தில் எதிர்பாராத வகையில் திடீரென அவர்களை எட்டிப்பிடி..."

இன்னொரு தருணத்தில், அந்தக் கண் தெரியாத பிச்சைக்காரர்களுடைய புலம்பல் தனித்து ஒலித்து - பெருஞ் சக்தி படைத்ததாய், யாவற்றையும் ஆட்கொள்வதாய் - அம் மாபெரும் மண்டபத்தின்மீதும், மந்திரத்தால் கட்டுண்ட வர்களாய் அதில் அமர்ந்திருந்த கூட்டத்தினர் மீதும் ஒலமிட்டுச் சென்றது...

"கண் தெரியாத கபோதிங்க, பிச்சை போடுங்க! புண்ணியவான்களே பிச்சை போடுங்க!"

கையேந்தி நிற்கும் பிச்சைக்காரர்களுடைய பரிதாபக் குரலாய், தெருக்களின் இரைச்சலில் மூழ்கிவிடும் அவர்களுடைய அவல ஓலமாய் ஒலித்து அடங்கி விடவில்லை அது. கடந்த அந்நாட்களில் அதன் கொடிய வேதனை தாங்கமாட்டாதவனாய் முகம் கோணி உருக்குலைந்து பியானோவிடமிருந்து ஓடிய பியோத்தரின் உள்ளக் குமுறல் அனைத்தையும் வெளியிட்டு ஒலித்தது அது. இப்பொழுது அவன் தனது ஆன்மாவினுள் இந்தக் கொடிய வேதனையை வெற்றி கொண்டவனாகி, திகைத்துக் கலங்கச் செய்யும் இதன் ஆழ்ந்த மெய்ம்மையினது சக்தியால் இம்மக்கள் எல்லோரின் உள்ளங்களையும் வெற்றி கொண்டுவிட்டான்... பிரகாசமான பகற்பொழுதில் தலைகாட்டும் கரிய இரவு போலாகியது அது, இன்ப வெள்ளத்தின் நிறைவுக்கிடையே துன்பத்தை நினைவுபடுத்திற்று...

மண்டபத்தில் குழுமியிருந்தோருக்கு இடி விழுந்தது போலாயிற்று. ஒவ்வொரு இதயமும் இசைஞனின் அதிவேக விரல்களால் அதன் நாண்கள் தட்டிவிடப்பட்டாற் போல அதிர்ந்து நடுங்கிற்று. இசை நின்றுவிட்டது-ஆயினும் மக்கள் அசைவின்றி அமர்ந்திருந்தனர். மண்டபத்தில் மயான அமைதி நிலவிற்று.

"ஆம், பார்க்கக் கற்றுக்கொண்டுவிட்டான்..." என்று மக்சீம் தலைகுனிந்து தனக்குத் தானே கூறிக் கொண்டார். "கண்மூடித் தனமான, தன்னல வயப்பட்ட, துடைக்க முடியாத பழைய துயரத்துக்குப் பதிலாய்

இப்பொழுது அவன், தன் ஆன்மாவினுள் வாழ்க்கை பற்றிய மெய்யறிவு கொண்டுள்ளான். பிற மக்களின் துன்பங்களையும், பிற மக்களின் இன்பங்களையும் புரிந்து கொண்டுள்ளான். பார்க்கக் கற்றுக்கொண்டு விட்டான், இனி அவனால் பாக்கியசாலிகளுக்குப் பாக்கியமில்லாதோரை நினைவுபடுத்த முடியும்..."

முதுபெரும் அந்தப் படைவீரரின் குனிந்த தலை மேலும் குனிந்து தாழ்ந்தது. அப்படியானால் தானும் இவ்வுலகில் தனக்குரிய பணியைச் செய்து முடித்ததாய்ச் சொல்லலாம் அல்லவா? அவர் வாழ்ந்தது வீணாகி விடவில்லை. இதனை அவருக்கு இந்த இசை அறிவித்தது - மண்டபம் எங்கும் நிறைந்து நின்று, அங்கு குழுமியிருந்தோர் அனைவரையும் ஆட்கொண்ட இந்த இசை, ஆன்மாவை ஆளும் அருந் திறன் கொண்ட இந்த இசை.

. . . .

கண் தெரியாத இசைஞனின் இசை அரங்கேற்றம் இவ்வாறே நடந்தேறியது.

1886